ஒரு கடலோர கிராமத்தின் கதை

தோப்பில் முஹம்மது மீரான் (1944 – 2019)

குமரி மாவட்டத்தின் கடற்கரைக் கிராமமான தேங்காப்பட்டணம் இவரின் சொந்த ஊர். தந்தை முஹம்மது அப்துல் காதர். தாயார் முஹம்மது பாத்திமா. தோப்பு என்பது இவரின் வீட்டுப் பெயர்.

தேங்காப்பட்டணம் அரசு தொடக்கப் பள்ளியிலும், அம்சி உயர்நிலைப் பள்ளியிலும், நாகர்கோவில் தெ.தி. இந்துக் கல்லூரியிலும் கல்வி பயின்றார்.

தமிழ் தாய்மொழி. கல்வி பயின்றது மலையாளத்தில்.

தமிழில் ஆறு நாவல்களும் ஏழு சிறுகதைத் தொகுப்புகளும், மலையாளத்தில் இரண்டு நாவல்களும் வெளிவந்திருக்கின்றன. சாகித்திய அக்காதெமி விருது உட்படப் பல்வேறு விருதுகள் பெற்றிருக்கிறார். 'ஒரு கடலோர கிராமத்தின் கதை'யின் ஆங்கில மொழிபெயர்ப்பு 'Crossword Book Award'க்குப் பரிந்துரை செய்யப்பட்டது.

10.5.2019 அன்று திருநெல்வேலியில் காலமானார்.

மனைவி: ஜலிலா, மகன்கள்: ஷமிம் அகம்மது, மிர்ஷாத் அகம்மது.

தோப்பில் முஹம்மது மீரான்

ஒரு கடலோர கிராமத்தின் கதை

காலச்சுவடு பதிப்பகம்

அன்பார்ந்த வாசகருக்கு,

வணக்கம்.

காலச்சுவடு நூலை வாங்கியமைக்கு நன்றி.

நூலின் உள்ளடக்கம், உருவாக்கம், அட்டைப்படம் இன்ன பிற அம்சங்கள் பற்றிய உங்கள் கருத்துகளையும் ஆலோசனைகளையும் காலச்சுவடு வரவேற்கிறது. தகவல், எழுத்து, வாக்கியப் பிழைகள் தென்பட்டால் அவசியம் தெரிவித்து உதவுங்கள். நூல் தயாரிப்பில் கடும் குறைபாடு இருப்பின் மாற்றுப் பிரதி உங்களுக்குக் கிடைக்கக் காலச்சுவடு ஏற்பாடு செய்யும்.

மின்னஞ்சல்: **publisher@kalachuvadu.com**

காலச்சுவடு நாகர்கோவில் அலுவலகத்திற்குக் கடிதம் அனுப்பலாம்.

தங்கள்
எஸ்.ஆர். சுந்தரம் (கண்ணன்)
பதிப்பாளர் — நிர்வாக இயக்குநர்

ஒரு கடலோர கிராமத்தின் கதை ◆ ஆசிரியர்: தோப்பில் முஹம்மது மீரான் ◆ © ஏ. ஜஸ்லா பீவி ◆ முதல் பதிப்பு: ஜனவரி 1988, காலச்சுவடு முதல் பதிப்பு: நவம்பர் 2004, திருத்தப்பட்ட இரண்டாம் பதிப்பு: டிசம்பர் 2007, பதினொன்றாம் பதிப்பு: டிசம்பர் 2024 ◆ வெளியீடு: காலச்சுவடு பப்ளிகேஷன்ஸ் (பி) லிட்., 669 கே. பி. சாலை, நாகர்கோவில் 629001

oru kataloora kiraamattin katai ◆ Thoppil Mohamed Meeran ◆ © A.Jaleela Beevi ◆ Language: Tamil ◆ First Edition: January 1988, Kalachuvadu First Edition: November 2004, Second Edition with Corrections: December 2007, Eleventh Edition: December 2024 ◆ Size: Demy 1 x 8 ◆ Paper: 18.6 kg Maplitho ◆ Pages: 216

Published by Kalachuvadu Publications Pvt. Ltd., 669 K.P. Road, Nagercoil 629001, India ◆ Phone: 91-4652-278525 ◆ e-mail: publications@kalachuvadu.com ◆ Printed at Mani Offset, Chennai 600077

ISBN: 978-81-87477-87-7

12/2024/S.No. 104, kcp 5525, 18.6 (11) ass

என் வாப்பாவுக்கு . . .

நன்றி

இந்நாவல் முதலில் முஸ்லிம் முரசில் தொடராக வெளிவந்தது. பாளையங்கோட்டை, தூய சவேரியார் கல்லூரி பேராசிரியர் பொ. ஜெயராம பாண்டியன் மதிப்புரையுடன் 1988இல் நூல் வடிவம் பெற்றது. இதனை முஸ்லிம் முரசில் வெளியிட்டதோடு என்னை எழுதத் தூண்டி உற்சாக மூட்டிய மர்ஹூம் ஆளூர் ஜலால் அவர்களை நினைவு கூர்வதுடன் எனக்குத் தமிழறிவு சொல்லித்தந்த பாளையங்கோட்டை சதக்கத்துல்லாஹ் அப்பா கல்லூரித் தமிழ்த்துறைத் தலைவர் பேராசிரியர் கா. முகம்மது பாரூக் அவர்களையும் நன்றியுடன் நினைவு கூர்கிறேன்.

தோப்பில் முஹம்மது மீரான்

தேங்காய்ப்பட்டணம் வரைபடம்

வரைபடம்: என். ஸ்ரீனிவாசன்

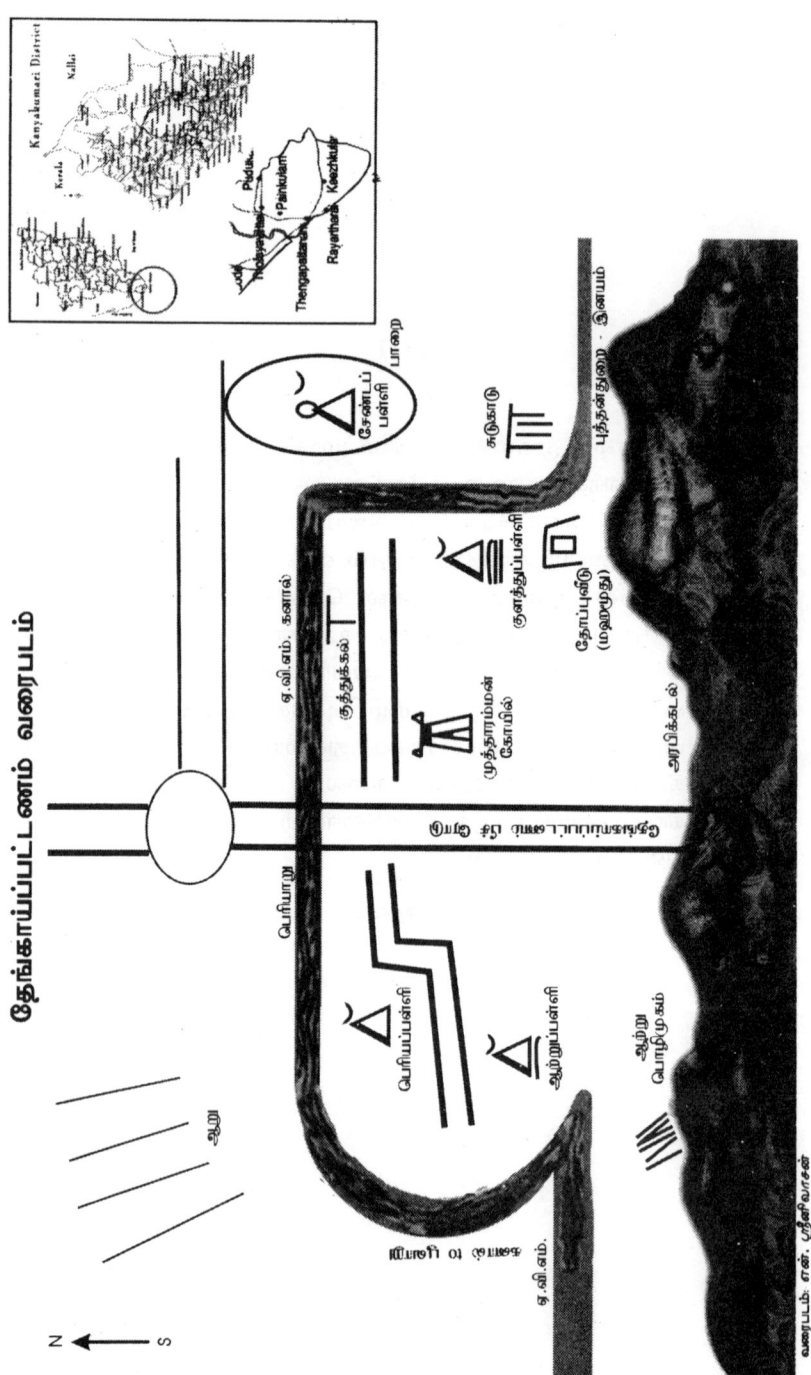

1

முதல் உலகப் போர் முடிந்த காலம்! கொடுங்காற்றிலும் பேய் மழையிலும், வடக்கு வீட்டு முதலாளியின் இரண்டடுக்கு வீடு இடிந்து விழுந்த காலம். பேச்சிப்பாறை அணை நிரம்பி வழிந்தது. ஆற்றில் அடையாளம் தெரியாத ஏராளம் பிணங்கள் மிதந்து வந்தன. வயதானவர்கள் நடுக்கத்தோடு நினைவு கூரும் காலம்!

அன்று வடக்கு வீட்டில் அகமதுக்கண்ணு முதலாளி ஊர்த் தலைவர், முதல் கூடி.

வாப்பு என்ற ஐம்பது வயதான கூலித்தொழிலாளி வடுகன் அகமதுக்கண்ணு, முதலாளியின் ஐந்து வயது மருமகனை இங்க வா என்று மதிப்புக் குறைவாகக் கூப்பிட்டதை யாரோ கேட்டு முதலாளியிடம் முறையிட்டனர். முதலாளிக்குக் கோபம் வந்தது. வாப்புவைக் கூப்பிட ஆள் அனுப்பினார். வாப்பு வந்து முதலாளியின் முன் நடுக்கத்தோடு பணிந்து நின்றான்.

வெள்ளிக்கிழமை ஜும்ஆவுக்குப் பின் கொத்துபா பள்ளியின் முன்னால் நிற்கும் விளக்குக் கல்லில் அவனைக் கட்டி வைத்து இருபத்தியொரு அடி கொடுக்க உத்தரவிட்டார்.

தீர்ப்பைக் கேட்டு வாப்பு நடுங்கினான். மன்னிப்புக்கேட்டு கெஞ்சினான். எந்தப் பயனும் இல்லை. வாப்புவைப் பள்ளியின் முன்னால் நின்ற விளக்குக் கல்லில் கட்டி வைத்து பிரம்பால் அடித்தார்கள். பதின்மூன்றாவது அடி விழுந்தபோது வாப்பு நினைவிழந் தான். மக்கள் அதிர்ந்து நின்றனர். பதினாலாவது அடிக்குக் கை உயர்ந்தது.

“போதும்!” முதலாளி சொன்னார்.

கூட்டத்தைப் பார்த்து “உப்புஅழுகினால் உலகத்தில் மருந்துண்டா?” என்று கேட்டார் முதலாளி. கூடியிருந்தவர்கள் பதில் சொல்லவில்லை.

ஒரு வெள்ளிக்கிழமை இரவு, ரபீஉல் அவ்வல் ஒன்பது, காசர்கோடு மௌலவி மதப்பிரசங்கம் துவங்குவதற்கான நேரம் நெருங்கியது. பள்ளிவாசலுக்கு முன்பாகத்திலுள்ள மண்டபம் நிரம்பி வழிந்தது. கொஞ்சம் தொலைவில் மதரஸாவுக்கு உள்ளேயும் தெருவில் கட்டிப் பிடித்துக் கிடந்த இருளிலும் பெண்கள் இடம் பிடித்துக் கொண்டனர்.

பள்ளி வாசலுக்கு உள்ளே ஊர் முதல்கூடியான வடக்கு வீட்டு அகமதுக்கண்ணு முதலாளி கையைத் தலையில் ஊன்றி படுத்திருந்தார்.

மௌலவி மேடையில் உட்கார்ந்தார். பிரசங்கம் துவங்குவதற்கான கட்டளையைப் பெறுவதற்காக மோதினார் முதலாளியின் முன் வந்தார். என்னவென்று முதலாளி திருவாய் திறந்து கேட்கும் வரை யாரும் எதுவும் பேசக் கூடாது என்ற வழக்கப்படி மோதினார் முதலாளியின் முன் கை கட்டி நின்றார்.

மோதினார் வந்து நின்றதைக் கவனிக்காமல் முதலாளி அப்படியேக் கிடந்தார்.

யூசுப் நபியின் கிஸ்ஸா கேட்பதற்கு மக்கள் பொறுமையிழந்து காத்திருந்தனர். முந்திய நாள் மௌலவி கதையைத் தொடங்கி வைத்தார். யூசுப் நபியின் அழகைப் பற்றிய வருணனை பெண்களை மெய் சிலிர்க்க வைத்தது. மௌலவின் ராகம் இணைந்த வருணனையிலிருந்து யூசுப் நபியின் உருவத்தைப் பெண்கள் தங்கள் மனதில் வரைந்தனர். 'இன்று யூசுப் நபியின் சரித்திரம்' என்று கேள்விப்பட்டதும் முந்தின நாள் வராதவர்களெல்லாம் வந்து கூடினர். சொற்பொழிவு தொடங்குவதில் தாமதம் ஏற்படுவதைக் கண்டு மக்களெல்லாம் வருத்தமுற்றனர். மனதில் தோன்றிய வருத்தத்தைத் தமக்குள்ளேயே அடக்கிக் கொண்டனர். ஒன்றும் பேச உரிமையில்லை. ஏதாவது சொன்னால் முதலாளியோடு திமிர்காட்டுவதாகக் கருதப்படும்.

"பேசச் சொல்லு" – முதலாளி உத்தரவிட்டார். மௌலவி தலைப் பாகையைச் சரிசெய்து கொண்டார். தோளில் கிடந்த மக்கத்துச் சால்வையைச் சரிப்படுத்தினார். மக்கள் காது கொடுத்துக் கேட்க ஆவலாக இருந்தனர். மௌலவி எழுந்தார். சபை நிசப்தமாகியது. மௌலவி மக்களை ஒரு கணம் நோட்டம் விட்டார். குர்ஆனில் இருந்து ஒரு நீண்ட அத்தியாயத்தின் முதல் வரியை ஓதத் தொடங்கியதும் –

வெள்ளைக் குதிரை பூட்டிய ஒரு ஜட்கா சந்தில் வந்து நின்றது.

"அதுதான் பள்ளி வாசல்! அங்கப் போட்டும்" – ஜட்காவினுள் சாய்ந்து கிடந்த ஆள் சொன்னார். குதிரையின் கடிவாளக் கயிறு இழுக்கப்பட்டதும் குதிரை திரும்பி பள்ளிவாசலை நோக்கிக் குதித்தது.

குதிரையின் கழுத்தில் தொங்கிய மணிகளின் கிலுகிலுப்பில், சபையினர் திரும்பிப் பார்த்தார்கள். மௌலவி ஓதுவதை நிறுத்தி எதிரே பாய்ந்து வரும் ஜட்காவைப் பார்த்தார். பள்ளிக்குள்ளே கையூன்றிக்கிடந்த வடக்கு வீட்டு அகமதுக்கண்ணு முதலாளியும் அங்கே பார்த்தார்.

"எந்த அதிகப் பிரசங்கி அது? – முதலாளி எழுந்து, கூர்ந்து நோக்கினார்.

மோதினார் கூட்டத்திலிருந்து எழுந்தார். சபையிலிருந்த சிறுவர்களெல்லாம் குதிரை பூட்டிய ஜட்காவைப் பார்ப்பதற்காக வெளியே குதித்தனர்.

ஜட்காவிலிருந்து ஏறக்குறைய ஆறடி உயரம் உள்ள, நாற்பத்திரண்டு நெஞ்சளவும் குடைவண்டியும் உள்ள ஒரு ஆள் இறங்கினார். சிவப்பு குஞ்சரம் வைத்த துருக்கித் தொப்பி, இடையிடையே நரை தட்டிய வட்டத் தாடி, முட்டிற்குக் கீழே நீண்டு கிடக்கும் கறுப்புக் கோட்டு, கோட்டுக்குள்ளே கணுக்காலைத் தொட்டுக் கிடக்கும் நீண்ட வாயில் குப்பாயம், அதற்குள் பைஜாமா, கறுத்து மினுங்கும் பூட்ஸ், கையில் வெள்ளிப்பிடியிலான கம்பும், ஓர் ஓலை விசிறியும்.

ஜட்காவிலிருந்து ஒரு கனமான பெட்டியை இறக்கிக் கீழே வைத்தார். விசிறியை எடுத்து வீசிக்கொண்டு சுற்றி நோட்டம் விட்டார்.

"நீ யாரு?" – மோதினாரைப் பார்த்துக் கேட்டார்.

"இந்தப் பள்ளி மோதினார்."

'இந்தப் பெட்டியைத் தூக்கு.'

"தூக்கேன். அதுக்கு முன்னாலே பள்ளிக்குள்ள முதலாளி இருக்காரு, யாரு வந்ததுண்ணு சொல்லணும்"

"எந்த முதலாளி?"

மோதினார் வாயைப் பொத்தி தாழ்ந்த குரலில் சொன்னார் "வடக்கு வீட்டு அகமதுக்கண்ணு முதலாளி, ஊர்முதல்கூடி"

"செய்யதினா முகம்மது முஸ்தபா இம்பிச்சிக் கோயாத்தங்ஙள் வாறது முஹல்ல தீவிலிருந்து"

வந்தது தங்ஙளென்று தெரிந்ததும் மோதினார் நடுங்கி ஓடினார். முதலாளிக்கு முன்னால் சென்று நின்றார்.

"யாரது?"

"முஹல்ல தீவிலிருந்து வந்திருக்காரு, தங்ஙள்."

"முதலாளி குதித்தெழுந்து தங்ஙளை நோக்கி நடந்தார். முதலாளியைக் கண்டதும் கூட்டத்திலிருந்த அனைவரும் எழுந்தனர். மௌலவியும் மேடையிலிருந்து இறங்கினார். "ஹதீஸ் நாளையா கட்டு" முதலாளி உத்தரவிட்டார். மோதினார் பெட்டியைத் தூக்கிப் பின்னால் நடந்தார். முதலாளி தங்ஙளை அழைத்துக் கொண்டு பள்ளிக்கு உள்ளே சென்றார். இருவரும் கோரைப் பாயில் உட்கார்ந்தனர். தங்ஙள் தொப்பியை எடுத்துக் கீழே வைத்துவிட்டு கோட்டுப் பையிலிருந்த துண்டை எடுத்து வேர்வையைத் துடைத்தார்.

"ஹோ! என்னா சூடு!"

"ஏ! மோதின் தங்ஙளுக்கு வீசிக் குடும்."

மோதினார் விசிறியை எடுத்து முதலாளிக்கும் தங்ஙளுக்கும் காற்றுக் கிடைக்கும்படியாக நீட்டி வீசினார்.

தங்ஙள் கோட்டைக் கழற்றி நாலாக மடக்கி வைத்தார்.

“என்னப் பற்றி கேள்விப்பட்டதுண்டுமா?”

“இல்லை”

“செய்யதினா முஹம்மது முஸ்தபா இம்பிச்சிக் கோயா தங்ஙம் என்னு சொல்லுவாங்கோ, முஹல்ல தீவு. இப்போ வாறது கள்ளிக் கோட்டையிலிருந்து.”

சட்டைப் பையிலிருந்து தஸ்பீஹை எடுத்தார். உதடு அசைந்தது. தஸ்பீஹ் மணிகள் கைவிரல்களுக்கிடையிலிருந்து உருண்டன.

“வந்த நோக்கம்?” முதலாளி கேட்டார்.

“சொல்றேன். இங்கே கடல் உண்டா?”

“உண்டு”

“அனந்த விக்டோரியா மார்த்தாண்டம் கனால் என்று சொல்லும் ஒரு நதி உண்டா?”

“உண்டு”

“அந்த நதிக் கரையில பாறை மேல ஒரு பள்ளி உண்டா?”

“உண்டு”

இந்த ஊருக்குத் தெற்காகப் பாறைக்கூட்டங்கள் உண்டா?’

“உண்டு”

“அந்தப் பாறை மேல இடிந்து கெடக்கும் ஒரு பள்ளி உண்டா?”

“உண்டு”

“கிழக்கும் மேற்கும் பள்ளி வாசல்கள். தெற்கே கடல். சரி! தர்மபத்தன் என்று பழைய அரபிக்கிதாபுகளில் சொன்ன ஊர் இது தானா?”

“ஆமா!”

“இங்கு மாலிக் இப்னு தீனார் கட்டிய பள்ளிவாசல் எது?”

“நாம இருக்கும் இந்தப் பள்ளிதான்.”

“இனி நான் வந்த நோக்கம் சொல்றேன். கெட்ட வழி நடக்கும் ஒரு காபிர் ஜின்னு இங்கே தப்பி வந்திருக்கு, அதைக்கூசிலடைத்துக் கொண்டு போகத்தான் நான் வந்திருக்குறேன்.”

“சுப்ஹானல்லாஹ”வடக்கு வீட்டு அகமதுக்கண்ணு முதலாளி அலறிவிட்டார்.

“பத்ரீன்களே! காப்பாத்துங்கோ” – மோதினார் பயந்து அலறிய படியே திரும்பினார். தென்புற வாசல் திறந்து கிடப்பதைக் கண்டார். பள்ளிவிளாகமும் கபர்ஸ்தானமும் சந்தன மரமும், முட்செடிப்பரப்பு களும், அதில் தங்கிக் கிடக்கும் இருளின் மதயானைக் கூட்டங்களும் கண்டு மோதினாரின் உள்ளுணர்வு நடுங்கியது. கண்களில் பயத்தின் நிழலாட்டம். ஓடிப்போய் கதவை அடைத்தார்.

“ஏய், எதுக்கப்பா வாசலடைக்கா? தங்ஙளுக்கு வேர்த்துக் கொட்டுது தெரியலையா?”

“எனக்குப் பயமாயிருக்கு!”

தங்ஙளுக்குச் சிரிப்பு வந்தது.

“கபரில எப்படித் தனியாக் கிடப்பா?”

மோதினாரிடமிருந்து பதில் இல்லை.

“கள்ளிக் கோட்டையிலெல்லாம் ரொம்பத் தொந்திரவு கொடுத்திட்டிருந்தது. முஃமீன் ஆனவர்களை வழிகெடுப்பது, பள்ளிகளை அசுத்தப்படுத்துவது, பெண்கள் தனியாக இருக்கும் போது அவர்களின் கணவர்கள் உருவத்தில் அவர்களிடம் செல்வது இப்படிப் பல தொந்திரவுகள் கொடுத்திட்டிருந்தது. கண்ணனூரில இருக்கும்போ கேள்விப்பட்டு நேரே புறப்பட்டேன். ஜின்னை அனுப்பிப் புடிச்சி கூசிலடைச்சிக் கடலில் தாழ்த்தினேன், எப்படியோ தப்பி இங்க வந்துட்டுது.”

“சரிதான் தங்ஙளே! இன்னைக்கு ரெண்டு நாளாச்சு! சுபுஹுக்குப் பாங்கு சொல்ல வரும்போ, ஒத்தப்பனை முக்குலே, ஒரு பனை உயரத்துலே ஒரு ஆள் நிக்கிறதைப் பார்த்தேன். வெள்ளை ஆடை உடுத்திருந்தது. எனக்கு நோய் வெளங்கிச்சி. ஆயத்துக்குர்ஸியெ நாலஞ்சு தடவை ஓதி நெஞ்சிலே ஊதினேன் பேசாம நடந்துட்டேன். பின்னாலே அதைக் காணவேயில்லை.”

“திரும்பிப் பார்க்காதது நல்லதாப் போச்சு. பார்த்தான்னா ஒரே அடி”. தங்ஙள் சொன்னார்.

மோதினாரின் கையிலிருந்து விசிறி கீழே விழுந்தது. மோதினார் மரம் போல் நின்றார்.

“ஏய் மோதின் மோதின்!” – முதலாளி கூப்பிட்டார். தூக்கத்திலிருந்து விழிப்பது போல் மோதின் கண் விழித்தார். பயமுண்டாக்கும் பார்வை. முகம் வெளிறிப் போயிருந்தது.”

“என்னப்பா?”

“எனக்கு ஒரு மாதிரி வருது, எனக்குப் பயமாயிருக்கு, என் கழுத்தை யாரோ நெரிக்கிறது போல இருக்கு.”

“நீ கீழே உக்காரு!” – தங்ஙள் சொன்னார் மோதினார் கால்மடக்கி உட்கார்ந்தார். தங்ஙள் மோதினாரின் தலையைப் பிடித்து ஓதினார்.

2

ஜும்ஆ பள்ளியின் வடக்குப் பக்கத்திலுள்ள குடிசையில் மதரஸா இருக்கிறது. அதை நடத்துவது மோதினார் அசனார் லெப்பை. ஐந்து நேரமும் பாங்கு சொல்ல வேண்டும். ஹவ்ளுக்குத் தண்ணீர் இறைக்க வேண்டும். சிறுநீர்க் கழிப்பிடத்திலுள்ள தொட்டியில் எப்போதும் தண்ணீர் நிரப்ப வேண்டும். சிறுநீர்க் கழிப்பிடத்தைச் சுத்தம் செய்ய வேண்டும். குழந்தைகளுக்கு குர்ஆன் சொல்லிக் கொடுக்க வேண்டும். இப்படிக் கணக்கிலடங்காத வேலைப்பளு அவருக்கு.

நூற்றுக்கு மேற்பட்ட குழந்தைகளுக்குப் பாடம் சொல்லிக் கொடுக்க வேண்டும். ஒவ்வொருவருக்கும் வெவ்வேறு பாடம். அலிப் முதல் அலிப் லாம் மீம் வரை ஓதும் குழந்தைகளை ஒரே நேரத்தில் கவனிக்க வேண்டும். முதல் பாடம் கேட்டுவிட்டு அடுத்த பாடம் சொல்லிக் கொடுப்பது; தவறான உச்சரிப்பைத் திருத்திக் கொடுப்பது; சந்தேகம் தீர்த்து வைப்பது; இப்படிப் பலப்பல வேலைகள்.

பாடம் சொல்லிக் கொடுத்துக் கொண்டிருக்கும் நேரம் மோதினார் அயர்ந்து தூங்கிவிடுவார். குழந்தைகளின் "கூவே" என்ற கூப்பாட்டில் திடீரென்று விழித்து இரண்டுவரி சொல்லிக் கொடுப்பார். திரும்பவும் தூங்கிவிடுவார். சில வேளை குர்ஆனிலேயே கூப்பானி வடித்து விடுவார். அதனால் குழந்தைகள் அவருக்குக் கொடுத்த பெயர் 'தூங்கி மோதின்.'

அசனார் லெப்பை என்று சொன்னால் குழந்தைகளுக்குத் தெரிய வாய்ப்பில்லை. தூங்கி மோதின் என்று சொன்னால் தான் தெரியும்.

சுபுஹுக்கு வடக்கு வீட்டு அகமதுக்கண்ணு முதலாளி தொழச் சென்றார். ஹவ்ளில் தண்ணீரில்லை. குனிந்து கைவிட்டுப் பார்த்தார் கை எட்டவில்லை. முதலாளிக்குக் கோபம் வந்தது.

மோதின் தயங்கி நின்றார்.

இஷாவுக்குப் பின் தண்ணீர் இறைப்பது வழக்கம். அன்று ஏதோ ஒரு வீட்டில் ஒரு கோழி அறுத்து மௌலூது ஓதினார்கள். மோதினாருக்கும் அழைப்புண்டு. மோதின் ஹவ்ளை மறந்துவிட்டார். சுபுஹுக்கு பாங்கு சொல்ல வந்ததும் தாமதமாகத்தான். சீக்கிரமே விழித்து விட்டார், இருந்தும் புறப்பட நிற்கும்போது கூசிலிருந்து தப்பி ஓடிய ஜின் நினைவிற்கு வந்தது. கால் இளகவில்லை. அப்படியே

நின்று விட்டார். யாராவது அந்த வழி வந்தால் அவருடன் சேர்ந்து வர எண்ணியதில் நேரம் பிந்திவிட்டது.

"ஏய்! வேலெ பாக்கேண்ணா ஒழுங்காப் பாரு, இல்லேண்ணா உன் வேலையைப் பாத்துவிட்டுப் போ. அஞ்சு ரூபா கொடுத்தா வேற ஆள் கெடைக்கும்."

மோதினார் எதுவும் பேசவில்லை.

எதிர்த்துச்சொல்ல மனத்திடமில்லை. சொன்னால் திமிராகக் கருதுவார். தன்னுடைய வேலையைத் தட்டிப்பறிக்க நூறுபேர் காத்திருக்கிறார்கள். இந்த வேலை போனால் வீடு முழுப்பட்டினி.

மோதின் சுபுஹு தொழுது விட்டுத் தண்ணீர் இறைக்கத் தொடங்கினார். மணி எட்டாகியது. ஹவ்ளு நிரம்பவில்லை. சூரியன் உதயமானதும் பண்டாரத்தின் டீக்கடைக்குப் போய் கடுஞ் சாயா ஒன்று குடித்தார்.

முஸ்லிம்களைக் கவருவதற்காகப் பண்டாரம் திங்கட் கிழமை இரவும் வெள்ளிக்கிழமை இரவும் யாசின் ஓத வைப்பது வழக்கம். தினமும் காலையில் பால்சேர்க்காத கடுஞ் சாயா மோதினாருக்குக் கைமடக்காகக் கொடுப்பார். யாசீன் ஓதும் இரவு மட்டும் பால் கலந்த சாயா கொடுப்பார்.

அந்த கடுஞ் சாயாவைத் தவிர வேறெதுவும் வயிற்றுக்குள் செல்லவில்லை. அதனால் களைப்புத் தோன்றியது. மதரஸாவில் குழந்தைகள் வந்துவிட்டார்கள்.

எட்டு மணிக்குத் தொடங்க வேண்டும். குழந்தைகளின் கூப்பாடு மோதினாரின் காதில் மேளம் கொட்டியது.

"எலப்ப, மம்மூனு கிதாபைக் கிழிச்சான்." ஒரு பையன் கிழிந்த கிதாபுடன் புகார் சொன்னான்.

"போல! நான் வந்து கேக்கேன்."

"எலப்ப! ஆசியா என்னை மொட்டச்சின்னு விளிச்சா! மொட்டை யடித்த ஒரு சிறுமி அழுதாள்.

"நான் வாறேன், போங்கோ."

புகார், அழுகை, கூப்பாடு, கலவரம். மோதினுக்கு இருக்க முடியவில்லை. ஹவ்ளில் கைவிட்டுப் பார்த்தார். ஓரளவு நிரம்பி விட்டது. மதியத் தொழுகைக்குப் போதுமானது. வாளியையும் கயிற்றையும் கப்பியிலிருந்து எடுத்து சிறுநீர்க் கழிப்பிடத்திற்குப் பின் பக்கம் மறைத்து வைத்தார். கப்பியில் கிடந்தால் யாராவது கிணற்றுக்குள் போடுவார்கள். பிறகு பாதாளக் கரண்டிக்காக ஓடித்திரிய வேண்டும். அறுபது அடி ஆழமுள்ள கிணறு. தவறி விழுந்த வாளியை எடுப்பதென்றால் பெரும்பாடு.

மோதின் வேட்டியும் சட்டையும் அணிந்தார். தலையில் வெள்ளைத் தொப்பியை எடுத்து வைத்துவிட்டு மதரஸாவை நோக்கி நடந்தார்.

“எலப்ப! எலப்ப! ஐதுரூஸு போடுலே தமிழ் எழுதுனான்.”

“என்னா?” மோதினார் நடுங்கினார். செய்யக் கூடாத பாவத்தைச் செய்ததைக் கேட்டது போல ஒரு நடுக்கம். மோதீனின் கண்கள் நெருப்பைக் கக்கின. ‘இறைவனின் திருவேதத்திலுள்ள வசனங்களை எழுதும் போர்டில் காபிர்களின் மொழியை எழுதுவதா?’

“எங்கலே அவன்?” மோதின் அலறினார்.

ஐதுரூஸ் ஒரு மூலையில் கோழிக்குஞ்சைப் போல் பயந்து நின்றான். ஒன்றிரண்டு பையன்கள் சேர்ந்து அவன் கையை இழுத்தனர் “இங்கயிருக்கான்.”

“வாலே, பண்ணி” மோதின் துள்ளினார்.

“நான் எழுதல்ல.”

“எழுதுனான், வாப்பாண எழுதுனான்.” எல்லாக் குழந்தைகளும் உரக்க சாட்சி சொன்னார்கள்.

“எங்கல கம்பு?” மோதினின் கண்கள் பற்றி எரிந்தன. வாரியில் மாட்டியிருந்த நீண்ட கம்பை எடுத்துக் கொடுத்தார்கள் மாணவர்கள். மோதின் கம்பை வாங்கினார்.

“வாலெ, ஷைத்தானே!”

“குர்ஆன் எழுதுற போடுலே என்னலெ எழுதுனா?” மோதின் ஐதுரூஸின் கையைப் பிடித்தார்.

“இல்லெ எலப்ப, நான் எழுதல்லெ.”

“ஹமுக்கு!” மோதின் பல்லைக்கடித்தார். கம்பு உயர்ந்தது. பலமாக அவனுடைய முதுகிலும் தொடையிலும் உடம்பின் எல்லாப் பகுதிகளிலும் அடி விழுந்தது. ஐதுரூஸ் தரையில் கிடந்து அடிபட்ட பாம்பு போல் நெளிந்தான்.

“அல்லோ! வாப்போ!! நான் இனி எழுத மாட்டேன்”

மோதினுக்கு ஹால் இளகியது. விட மனமில்லை பேரைக்கம்பு ஒடியும் வரை அடித்தார்.

“இபுலீசுக்க மோனே” கோபத்தை அடக்க முடியாமல் மீண்டும் அடிக்க கை ஓங்கினார் அடிக்கவில்லை. “கொண்ணு போடுவேன்”! எச்சரித்தார்.

“ஓதுங்கலே”, ஒடிந்த கம்பை எடுத்துத் தரையிலடித்தார். குழந்தைகள் ஓதத் தொடங்கினார்கள்.

மோதின் தொப்பியை எடுத்துக் கீழே வைத்தார். சட்டையைக் கழற்றி சுவரிலுள்ள ஆணியில் தொங்கவிட்டார். வியர்வை குளிப்பாட்டிய உடல். விலாவில் விரலால் தேய்த்து அழுக்கை உருட்டி எடுத்தார். ஆங்காங்கே உருண்டு வந்த அழுக்குகளை உதறிக் கீழே எறிந்தார்.

“எலப்ப மாத்திரை உருட்டுறாரு” ஒரு மூலையில் அழுது கொண்டிருந்த ஐதுரூஸ் முனகினான். அது கேட்ட மற்ற குழந்தைகள் வெடுக்கெனச் சிரித்தனர்.

“யாம்புல சிரிக்கிதியோ” மோதினார் கண்ணை உருட்டினார். கம்பால் தரையில் தட்டினார். யாரும் சிரிக்கவில்லை.

“ஏலே மைதீன்! இஞ்ச வாலே”

நீண்ட நகமுடைய மைதீனைக் கூப்பிட்டார். லெப்பை கூப்பிட்டதின் நோக்கம் மைதீனுக்குத் தெரியும், மற்ற பிள்ளைகளுக்கும் தெரியும். மைதீன் கிதாபை மடக்கிவிட்டு எழுந்து சென்றான்.

“கொஞ்சம் பெலமா சொறியணும்”

ஐதுரூஸ் அடக்கத்தில் மைதீனைப் பார்த்துச் சொன்னான்.

“புளி பறிச்சுத் தருவேன்”

கண்ணைச் சிமிட்டிக் காட்டினான். புளி என்று கேட்டபோது மைதீனுக்கு உஷார் தோன்றியது.

மோதினார் முதுகைக் காண்பித்தார். மோதினாரின் பின்பக்கமாக நின்ற மைதீன் மோதினாரின் முதுகில் பறபறவென்று சொறிந்தான்.

“கொஞ்சம் இருத்திப் பிடி”

எல்லாச் சக்தியையும எங்கிருநதோ வரவழைதது மைதீன அழுத்திப் பிடித்தான். மோதினார் வேதனையால் நெளிந்தார். “ஆவ்!”

“எலப்பை ரத்தம் வருது.”

“போதும்புலே, எளும்பிப் போ.

“மம்மதலி நீ வாலே.”

மைதீன் சிரிப்பை விழுங்கிக் கொண்டு தன் இடத்துக்குப் போனான். மம்மதலி வந்து உட்கார்ந்தான். மம்மதலியின் கை மோதினாரின் முதுகில் பரவியது.

“நகமில்லையாலே?”

“இல்ல”

“எளும்பிப் போலே.”

“யார் கைலே நகம் இருக்கு?”

“எங்கைலே” ஐதுரூஸ் எழும்பினான்.

“நீ சொறியாண்டாம்.”

ஐதுரூஸ் உட்கார்ந்தான்.

பிறகு யாரும் எழும்பவில்லை.

மோதினார் அசனைக் கூப்பிட்டார் "வாலெ!" அசன் வந்தான். "கையில நகம் இருக்கா?"

அசன் கைவிரல்களின் நுனிப்பகுதியைக் காட்டினான்.

"போதும்"

அசன், லெப்பையின் பின் பகுதியில் வந்து நின்று முதுகைச் சொறிந்தான்.

"அளுக்கு எளகி வருது."

"குளிச்சுப் பத்துப் பன்னிரண்டு நாளுதான் ஆவுது! அதுக்குள்ள இவ்வளவு அழுக்கா?"

அசன் முதுகைச் சொறிந்து கொண்டிருந்தான். அந்தச் சுகத்தில் லெப்பையின் கண்கள் மூடின. மூடிய கண்களுக்குள் தூக்கம் நடனமாடியது. வாயில் இருந்து எச்சில் வடிந்தது.

"எலப்ப வாயிலே இருந்து தேன் வடியுது! ஏந்திக் குடியுங்கோ, சொர்க்கம் கிடைக்கும்." ஐதுரூஸ் சொல்லி விட்டு சத்தம் போட்டு ஓதத் தொடங்கினான். அந்தச் சத்தத்தில் மோதினார் விடுக்கென்று விழித்தார்.

கம்பை எடுத்துத் தரையில் ஓங்கி அடித்தார் – "ஓதுங்கலே" மீண்டும் கண்கள் மூடின. அசனின் கைகள் தளர்ந்து விரல்கள் மோதினாரின் முதுகில் ஊர்ந்தன. அவனும் லெப்பையின் பின்னால் இருந்து கொண்டு தூங்கினான். தூங்கிக் கொண்டிருந்தவன் மோதினாரின் முதுகில் தலையால் முட்டினான். மோதினார் நடுங்கிவிட்டார்.

"தூங்காதலே"

"இல்லே"

மோதினார் கம்பை எடுத்துத் தரையில் அடித்தார். "யாருக்கெல்லாம் பாடம் உண்டு?"

3

செய்யிதினா முகம்மது முஸ்தபா இம்பிச்சிக்கோயாத் தங்ஙள் பள்ளி வாசலிலேயே தங்குகிறேன் என்று சொன்னார்.

தங்ஙளைப் பள்ளியில் தங்க வைப்பது முறையாகாது என்று வடக்கு வீட்டு அகமதுக்கண்ணு முதலாளிக்குத் தோன்றியது. இரண்டு மாதங்களுக்கு முன் ஆலப்புழையில் இருந்து ஒரு மௌலவி வந்தார். மதப் பண்டிதர்! அவரை மேக்கு வீட்டு முதலாளி பள்ளியில் இருந்து அழைத்துச் சென்றார். தமது வீட்டில் ஓர் அறை தயார் செய்து அங்கு மௌலவியை ஒரு மாதம் தங்க வைத்து விட்டார். தினமும் கோழி அறுத்து விருந்து நடந்தது. ஊரிலுள்ள பல முக்கியஸ் தர்கள் மேக்கு வீட்டு முதலாளியின் வீட்டுக்கு விஜயம் செய்தனர். மௌலவியைக் கண்டு பேசினர். பல சந்தேகங்களைக் கேட்டுத் தெரிந்து கொண்டனர். மதச்சட்டங்களின் அடிப்படையில் சர்ச்சைகள் நடத்தினர். மேக்கு வீட்டு முதலாளி ஊஞ்சலில் இருந்து ஆடி ஆடிக் கேட்டு ரசித்தார். ஒரு மாத காலமும் ஒரு மணி நேரம்போல் மறைந்தது. மௌலவியின் தாயார் மௌத்தான செய்தி கேட்டுப் பிரிய மனமின்றி ஊரைவிட்டுப் போனார். மேற்கு வீட்டு முதலாளியின் வீட்டில் மௌலவியைச் சந்திக்கச் செல்லாத ஒரே நபர் வடக்கு வீட்டு அகமதுக்கண்ணு முதலாளிதான்!

மௌலவி ஊர் திரும்பிய அன்று சாயங்காலம் தொழுகைக்குப் பின் பள்ளியின் முன்னால் மேக்கு வீட்டு முதலாளி உட்கார்ந்திருந் தார். அவரைச் சுற்றிக் கூடியிருந்தவர்களைப் பார்த்துக் கேட்டார், "ஒரு மாதம் கோழி அறுத்து விருந்து கொடுக்க தாகத்து உள்ளவன் எவன் இருக்கான். இந்த ஊர்லே?"

பித்னா மைதீன் அடிமை இதைக் கேட்டு நேரே சென்று வடக்கு வீட்டு அகமதுக்கண்ணு முதலாளியின் காதில் ஊதினார். அந்தக் கேள்வி முதலாளியின் காதில் வெடி முழக்கமாய், பீரங்கியாய் முழங்கியது. தலைக்குள் தீக்குழி. அவருக்கு இருப்புக் கொள்ளவில்லை. படுத்தால் படுக்கமுடியவில்லை.

அங்குமிங்குமாக நடந்தார். சுருட்டுகளைப் பற்றவைத்தெறிந்தார். சுருட்டுத் துண்டுகள் அங்குமிங்குமாகக் கூடிக் கிடந்தன. வீட்டின் சுற்றுப்புறங்களில் சுருட்டுப் புகையின் காரமான நெடி தங்கி நின்றது.

கொந்தளிக்கும் மனதில் சிந்தனையின் அலைகள் எழுந்தன. யாருடனும் எதுவும் பேசவில்லை. கண்டதற்கும் கேட்டதற்கும் ஏசினார்.

இரவு, மனைவி சாப்பிட அழைத்தபோது அவளையும் ஏசினார்.

வியாத்தும்மா பயந்து விட்டாள். ஏதோ நடந்திருக்கிறது. யாருக்கும் எதுவும் புரியவில்லை, கணக்குப் பிள்ளையும் வேலைக்காரரும் குசுகுசுத்துப் பேசினர். யாருக்கும் ஒன்றும் விளங்கவில்லை.

மேற்கு வீட்டுக்காரனுக்குச் சூடான பதில் கொடுத்தாக வேண்டும். அந்தப் பதிலில் அவன் தலை குனிய வேண்டும். அவன் குடும்பப் பெருமையை இதோடு ஒழித்துக் கட்ட வேண்டும்.

அதற்குத் தகுந்த சந்தர்ப்பம் இதுதான்! தீவுத் தங்ஙளைத் தனது வீட்டில் தங்க வைக்க வேண்டும். ஒரு மாதமல்ல, இரண்டு மாதம்! வேண்டுமானால் மூணு மாதம்! தங்கும் வரைக்கும் கோழி பொரிச்சும் கடா அறுத்தும் விருந்துதான்! என்ன செலவு வந்தாலும் சரி! இரண்டு நம்பர் தோப்புகளை விற்றாலும் பரவாயில்லை, ரொட்டி, நெய் ரொட்டி, ஒட்டப்பம் . . . ! இன்னும் என்ன வேண்டுமானாலும்! எப்படியும் தமது அந்தஸ்தை நிலை நாட்ட வேண்டும்.

வடக்கு வீட்டு அகமதுக்கண்ணு முதலாளி இரவோடு இரவாகக் கணக்குப் பிள்ளை அவுக்காருக்கு ஆளனுப்பினார்.

“நாளை சனிக்கிழமை! சந்தையிலே போய் கொஞ்சம் கிடாயும், கோழியும், முட்டையும் வாங்கி வரணும், தீவிலே இருந்து தங்ஙள் வந்திருக்கார்.”

4

"அந்தாஹே!

மேனாஹே!"

... ...

... ...

"அந்தாஹே!

மேனாஹே!"

தொலைவில் வடக்கு வீட்டு அகமதுக்கண்ணு முதலாளியைப் பல்லக்கில் சுமந்து கொண்டு வரும் ஓசை கேட்டது. அந்த ஓசையைக் கேட்டவர்களெல்லாம் வழி விட்டு நின்றனர். வீட்டுப் படிகளிலும் கடை ஓரங்களிலும் உட்கார்ந்திருந்தவர்கள் எழுந்து நின்றனர். துணியை மடித்துக் கட்டியிருந்தவர்கள் அவிழ்த்து விட்டனர். தலையில் துண்டு கட்டியிருந்த மற்ற இனத்தினர் துண்டை அக்குளில் வைத்து வணங்கி நின்றனர். முதலாளி பவனி வருவதைப் பார்க்க வழி ஓரங்களில் மக்கள் கூடி நின்றனர். மீனவர் குடில்களுக்கு முன் குழந்தைகள் கூட்டமாக நின்றனர். சட்டையணியாத மீனவப் பெண்கள் குடில்களிலிருந்து வழியில் பார்வையைச் செலுத்தினர். நடைபாதையில் எந்தவிதத் தடையும் இல்லாமலிருந்தது. கயிறு முறுக்கிக் கொண்டிருந்தவர்கள் முதலாளியின் பார்வையிலிருந்து ஓடி ஒளிந்தனர்.

"அந்தாஹே!"

"மேனா ஹே!" குரல் நெருங்கி வந்தது. பல்லக்கைத் தூக்கி வந்தவர்களின் நடை மெதுவாக மாறியது. குரல் மேலும் உயர்ந்தது.

"அந்தா ஹே!

மேனா ஹே!" மேலும் குரல் வலுத்தது.

"என்னா?"

பல்லக்கிற்குள் இராமிச்ச விசிறியால் வீசிக்கொண்டிருந்தார்.

"ஒரு திமிரு புடிச்சவன் வளில உட்கார்ந்து ஒண்ணுக்கிருக்கான்" முதலாளி கேட்டார்.

"நடு வளியிலா?"

"இல்லெ, கொஞ்சம் விலகியிருந்து"

"ஜாதி?"

"முஸ்லிம்"

வழியிலிருந்து சற்று விலகி ஒரு மறைவிடத்தில் மூத்திரம் பெய்து கொண்டிருந்தார் மஹ்மூது. வலது கையில் சுறா இறக்கையை ஒரு நாரில் கோர்த்துப் பிடித்திருந்தார். பல்லக்கைத் தூக்கி வந்தவர்களின் குரலைக் கேட்டும் கேட்காத மாதிரி விர்ரென்று நடந்து சென்றார். வழி ஓரம் நின்றவர்களெல்லாம் மஹ்மூதை அற்புதத்தோடு பார்த்தனர். மஹ்மூது யாரையும் கவனிக்கவில்லை. வேகமாக நடந்து சென்றார். நடுப்பகல் நேரம்! இனி போய்க் குளித்து விட்டு ஜும்ஆவிற்குச் செல்ல வேண்டும். வழியோரம் நின்றவர்கள் பின்னால் முதலாளி வருவதைக் கண்ணால் சுட்டிக் காட்டி வழிமாறச் சொன்னார்கள். அவர் அதைக் கவனித்ததாகக் காட்டவில்லை. 'இருக்கும் வழியே போகட்டும்' என்ற பாவனையுடன் நடந்தார்.

"அந்தாஹே!

மேனாஹே!"

தொண்டை பிளக்குமாறு ஓசை எழுப்பினார்கள். அவர் வழி ஒதுங்கவில்லை.

"ஓடிப்போய் அந்த போக்கிரிப்பயல புடிங்கடா".

பல்லக்கைத் தூக்கிச் சென்றவர்கள் வேகமாக நடந்தனர். தோளுக்குத் தோள் மாற்றாமலே நடந்தனர். அலறிக் கூப்பிட்டுக் கொண்டு நடந்தனர். எதையும் கேட்டதாகவோ கண்டதாகவோ மஹ்மூது காட்டிக் கொள்ளவில்லை.

முதலாளி கர்ஜனை செய்தார் "ஓடிப்பிடிங்கடா" பல்லக்கைத் தூக்கி சென்றவர்கள் ஓடினார்கள். மஹ்மூதின் பக்கத்தில் சென்றனர்.

"நிக்கச் சொல்லு"

"ஏய்! நில்லு காணும்"

மஹ்மூது நின்றபடியே அலட்சியமாகத் திரும்பிப் பார்த்தார்.

"என்னவ்வா வேணும்?"

மஹ்மூது கேட்டார்.

"பல்லக்கை இறக்குங்க" முதலாளி உத்தரவிட்டார். பல்லக்கு கீழே இறக்கப்பட்டது. முதலாளி பல்லக்குத் திரையை நீக்கினார்.

"நீ ஆருவ்வா?" – முதலாளி கேட்டார்.

"நான் மஹ்மூது. என்ன வேணும்? ஜும்ஆவுக்கு நேரமாச்சு. போணும்"

"எனக்கப் பல்லக்கு வந்ததைப் பாக்கலியா?"

"சத்தம் கேட்டுத் தெரிஞ்சுக்கிட்டேன்".

"பின்னே ஏன் நீ அங்கிருந்து மோண்டா?"

“எனக்கு மோள வந்தது, மோண்டேன்! மோளக் கூடாதா?”

“நான் வாற நேரத்துலதான் ஒனக்கு மோளணுமா?”

“நா என்ன உங்கப் பல்லக்குலயா மோண்டேன். இது என்னடா உலகம்? நான் ஒதுங்கியிருந்து மோளக்கூடாதா?”

மஹ்மூதின் கையிலிருந்த சுறாவின் இறக்கையிலிருந்து துர்நாற்றம் பொங்கியது பல்லாக்குத் தூக்குபவர்கள் மூக்கைப் பொத்தினார்கள். வடக்கு வீட்டு அகமதுக்கண்ணு முதலாளியும் பட்டு சால்வையால் மூக்கைப் பொத்தினார்.

“எனக்கட்ட யாரும் எதுத்துப் பேசினதில்லே. எனக்க பல்லக்கு முன்னால நடந்து போனவனுமில்லே.”

“இது ராஜபாதை. இதுல எல்லாருக்கும் நடக்கலாம்.”

“உனக்கு வளிவிட்டு நின்னா என்ன? போறதுக்கு எவ்வளவோ இடமிருக்குல்லா! உனக்குத் திமிரு கூடிப் போச்சு!

“வழி நடக்கவும், ஒண்ணுக்குப் போகவும் சுதந்திரமில்லையா?”

“இல்லெ” – உரக்கச் சொன்னார் முதலாளி.

“இப்பச் சொன்னதுதான் திமிரு” திருப்பிச் சொன்னார் மஹ்மூது.

“என்ன?”

“பேச நேரமில்லே, பள்ளிக்குப் போவணும்” மஹ்மூது திரும்பிப் பார்க்காமல் நடந்தார்.

வடக்கு வீட்டு அகமதுக்கண்ணு முதலாளியின் முகம் சிவந்தது. கண்கள் தீப்பிழம்பாயின, உதடும் நாக்கும் வறண்டன.

ஜும்ஆ தொழுகைக்கான நேரம் நெருக்கிவிட்டது. பாங்கு மேடையில் ஏறி அசனார் லெப்பை பாங்கு சொன்னார்.

தீவிலிருந்து வந்த செய்யதினா முஹம்மது முஸ்தபா இம்பிச்சிக் கோயாத் தங்ஙள் பங்கெடுக்கும் ஜும்ஆ தொழுகை என்பதால் பள்ளிவாசல் நிறைய ஆட்கள் கூடினர். ஜும்ஆ தொழுகைக்கு ஒரு போதும் வராத அவுப்பிள்ளையும் வந்தார். பெருநாள் தொழுகைக்கு வராத கருவாயும் வந்தார்.

சுவர் மணியின் நீண்ட விரல் நீங்கியது.

பூவும் வாலுமிட்ட தலைப்பாகை கட்டிக் கணுக்காலளவு எட்டுகின்ற மினுமினுப்பான நார்ப்பட்டுக் குப்பாயமும் அணிந்து, குத்பா கித்தாபுமாக கத்தீபு பிரவேசித்தார் மிம்பரில் உட்கார்ந்து திரும்பிப் பார்த்தார். மணி 1.05. மோதினைப் பார்த்தார். மோதின் எழும்பி புறவாசலுக்கு வந்து தொலைவில் நோக்கினார். முதலாளி வரவில்லை. பலரும் உட்கார்ந்திருந்து சலித்து விட்டனர். தூணிலும் சுவரிலும் சாய்ந்திருந்து தூங்கி விழுந்தனர். விழித்திருந்தவர்களும் குர்ஆன் ஓதிக் கொண்டிருந்தவர்களும் பொறுமையிழந்து பள்ளியின் பிரவேச

வாசலை அடிக்கடிப் பார்த்துக் கொண்டிருந்தனர். முதலாளி வரவில்லை.

செய்யதினா முகம்மது முஸ்தபா இம்பிச்சிக் கோயாத் தங்ஙள் சுன்னத்துத் தொழுகை தொழுது கொண்டிருந்தார். சங்கிலிபோல் கொட்டாவிகள் நீண்டன. சிறுவர்கள் சரசரவெனப் பேசிக் கொண்டிருந்தனர்.

“போய்ப்பாருங்க எலப்பெ” கத்தீபு மோதினாரிடம் சொன்னார். மோதினார் இறங்கி நடந்தார்.

“மணி ஒண்ணரை ஆச்சி. ஒரு ஆளுக்காக இவ்வளவு நேரம் காத்து இருக்கணுமா? கொத்துபா ஓதுங்க”

மஹ்மூது வெறுப்போடு சொன்னார். பள்ளிவாசலுக்குள் திடீரென்று நிசப்தம் நிலவியது. சொன்னது யாரென்று எல்லோரும் திரும்பிப் பார்த்தனர். இதுகாலம் வரையிலும் கேட்காத ஒரு திமிரான குரல்.

“யாரது?” எல்லோரும் மஹ்மூதைப் பார்த்தனர். அவர் கௌரவத்தை விட்டு விடாமல் உட்கார்ந்திருந்தார்.

“மொதலாளி வராமல் கொத்துபா ஓத வேண்டாம்” ஒருவர் எலப்பையைக் கூப்பிட்டுச் சொன்னார்.

“இரண்டு மணியானாலும் மொதலாளி வந்து ஓதினா போதும்” – இன்னொருவர் கூறினார்.

“குத்துக்கல்லுக்குக் கௌக்கே உள்ளவங்களுக்கு மாலிக் இப்னு தீனார் பள்ளியிலெ பேச உரிமையில்லெ.”

“மாலிக் இப்னு தீனார் பள்ளி குத்துக்கல்லுக்கு மேல்புறம் உள்ளவங்களுடைய உம்மாமார்களுக்கு ஸ்ரீதனமாகக் கிடைச்சதல்ல. அது ஆண்டவன் இல்லம். எல்லோருக்கும் உரிமைப்பட்டது” மஹ்மூது பதிலடி கொடுத்தார்.

“பள்ளிக்குள்ள பேசவேண்டாம்!” என்று கத்தீபு மிம்பரில் எழுந்து நின்று பேசினார். பிறகு யாரும் எதுவும் பேசவில்லை.

மோதின், வடக்கு வீட்டு அகமதுக்கண்ணு முதலாளியின் வீட்டுக்குச் சென்றார். வாசல் அடைந்திருந்தது. வாசலைத் தட்டினார்.

“தள்ளித் திற,” – முதலாளியின் சத்தம் கேட்டது. மோதினார் வாசலைத் தள்ளித் திறந்து உள்ளே சென்றார். முதலாளியின் முகத்தில் முன்னால் ஒருபோதும் கண்டிராத கோபத்தின் தீ பற்றி எரிவதைக் கண்டார். முதலாளி சவரம் செய்யவில்லை. குளிக்கவில்லை. ஒசா தென் பகுதியிலுள்ள வராந்தாவில் உட்கார்ந்து கத்தியைத் தீட்டிக்கொண்டிருந்தான்.

முதலாளி மோதினைக் கொடூரமாகப் பார்த்ததும் மோதின் பின் வாங்கினார்.

"என்ன வேணும்?" – முரட்டுச் சத்தம் மோதீனின் நா எழவில்லை.

"என்ன வேணும்?" மீண்டும் அலறினார்.

மோதின் நடுங்கினார்.

"கொத்துபாக்கு நேரமாச்சு."

"ஓ!" மறதியிலிருந்து விழித்தார் முதலாளி.

"இன்று வெள்ளிக்கிழமை. அதும் மறந்து போச்சு." சுவர் மணியைப் பார்த்தார். சலனமற்றுத் தூங்கிக் கிடக்கும் மணியின் நாக்கு கண்ணில் பட்டது. 'சாவி கொடுக்க இங்க யாரும் இல்லையாடா?' என்று கேட்க நாவெடுத்தார். கேட்கவில்லை. கொழும்பிலிருந்து கொண்டுவந்த இங்கிலாந்து கிளாக்கை அன்று சுவரில் மாட்டும்போது ஒரு நிபந்தனை விதித்தார். "யாரும் தொடக்கூடாது" திடீரென அந்த நிபந்தனை நினைவுக்கு வந்ததும் கோபத்தை அடக்கிக் கொண்டார்.

"ஊரான ஊரெல்லாம் பேரான பேருகேட்ட சாஹுல் ஹமீது பிள்ளக்கண்ணு முதலாளியையோ, அவர் மகன் குஞ்சு அகமதுப் பிள்ளக்கண்ணு முதலாளியையோ புறக்கணித்த ஒருவன் இந்த ஊரில் உயிரோடிருக்கானா?"

"இல்லை" – லெப்பை பதில் சொன்னார்.

"திருவிதாங்கூர் மகாராஜா அரண்மனைக் குதிரையை அனுப்பிக் கொடுத்தது எந்தக் குடும்பத்து கல்யாணத்துக்குன்னு தெரியுமா?"

"தெரியும், உங்கக் குடும்பத்துக்கு"

"அது, யார் கல்யாணத்துக்குன்னு தெரியுமா?"

"தெரியும்! மொதலாளி கல்யாணத்துக்கு."

"அரண்மனைல வெள்ள அரபிக்குதிரை மேல ஏறிக்கடலெ கல்யாணத்துக்குக் கூப்பிட்ட குடும்பத்துல உள்ள குஞ்சு மூசுப்பிள்ளை முதலாளியின் வீட்டுகாக்கும் பொண்ணு கட்டப்போனது! என்ன எவனும் எதித்துப் பேசல்ல. ஆனா ஒருத்தன் பேசுனான்."

"ரப்பே! அது யாரு?"

"சொல்லேன், சுறாப்பீலி யாபாரம் செய்யும் மஹ்மூது. அவனுக்கு எத்தனை நம்பர் தோப்பு இருக்கு?"

"திட்டமாத் தெரியாது, நாலைஞ்சு நம்பர் உண்டு.

"ஒண்ணாம் நம்பர் தோப்பு எதுண்ணு தெரியுமா?"

"தெரியாது."

"நீ, போ"

"கொத்துபா?"

"தொடங்குங்கோ."

"உத்தரவுக்கு ஒரு அடையாளம்?"

"லே, பரீது" நீட்டிக் கூப்பிட்டார் முதலாளி.

மொட்டைத் தலையும் கழுத்தில் ஒரு நீலக் கைக்குட்டையும் கட்டிக் கொண்டு பரீது வந்தான்.

"ஒரு வெளுத்த சால்வையைப் பெட்டியிலேருந்து மாமிட்டே எடுத்துத் தரச் சொல்லு."

பரீது வீட்டிற்குள் சென்று வெளுத்த சால்வையோடு திரும்பி வந்தான். தலையில் சுற்றிக் கட்டினார். தலையிலிருந்து தலைப் பாகையை அப்படியே உயர்த்தி எடுத்து அதை மோதினார் கையில் கொடுத்தார்.

மோதினார் தலைப்பாகையை மரியாதையோடு இரண்டு கைகளை யும் நீட்டி வாங்கிக் கொண்டு படியிறங்கினார். பள்ளிவாசலைப் பார்த்து நடந்தார்.

முதலாளியின் தலைப்பாகை வருவதைப் பள்ளிவாசலின் உள்ளே இருந்தவர்கள் கண்டனர். முதலாளியின் வருகைக்கு ஒப்பாகும் அது.

தலைப்பாகையைக் கொண்டு மோதினார் ஹவ்ளுக்கு வந்தார். கால் கழுவி விட்டுத்தான் பள்ளி வாசலுக்குள் ஏறவேண்டும். தலைப்பாகையை ஏற்று வாங்க எட்டுப் பத்து ஆட்கள் முன்வந்தனர். மோதினாரின் கையிலிருந்து தலைப்பாகையை வாங்குவதற்கு கொடுத்து வைத்திருக்க வேண்டும். மோதினார் கால் கழுவும் வரை தலைப் பாகையைப் பெற்றவர் தாங்கி நிற்க வேண்டும். எவர் கையிலும் கொடுத்துவிட மாட்டார் மோதினார். கொடுப்பதற்கு முன் அதை வாங்குபவரின் முகத்தைப் பார்ப்பார். குடும்ப அந்தஸ்து உள்ளவரென்று கருதினால்தான் கொடுப்பார்.

இந்தத் தடவை மோதினார் தலைப்பாகையைக் கொடுத்தது பீர்முகம்மதுவின் கையில்! அதற்கு ஒரு முக்கியக் காரணம் உண்டு.

அகமது ஆசானின் சுக்குக் காப்பிக் கடையின் முன்வழியாக அந்திக் கடையில் மீன் வாங்க அசனார் லெப்பை சென்றார். ஈர்க்கிலில் மீனைத் தொடுத்துக் கொண்டு திரும்பி வரும்போது அகமது ஆசானின் கடைக்குள்ளிருந்து கைதட்டிக் கூப்பிட்டார் பீர்முகம்மது.

"எலப்ப ஒரு விஷயம்"

ஆசானின் பணப் பெட்டியின் கீழ் மீனை வைத்துவிட்டுப் பீர்முகம்மதின் பக்கம் வந்தார் எலப்பை.

"இருங்கோ" பீர்முகம்மது சொன்னார். சுக்குக் காப்பி ஊத்துபவனைப் பார்த்து ஆர்டர் செய்தார்.

"ஒரு சிங்கிள் காப்பியும் ஒரு கௌங்கு வத்தலும்."

"ஹோ! என்ன தாகம்" லெப்பை தொண்டையில் கை வைத்தார்.

"அப்படின்னா காப்பி ஃபுல்."

வாழையிலைத் துண்டில் கிழங்கு வத்தலும் ஆவி பறக்கும் சுக்குக் காப்பியும் எலப்பையின் முன் வந்தது. வத்தலைச் சுவைத்துக் காப்பியை ஊதிக் குடித்தார் லெப்பை.

"வத்தல் நல்லாருக்கு."

"ஒரு வத்தல் கூட" – பீர்முகம்மது ஆர்டர் செய்தார். வத்தல் வந்தது. இரண்டாவது வந்த வத்தலை எலப்பைத் தொடவில்லை.

"ஒரு துண்டு தாள் தா" லெப்பை கேட்டார். மேஜையின் மேல் கிடந்த 'அல் ஜிஹாத்' மாத இதழின் ஒரு தாளைக் கிழித்துக் கொடுத்தார் அகமது ஆசான்.

லெப்பை வத்தலைத் தாளில் மடித்துத் தன் சட்டைப் பையில் வைத்தார்.

பீர் முகம்மது லெப்பையோடு சேர்ந்து உட்கார்ந்தார்.

"ஒரு சங்கதி."

"யாஸீன் ஓதணுமா?"

"இல்ல"

உடன் லெப்பையின் முகம் மங்கியது.

"சொல்லுங்கோ! மீன் கெட்டுப் போகும், சீக்கிரமா கொண்டு போய்க் கறி வைக்கணும்."

"இனி முதலாளியின் தலைப்பாவோ, செருப்போ பள்ளிக்கு கொண்டு வரும்போ எங்கிட்ட தரணும்."

"அது கொஞ்சம் சிரமமான காரியம்! வேறெயும் நாலைஞ்சு பேர் சொல்லியிருக்காங்கோ."

பீர்முகம்மது சட்டைப் பையில் கையை விட்டார். மடக்கிய கையை லெப்பையின் சட்டைப் பைக்குள் செலுத்தினார்.

லெப்பை, பீர்முகம்மதுவின் கையிலிருந்து தலைப்பாகையை திரும்ப வாங்கி மிம்பரை நோக்கி நடந்தார். உட்கார்ந்திருந்தவர்கள் மரியாதையோடு வழிவிட்டுக் கொடுத்தனர். கத்தீபு மிம்பரிலிருந்து இறங்கி வந்து இரு கை நீட்டித் தலைப்பாகையை ஏற்று வாங்கினார். கொத்துபா மேடையின் மேல் படியில் உள்ள பச்சை நிறப் போர்வையின் மேல் தலைப்பாகையை வைத்தார். கொத்துபா துவங்கும்போது மணி இரண்டரை.

"தலைப்பா தொழுவுற காலமிது." மஹ்மூது முனங்கினார். ஆனால் அதை யாரும் கேட்கவில்லை.

5

தொடர்ந்து இரண்டு வாரங்களாகக் கோழிக்கறி சாப்பிட்டதன் காரணமாகத்தானோ என்னவோ, செய்யதினா முகம்மது முஸ்தபா இம்பிச்சிக்கோயாத் தங்ஙளுக்கு வயிற்றுக் கோளாறு ஏற்பட்டது. மட்டுமல்ல, இறைச்சியோடு ஒரு வெறுப்பும்!

தங்ஙள் கக்கூசுக்குள்ளேயே உட்கார்ந்து விட்டார். ஒரே ஒரு கக்கூசுதான். வடக்கு வீட்டு அகமதுக்கண்ணு முதலாளி வீட்டில் அதனால் பெண்கள் ரொம்பவும் சிரமப்பட்டார்கள்.

வியாத்தும்மா பொறுமையிழந்தாள். கணவனிடம் சென்று விஷயத்தைச் சொல்லி விட முடிவு செய்தாள். வடக்கு வீட்டு அகமதுக் கண்ணு முதலாளி சாய்வு நாற்காலியில் சாய்ந்து காலாட்டிக்கொண்டிருந்தார். கணக்கு அவுக்கார்பிள்ளைக் கொடுத்துச்சென்ற ஒரு பிரமாணத்தை விரித்து வாசித்துக்கொண்டிருந்தார்.

காலில் மணிக்கொலுசும் காதில் சுட்டி அலுக்கத்தும் குலுங்கியதைக் கேட்டதும் முதலாளி வீட்டு நடுத்தளத்திற்குச் செல்லும் வாசலைத் திரும்பிப் பார்த்தார். திரை நீங்கியதும் வியாத்தும்மா கன்னத்தில் வெத்திலையை ஒதுக்கிக் கொண்டு நிற்பதைக் கண்டார். அந்நிய ஆண்கள் இருக்கிறார்களா என்று வியாத்தும்மா வெளியில் எட்டிப் பார்த்தாள். இல்லையென்று தெரிந்ததும் விஷயத்தைச் சொல்ல முற்பட்டாள். அதற்கு முன்னாலேயே என்ன வேண்டும்? என்று முதலாளி தலையை அசைத்துக் கேட்டார். தாழ்ந்த குரலில் பிறர் யாரும் கேட்காதவாறு கணவனிடம் விஷயத்தை எடுத்துச் சொன்னாள்.

"நேரம் லுஹர் ஆச்சு. பொம்பிளைகளுக்குக் கக்கூசுக்குப் போவாண்டாமா? பெருத்த நேரமாச்சு."

"போவாண்டாண்ணு யாரு சொன்னா?"

"சதா சாஅத்தும் தங்ஙள் கக்கூசுலே! பின்ன எப்படிப் போவ முடியும்?"

"அதுக்கென்ன, வைத்தியரைக் கூப்பிடுவோமே!"

பெண்களின் சங்கடத்தை அப்போதுதான் முதலாளி உணர்ந்தார். முந்திய நாள் இரவு சாப்பிடும்போது தங்ஙள் சொன்னதை நினைத்தார். 'வயிற்றுக்குச் சரியில்லை.'

"ஜீரணிக்கல்லே"

"இஞ்சிச்சாறு குடிச்சாப் போதும்."

இரவு இஞ்சி தட்டி, சாறு எடுத்துக் கொடுத்தார். எந்தக் குணமுமில்லை. தங்ஙள் இரவு தூங்கவில்லை. தங்ஙளின் அறையில் தூக்கு விளக்கின் திரி நீண்டு எரிந்தது. கிணற்றங்கரையில் தொட்டியில் நிரப்பி வைத்த தண்ணீர் காலியானது. கடைசியாக நடுச்சாமத்தில் தங்ஙள் தானே கிணற்றிலிருந்து தண்ணீரிறைத்தார்.

"தங்ஙளைப் பள்ளியிலே படுக்கச் சொல்லக்கூடாதா?" வியாத்தும்மா உள் பயத்தோடு சொன்னாள்.

முதலாளி மனைவியைச் சுட்டெரிக்கும்படிப் பார்த்தார். அந்தப் பார்வையின் கடினமான சூட்டைத் தாங்க முடியாமல் அவள் பின்வாங்க முயன்றாள்.

"என்னடி சொன்னா? யாருன்னு தெரியுமா உனக்கு? தீவுலெ உள்ள தங்ஙளாக்கும். அவரு உப்பா கறாமத் உள்ள அவுலியா வாக்கும் தெரியுமா? உன் வாய் புளுத்துப் போகும். போ! என்கிட் டேருந்து" கடைசிச்சொல் அலறலாக இருந்தது.

திண்ணையில் முதலாளிக்கும் தங்ஙளுக்கும் காலைச் சிற்றுண்டி பரிமாறினார்கள்.

தங்ஙள் தங்கியிருக்கும் அறைக்கு முதலாளி சென்றார். வாசல் கதவு சாத்தியிருந்தது. இடைவெளி வழியே எட்டிப் பார்த்தபோது தங்ஙள் வயிற்றைத் தடவுவதைக் கண்டார்.

"நாஸ்தா சாப்பிடுவோம்."

"எனக்குப் வேண்டாம்?"

"அப்படிச் சொன்னா முடியாது, கொஞ்சம் சாப்பிடணும்."

"எனக்குப் பசியே இல்லை."

"கொஞ்சம் கையாவது நனைக்கணும். நீங்க சாப்பிடலைன்னா எனக்குக் கொறைச்சலாக்கும். ரண்டுமாசம் விருந்து சாப்பிட்டுட்டுத் தான் போகணும். ஒரு நேரம் நீங்க சாப்பிடாமயிருந்தா, வேற வீட்டுக்காரனவோ குறை சொல்லுவானுவோ. அது என் குடும்பத்துக்குக் கொறவாக்கும்."

பிடிவாதம் காரணமாகத் தங்ஙள் முதலாளியின் பின்னால் நடந்து சென்றார். இருவரும் உட்கார்ந்து சாப்பிட்டார்கள்.

"எனக்கு ரண்டு நாளைக்கு எறச்சி வேண்டாம், மீன்போதும்!"

"சரி"

சாப்பாட்டிற்குப் பிறகு முதலாளி சாய்வு நாற்காலியில் வந்து உட்கார்ந்தார்.

"டே, மஸ்தான்"

வேலைக்காரன் ஓடிவந்தான்.

"களத்திலே அவுக்காரு இருப்பான், இங்க கூப்பிடு"

மஸ்தான் ஓடினான்.

வீட்டிற்குத் தென்புறம் களம். அங்குதான் நெல்லும் தேங்காயும் போடும் கூடமிருக்கிறது. பல்லாக்கு வைக்கும் கூரையும் அங்குதான். நெல்லுகுத்தும் உரல் புரையும் அங்குதான். நெல்லுக்குத்துக்காரி மீனாட்சியோடு அவுக்கார் பேசிக்கொண்டிருப்பதை மஸ்தான் பார்த்தான். அந்த நேரம் அங்கு மஸ்தான் வந்தது அவுக்காருக்குப் பிடிக்கவில்லை.

"முதலாளி கூப்பிட்றாரு"

முதலாளி கூப்பிட்றாரு என்று கேட்டதும் அவுக்கார் வேகமாக நடந்து சென்றான். முதலாளியின் முன்நின்று தலைசொறிந்தான்.

"மஸ்தான் சொல்லித்தான் வந்தேன்"

"ஆத்து மாலாமீன் வாங்கணும். தங்ஙளுக்கு மத்தியானச் சாப்பாட்டுக்கு."

"வாங்கலாம்."

"மாலா மீன் இல்லன்னா, வலை வீச்சுக்காரன் அப்துல்லாட்டச் சொல்லி வலை வீசி கொஞ்சம் மாலாவைப் புடிச்சிட்டு வரச் சொல்லு."

அவுக்கார் திரும்பி நடந்தான். முதலாளி சுருட்டைத் தரையில் அணைத்துவிட்டு வெற்றிலைப் பெட்டியைத் திறந்து பாக்கெடுத்து வாயிலிட்டார். சுண்ணாம்பைத் தேய்த்தார். அப்போது மஹ்மூதின் நினைவு வந்தது. திமிரு புடிச்சவன்!

'வா, உனக்கு நான் ஒரு பாடம் படிச்சுத் தாரேன்.'

வெற்றிலையை மடக்கி வாயிலிட்டார்.

கொழும்பிலிருந்து வரவழைத்த பூக்கள் வரையப்பட்ட துப்புச் சட்டியில் துப்பினார்.

"பரீதே ... ...!" நீட்டிக் கூப்பிட்டார்.

கிணற்றின் கரையிலிருந்து பரீது சத்தம் கேட்டு ஓடி வந்தான்.

"வாரேன் ... !" பரீது துணியைத் தூக்கிக் கட்டியிருந்தான். மாமாவின் முன் வந்ததும் அதை அவிழ்த்துவிட்டு மரியாதையோடு நின்றான்.

"தங்ஙளுக்கு என்ன வேணும்ணு கேட்டியா ?"

"கேட்டேன். ஒண்ணும் வேண்டாமாம்."

"இன்னைக்கு வெளியிலேருந்து யாரும் தங்ஙளைப் பார்க்க வரவேண்டாம்."

"இல்லை"

"மஹ்மூதுக்கு எத்தனை நம்பர் தோப்புன்னு தெரியுமா ?"

“தெரியாது”

“இதெல்லாம் தெரிஞ்சிக்க வேண்டாமா? போ.”

பரீது திரும்பி நடந்தான்.

“நில்லுடா”

நின்றான்.

“நீ, தங்ஙளைக்கொண்டு தண்ணி ஓதிக் குடிச்சியா?”

“இல்லை”

“ஏம்புலே?”

அவன் பதில் சொல்லவில்லை, நகம் கடித்தான்.

“நகம் கடிக்காதெ, லட்சணம் கெட்டவனே! தண்ணி ஓதிக் குடிக்கணும். எல்லா பலாய், முஸீபத்தும் நீங்கும். ஒரு நூல் ஓதிக் கைல கட்டணும். ஒரு காபிர் ஜின்னு இங்க வந்திருக்கு, கவனமா போணும். சரி நீ போ!”

பரீது கிணற்றடிக்குப் போனான்.

பரீது வடக்கு வீட்டு அகமதுக்கண்ணு முதலாளியின் சகோதரியின் மகன். ஒரே பையன்.

வடக்கு வீட்டு அகமதுக்கண்ணு முதலாளியின் வாப்பா சாஹுல் ஹமீதுக்கண்ணு முதலாளியின் ஒரே மகள்தான் பரீதின் தாயார் நூஹு பாத்தும்மா.

நூஹு பாத்துமாவின் ஐந்தாவது வயதில் குடும்பத்தட்டான் வெள்ளையன் ஆசாரியைக் கொண்டு காது குத்தினார்கள். அன்று வரையிலும் யாரும் செய்யாத முறையில் தங்க வளையம் காதில் மாட்டினார்கள். ஏழு ஊருக்கும் புட்டு அவித்துப் பரிமாறினார்கள்.

பதின்மூன்றாவது வயதில் நூஹு பாத்திமா புஷ்பவதியானாள். குர்ஆனின் முப்பது அத்தியாயம் ஓதி முடித்து, எட்டு கத்தம் ஓதித் தொழுதாள். பெண்ணானதினால் பதர்படையும்!

முஹ்யித்தீன் மாலையும் நபிசத் மாலையும் கண்டிப்பாக ஓத வேண்டும், அதற்காகத் தினமும் அசனார் லெப்பையின் வீட்டிற்குச் சென்று அவர் உம்மாவிடமிருந்து கற்றுக் கொண்டாள். பதர்படையும், மாலைகளும் பாடுவதில் லெப்பையின் தாயார் மிகவும் தேர்ச்சி பெற்றவள்.

அசனார் லெப்பையின் வீட்டில் வைத்து நூஹு பாத்திமா அணிந்திருந்த வெள்ளை உடையில் இரத்தம் கண்டதும் அரசனார் லெப்பையின் உம்மாவுக்கு விஷயம் புரிந்தது. உடனே முதலாளி வீட்டிற்கு ஆள் அனுப்பினார். மகள் புஷ்பவதியானதைத் தெரிவித்தார்.

வண்டிக்காரன் மீராசாவை உடன் வரவழைத்தார் முதலாளி. வண்டிப்புரையிலிருந்து வண்டியை இறக்கச் சொன்னார். வண்டியில்

சிவப்புக் குதிரையைப் பூட்டினார். வீட்டு நடையில் வண்டி வந்து நின்றது. நூஹு பாத்திமாவின் தாயாரும் வேறு இரு பெண்களும் வண்டியில் ஏறியதும் சாட்டை உயர்ந்தது. குதிரை குதித்தோடியது.

அசனார் லெப்பையின் வீட்டு முற்றத்தில் குதிரை வண்டி நின்றது. முதலாளியின் குதிரை வண்டியைத் தெருவில் பார்த்ததும் ஆட்கள் கூடினார்கள். அசனார் லெப்பையின் தாயார் நூஹு பாத்திமாவின் வாயில் நல்லெண்ணெய் விட்டு கொடுத்தார். நூஹு பாத்திமாவை வண்டியில் ஏற்றினார்கள். குதிரை வண்டி முதலாளியின் வீட்டிற்கு வருவதற்கு முன்பே செய்தி எங்கும் பரவியது. பக்கத்தில் உள்ள பெண்கள் எல்லாம் முதலாளியின் வீட்டில் கூடினர். குதிரை வண்டியின் மணி ஓசையைக் கேட்கச் செவி சாய்த்து நின்றனர்.

ஏழாவது நாள் தலையில் தண்ணீர் விட்டார்கள்.

ஊர் முழுவதும் நெய்ச்சோறு பரிமாறினார்கள்.

மகள் பெரியபிள்ளை ஆன நாள் முதல் தமது அந்தஸ்துக்கு ஏற்ற கணவனைக் கண்டுபிடிக்க முயன்றார் சாஹுல் ஹமீதுக்கண்ணு முதலாளி. சாயங்காலம் நாரால் பின்னப்பட்ட சாய்வு நாற்காலியில் கால் நீட்டிக் கிடப்பார். கீழே தூணோடு சாய்ந்து கணக்கன் வாப்பு உட்கார்ந்திருப்பான். முதலாளி எந்த நேரமும் பல்லில் சுருட்டைக் கடித்துப் பிடித்திருப்பார். வாயில் சுருட்டை வைத்துக் கொண்டு தங்கு தடையின்றி பேசுவார். எப்போதும் கையில் தஸ்பீஹ் இருக்கும். உயரம் கூடிய மிதியடியிலிருந்து காலைக் கீழே வைக்க மாட்டார்.

"வாப்பு!" சாய்வு நாற்காலியில் சாய்ந்து கொண்டு கணக்கனைக் கூப்பிட்டார். சுருட்டிலிருந்து புகை உயர்ந்தது.

"என்னா"

"மக புத்தி அறிஞ்சது தெரியுமா?"

"தெரியும்"

"அவளுக்கு மாப்பிள்ளை பாக்காண்டாமா?"

"பின்ன பாக்காண்டாமா?"

"நம்ம அந்தஸ்துக்கு ஏத்த குடும்பக்காரன் ஒன் அறிவிலே தட்டுப்படுதா"

"நம்ம அந்தஸ்துக்கு ஒத்ததா யாருமே இல்லை."

"இந்தப் பிரதேசத்துலே எங்கும் இல்லையாடா?"

"தேடணும்!"

"தேடிக்கோ."

"ஓ!"

"பத்தரை மாத்தா இருக்கணும்"

"ஓ!"

"கரைகாணாத சொத்து வேணும்."

"ஓ!"

"யானையும், பல்லக்கும் குதிரையும் உள்ள குடும்பமாயிருக்கணும்."

"ஓ!"

"அரண்மனைக் குதிரையிலே ஏறிவாற மாப்பிள்ளையாயிருக்கணும்."

"சரி, குழந்தை புத்தி அறிஞ்சு பத்துப் பதினைஞ்சு நாள்தானே ஆச்சு."

"வாப்பு . . . !"

"என்ன . . . ?"

"அது முடிவு செய்ய வேண்டியது நான். வடக்கு வீட்டுக் குடும்பத்துல புத்தி அறிஞ்சா உடன் கலியாணம். புத்தி அறிஞ்சுட்டு ஆறு மாசம் எந்தப் பொண்ணும் இந்தக் குடும்பத்துல இருந்ததில்ல, புரிஞ்சுதா?"

"புரிஞ்சுது."

"தேடிப்புடி. "இன்னைக்குன்னா இன்னைக்கே கல்யாணத்துக்குத் தயாரா."

"சரி."

முதலாளி தினமும் வாப்புவை நினைவுபடுத்திக் கொண்டிருந்தார்.

முதலாளி மதியச் சாப்பாட்டிற்குப் பின் சாய்வு நாற்காலியில் வந்து உட்கார்ந்து சுருட்டுப் பற்ற வைத்து புகை ஊதினார். சுருட்டு முடியும் முன்னாலே முதலாளி நாற்காலியில் கிடந்து தூங்கிவிடுவார். தூங்கிவிட்டால் பிறகு யாரும் கூப்பிடக்கூடாது.

கணக்கன் வாப்பு அந்த நேரம் அங்கு வந்தான். "இரண்டு நாளா எங்க போனே?" – முதலாளி கேட்டார்.

"சபூர் செய்யுங்கோ, சொல்லாமப் போய்ட்டேன். பூவாறு வரை போனேன்"

"என்ன விஷயம்?"

"அங்கு ஒரு பழைய குடும்பம் உண்டு. யானையும் பல்லக்கும் குதிரையும் உள்ள குடும்பம். கரை காணாத சொத்து. தெக்கெக் கடலிலிருந்து, வடக்கெ மலை வரையும் அவங்க சொத்துத்தான்.

"பேஷ்! குடும்பப் பேரு?"

"புன்னவிளாகம் குடும்பம்."

"கேட்டிருக்கேன்."

"அரண்மனைக்குக் கடன் கொடுக்கல் வாங்கல் உண்டு"

“பேஷ்!”

“பையனைப் பார்த்தேன். பதினாலாம் பக்கத்து நெலவு போல் இருக்கான். பார்க்க நூறு கண்ணு வேணும்.”

“ஹைர் . . . ஹைர்

“நமக்கு ஒத்தக் குடும்பம்”

“பேசினியா?”

“பேசினேன்.”

“சீதனம்?”

“சீதனம் சொல்லுவது அவங்கக் குடும்பத்துக்குக் குறைவு.”

“சொல்ல வேண்டாம். அவங்க நெனைக்கிறதை விடக் கூடுதல் கொடுக்கலாம்.”

“நம்ம குடும்பத்தப்பத்திக் கேள்விப்பட்டிருக்காங்கோ, குடும்பத்தைக் கண்டுதான் சம்பந்தம் செய்யுது.”

“ஏழு ஊர் கேள்விப்பட்டதல்லவா வடக்கு வீட்டுக்குடும்பம். உனக்குத் தெரியாதா?

அப்படி நூஹு பாத்திமாவின் திருமணம் நிச்சயிக்கப்பட்டு, நாளும் முடிவு செய்யப்பட்டது. ஷஹ்பான் மாதம் பிறை பன்னிரண்டு என்று முடிவு செய்தார்கள்.

கல்யாணத்திற்கு ஏழுநாள் முன்னாலிருந்து ஊரிலுள்ளவர்க்கும் அயல் ஊரார்க்கும் ஏழுநாள் சாப்பாடு என்று ஆண் வீட்டார்கள் முடிவுசெய்தார்கள். கல்யாண நாள் முதல் ஏழு தினங்கள் ஊரார்க்கும் அயலூரார்க்கும் சாப்பாடு என்று பெண் வீட்டாரும் முடிவு செய்தார்கள்.

திருமண வேலைகள் மும்முரமாக நடந்தன. நூற்றியொரு படகில் மாப்பிள்ளை புறப்பாடு. இரண்டு படகுகளைச் சேர்த்து அலங்கரித்தனர். அதில் மாப்பிள்ளை ஏறினார். 101 படகுகளும் சரியாக இரவு எட்டுமணிக்குக் கொட்டு மேளங்களுடனும் அரவண பாடல்களுடனும் ஆற்றுப்படித் துறையில் வந்து சேர்ந்தன. ஆற்றுக்கரையிலுள்ள பள்ளியில் துஆ ஓதினர். பதினாலாம் பக்கத்து நிலவைத் தோற்கடிக்கும் மணமகனைக் காண வழி நெடுகிலும் ஆண்களும் பெண்களும் கூடி நின்றனர். அரண்மனைக் குதிரை பள்ளிக்கு முன் தயாராய் நின்றது. மணமகன் குதிரை மேல் ஏறினார். குதிரைக்காரன் குதிரையின் கடிவாளத்தைப் பிடித்திருந்தான். கொட்டும் வெடியும் அரவணக்காரரின் மாப்பிள்ளை பாட்டுக்களும் அரவணையும் ஜால்ராவும் முழங்கின.

பெண் வீட்டின் பக்கம் நெருங்கியது மாப்பிள்ளை ஊர்வலம். வரவேற்க, இருபது பவுனாலான ஒரு தங்கச் சங்கிலியோடு வடக்கு வீட்டு அகமதுக்கண்ணு முதலாளி சென்றார். மாலையைத் தூக்கிக்

கழுத்திலிடும்போது மணமகனின் முகத்தைப் பார்த்தார். அகமதுக் கண்ணு திடுக்கிட்டு திகைத்து நின்றுவிட்டார்.

பதின்மூன்று வயதான தன் ஒரேயொரு சகோதரிக்கு இந்த அறுபது வயதுக் கிழவனா கணவன்? அவர் கண்ணில் நீர் தளும்பியது.

"எதுக்குடா கரையா?" – சாஹுல் ஹமீதுக் கண்ணு முதலாளி மகனிடம் கேட்டார்.

முதலாளிக்கு விஷயம் புரிந்தது.

"அதுக்கென்ன, இதுபோல் ஒரு குடும்பம் நமக்குக் கிடைக்குமா? தெக்கக் கடல், வடக்க மலை வரை சொத்து. நீ கரையாதே!"

அவ்வாறு புன்ன விளாகம் குடும்பத்தில் காரணகர்த்தா மூசைப் பிள்ளை முதலாளி, வடக்கு வீட்டுக் குடும்பத்தில் நூஹு பாத்தி மாவைக் கட்டினார்.

கல்யாணம் நடந்த இரண்டாவது நாள், மூசைப்பிள்ளை முதலாளி வெத்திலைப் பாக்கு இடித்துச் சாப்பிடும்போது பக்கத்தில் இருந்த ஊர்ப் பிரதானிகளைப் பார்த்துச் சொன்னார்.

"எம் மூணாவது பெஞ்சாதியிலே இரண்டாவது மொவனுக்கு வேண்டியாக்கும் பாத்தேன். அவனுக்குப் பதினேழு வயசுதான ஆச்சு, அவனுக்கு நாலைஞ்சு வருஷம் கழிச்சிச் செய்யலாம்னு நானே மாப்பிள்ளையாப் புறப்பட்டுட்டேன்."

அந்த மணவாழ்க்கையின் நீளம் ஒரே ஒரு ஆண்டு. மலர நின்ற அந்த மொட்டு மலராமல் கூம்பிக் போய்விட்டது. மலரத் துடித்த அந்த உள்ளத்தின் ஆழத்தில் ஏக்கங்கள் எழுப்பிய அலைகள் அங்கேயே குமுறி அடங்கின. பரீதை கர்ப்பமாக இருக்கும்போது மூசைப்பிள்ளை முதலாளி பூவாறு பொழியில் படகு மூழ்கி இறந்து விட்டார். பதினான்காம் வயதில் விதவையாகிய நூஹு பாத்திமா இன்னொரு விவாகம் வேண்டாம் என்று மறுத்து விட்டாள்.

6

மேக்கு வீட்டுச் சேமக் கண்ணு முதலாளி தமது வீட்டை இடித்தார். ஒரே பலகையில் ஏராளமான சித்திர வேலைப்பாடுகள் செய்த வாசல்களும் சுவர்ப் பலகைகளும் தேக்கில் செய்தவை. அரண்மனை வேலை செய்த ஆசாரியைக் கொண்டு கட்டியது. அதற்கான எடுத்துக்காட்டு அதிலுள்ள கலைத்திறன்கள்.

இரண்டாயிரம் தென்னங்கீற்று வேண்டும் மேல் கூரை கட்டுவதற்கு, அதனால் சேமக்கண்ணு முதலாளியின் உப்பா நாளி ஓடு வரவழைத்துக் கூரையைப் பரப்பினார். சேமக்கண்ணு முதலாளியின் தகப்பனாருக்கு அப்போது பத்து வயது. நாளி ஓடு பரப்பியது அவருக்குக் கொஞ்சம் நினைவு உண்டு. ஓட்டைப் பரப்பி முடியும் தறுவாய் ஆகியது. சாந்து தேய்த்துக் கோடியில் பலப்படுத்தும் போது ஒரு ஓடு கழன்று, கீழே நின்ற சேமக்கண்ணு முதலாளியின் உப்பாவின் தலையில் விழுந்தது. மொட்டைத் தலையில் ஓடு குத்தி விழுந்தது. தலை உடைந்து இரத்தம் பீறிட்டது. அங்கேயே மயங்கி விழுந்தார்.

கட்டில் கொண்டு வரப்பட்டது. அதில் அவரைப் படுக்க வைத்தனர். நாலைந்து பேர் சேர்ந்து தூக்கிப் பக்கத்தில் இருந்த மாமனார் வீட்டில் கொண்டு சேர்த்தனர்.

புகழ்பெற்ற முஞ்சிறைச் சின்னான் ஆசானைக் கூப்பிட்டு வர, வில்லுவண்டியை அனுப்பினார்கள்.

சின்னான் ஆசான் போய் சிகிச்சை பார்ப்பதில்லை. தம்மைத் தேடி வருபவர்க்கு மட்டுமே சிகிச்சை செய்து குணப்படுத்துவார். சில வேளை போய் சிகிச்சை பார்ப்பதும் உண்டு. நோயின் விவரங்கள் கேட்டு தக்க சிகிச்சை முறைகளைச் சொல்லிக் கொடுத்து "டாப்"பும் குறித்துக் கொடுப்பார். உரைத்துச் சாப்பிடுவதற்கு மாத்திரையும் கொடுப்பார்.

சில கணக்குகள் கூட்டி, இந்த நாள், இந்த நேரம், இந்த வினாடியில் இறப்பார் என்று சொல்வார். அந்த நேரத்தில் அந்த நோயாளி இறந்திருப்பார். அவ்வளவு திறமைசாலி!

மேக்கு வீட்டிலுள்ள வில்லுவண்டி, சின்னான் ஆசானின் வீட்டு முற்றத்தில் நின்றது. வண்டிக்காரன் வண்டியிலிருந்து குதித்து இறங்க முயன்றான்.

“இறங்க வேண்டாம்”

வண்டிக்காரன் நிமிர்ந்து பார்த்தான்.

சின்னான் ஆசான் ஒரு துண்டை உடுத்து தலையில் எண்ணெய் தேய்த்துக் கொண்டு நிற்பதைக் கண்டான்.

“எத்தன மணிக்குத் தலையில் ஓடு விழுந்தது?”

வண்டிக்காரன் ஆச்சரியமுற்றான். இவ்வளவு சீக்கிரத்தில் இவர் எப்படித் தெரிந்து கொண்டார்?

“பதினொண்ணு மணிக்கு”

“அப்படின்னா வண்டியைத் திருப்பி விடு”

வண்டிக்காரன் ஆசானை விழித்துப் பார்த்தான்.

“நான் வர வேண்டிய தேவையில்லை. அவரு இறந்துட்டாரு”.

வில்லுவண்டி திரும்பியது. சாட்டை உயந்தது. காளைகள் குதித்தோடின. புதுக்கடை வந்தது. பைங்குளம் கடந்து, கூட்டாலுமூடு கடந்ததும் முக்காடு இறக்கம் குதித்து இறங்கும்போது எதிரில் இன்னொரு வில்லு வண்டி வருவதைப் பார்த்தான்.

“வண்டி எங்க போவுது?”

“மேக்கு வூட்டுப் பெரியவரு இறந்த வெவரம் சொல்லப் போறேன்.”

வண்டி காற்றைக் கிழித்துக் கொண்டு ஓடும்போது, வணடிககாரன் ஒசனின் சிந்தனையெல்லாம் சின்னான் ஆசானைப் பற்றியே இருந்தது.– ‘இவருக்கு எப்படித் தெரிந்தது?’

அந்துறோத் தீவிலிருந்து வந்த தங்ஙளைக் கூப்பிட்டு கணக்கிட்டுப் பார்த்தார். தங்ஙள் கணக்குப் பார்த்துச் சொன்னார்.

“ஷைத்தான் தலையில் ஓடெறிந்து கொன்றது. இனியும் சிலரைக் கொல்லும்.”

“ஏதாவது வழியிருக்கா தங்ஙளே?”

“இருக்கு. வழியில்லாமலா இருக்கும்? இரண்டு மாசம் ஹோமக்குழி போடணும். பிறகு ஜின்னக்கொண்டு புடிக்கணும். புடிச்சிச் சத்தியம் வாங்கணும். சத்தியம் வாங்கினா பின்னே வரவே வராது.”

ஹோமக் குழி இட்டனர். ஜின்னக் கொண்டு ஷைத்தானைப் பிடித்தனர். ஷைத்தான் அன்று அங்கு வேலைக்கு நின்ற பாத்தக்குட்டி என்ற பருவப் பெண்ணிடம் கூடியது. அவள் தலைமயிர் விரித்து ஆடினாள். தங்ஙள் தலைமுடியைச் சுற்றிப் பிடித்தார்.

“ஓம் பேரென்னா?”

“ஆசியா”

“ஊரேது?”

“தென்மலை”

“நீ எப்படி வந்தா?”

நான் தங்கியிருந்தது ஒரு மரத்துல, அந்த மரத்தை முறிச்சு இந்த வீட்டுல உத்தரம் போட்டாவோ, நான் வீடில்லாம அலைஞ் சேன். பிறகு இஞ்ச வந்தேன்.”

“இங்கேயிருந்து போக உனக்கென்ன வேணும்?”

“மூணு சேவக்கோழியின் இரத்தம்.”

“தாரேன். போறதுக்கென்ன அடையாளம்?”

“குத்துக்கல்லுக்குப் பக்கத்துல உள்ள ஒத்தப் பனையிலிருந்து ஒரு பனங்காய் பறித்து இடுவேன்.”

“இனி இங்க வருவியா?”

“வரமாட்டேன்”

“சத்தியந்தானே?”

“சத்தியம்.”

சேமக்கண்ணு முதலாளியின் உப்பா இறந்த கதை அவர் குடும்பத்திலுள்ள ஒரு கிழவி சொல்லி அவருக்குத் தெரிய வந்தது. ஷைத்தான் குடியிருந்த மரத்தால் செய்த வீட்டில் தங்க ஒரு உள்பயம். தமது பயத்தை யாரிடமும் சொல்லவில்லை. வேறொரு வீடு கட்டினால் என்ன என்று பல தடவை நினைத்தார். ஆனால் இருக்கும் வீட்டை இடிக்க பயம்.

அப்போது ஆலப்புழையிலிருந்து வந்த ஒரு முஸ்லியாரிடம் விவரம் சொன்னார். முஸ்லியார் ஒரு பலகையில் சுண்ணாம்பு தேய்த்தார். அரிசி வறுத்துப் பொடி செய்து உண்டாக்கிய மையால் கட்டம் போட்டார். ஒவ்வொரு கட்டத்திலும் இஸ்முகள் எழுதி னார். கட்டடத்தின் மேற்கு மூலையில் பலகையைக் கட்டச் சொன்னார்.

நாற்பத்தியொரு தினங்களுக்குப் பின் வீட்டை இடிக்கலாமென தைரியம் கொடுத்தார். அவ்வாறு நாற்பத்திரண்டாவது நாள் மேக்கு வீடு இடிக்கப்பட்டது. வடக்கு வீட்டு அகமதுக்கண்ணு முதலாளியின் வீட்டிற்குப் பின்புறமாகச் செல்லும் ராஜபாதை ஓரமாக மேக்கு வீடு உள்ளது. பழைய மேற்கூரைகளையெல்லாம் நீக்கி விட்டு கட்டடத்தை இடித்தனர். பழைய கட்டடம் இருந்த இடத்திலேயே புதிய கட்டடத்திற்கு அஸ்திவாரம் இட்டனர். அஸ்தி வாரக்குழியின் கன்னிமூலையில் ஒரு பவுன் தங்கம் வைத்து அதன்மேல் முதற்கல்லைத் தூக்கி வைத்தனர். வடக்கிலிருந்து வந்த ஒரு தங்ஙளின் கையால் அடிக்கல் நாட்டினர்.

வடக்கு வீட்டு அகமதுக்கண்ணு முதலாளி கண்ணாடித் திண்ணையில் யானைக்கால் சாய்வு நாற்காலியில் கால் நீட்டிக் கிடந்தார். சுருட்டைப் பற்ற வைத்தார். சுருட்டின் தீக்கண்ணிலிருந்து கருத்த புகை உயர்ந்தது. கண்ணாடித் திண்ணையில் வளையங்களாகப் புகை மண்டி நின்றது.

பித்னா மைதீனடிமை அங்கு ஏறி வந்தார். தலையிலிருந்து தலைப்பாகையை அவிழ்த்தார். துண்டைக் கொண்டு தரையில் துடைத்து விட்டு உட்கார்ந்தார்.

'வெத்தில போடு'

"முதலாளியின் நாற்காலிக் காலின் பக்கத்திலிருந்த வெற்றிலைப் பெட்டியைச் சுட்டிக் காட்டினார்."

மைதீனடிமை வெற்றிலைப் பெட்டியிலிருந்து ஒரு துண்டு பாக்கும், ஒரு வெற்றிலையும், கொஞ்சம் சுண்ணாம்பும் எடுத்தார். கொஞ்சம் புகையிலையும் எடுத்து விட்டு இருந்த இடத்திலேயே வெற்றிலைப் பெட்டியை வைத்தார். இடுப்பிரிலிருந்த 14ஆம் நம்பர் கத்தியை எடுத்துப் பாக்கைத் துண்டுத் துண்டாக நறுக்கினார்.

"மேக்கு ஊட்டுக்காரங்க புதிய கட்டடம் கட்டாங்கோ"

"எங்கே?"

"பழைய இடத்திலேதான். வடக்கே இருந்து ஒரு பெரிய தங்ஙளைக் கொண்டு வந்தாக்கும் கல்லு இட்டது."

"முதலாளி தொந்தியைத் தடவினார். ஏதாவது சிந்தனை உண்டாகும்போது தொந்தி தடவுவது பழக்கம்.

"பழைய கட்டடத்தை எதுக்கு இடிச்சாங்கோ?"

"அங்கே ஷைத்தான் குடியிருக்காம். அதெல்லாம் சும்மா சொல்லூது. என்னவோ நினைப்புல ஊடு வைக்காங்கோ. பணத்துக்க கொழுப்பு போல! இல்லாம என்ன சொல்ல. இந்த வடக்கு ஊடும்தான் முதலாளிக்க உப்பாகாலத்துல செஞ்சது தானே, முதலாளி நினைச்சா மூணு நிலைல ஒண்ணு வைக்கமுடியாதா?"

வீடு வைக்கட்டு, பின்னப் பார்போம்"

"ரெண்டு நெலைண்ணும் மூணு நெலைண்ணும் சொல்லாங்கோ."

முதலாளி ஒன்றுமே பேசவில்லை. தொந்தியைத் தடவிக் கொண்டே இருந்தார். முதலாளி சிந்தனையின் மரக்கிளைகளில் தாவினார்.

"எந்த நோக்கத்திலாக்கும் வீட்டை இடிச்சாங்கோ. அவ்வளவு பழையது ஒண்ணுமில்லையே, கொளுப்பைக் காட்டவா? அப்படியானால் வடக்கு வீட்டு அகமதுக்கண்ணு பிள்ளையோடு வேண்டாம்."

"யாருல அங்கே?"

மஸ்தான் மீராசா ஓடி வந்தான்.

"அவுக்கார கூப்பிடுல."

உரல் புரையில் நெல்லு குத்திக் கொண்டிருந்த பெண்களிடம் சென்று விசாரித்தான். அங்கு அவுக்கார் செல்லவில்லை. குதிரை லாயத்தில் போய் பார்த்தான். அங்கும் போக வில்லை. தட்டானின்

பட்டறையில் சென்றான். தங்கக் கம்பி இழுத்து நீட்டும் தட்டான் வெள்ளையனின் தீ இடுக்கியால் சட்டியிலிருந்து தீ எடுத்து அவுக்காரு பீடி பற்ற வைப்பதைக் கண்டான்.

“முதலாளி கூப்பிடுதாங்கோ, நா எங்கெல்லாம் போய் பார்த்தேன்.”

அவுக்காரு பீடியை ஊன்றிக் குத்தி அணைத்தார். இறங்கி ஓடினார். முதலாளியின் முன் வந்தார். தலையைச் சொறிந்தார். முதலாளி கவனிக்கவில்லை. கனைத்தார். முதலாளி கவனிக்கவே இல்லை. தலையிலிருந்து துண்டை எடுத்து முகத்தைத் துடைத்தார். அப்போதும் முதலாளி கவனிக்கவில்லை.

முதலாளி தொந்தியைத் தடவிக்கொண்டிருந்தார். சாய்வு நாற்காலி யின் காலில் அவரது கால் ஆடிக்கொண்டிருந்தது. கண்கள் தட்டின் மேல் ஊன்றி நின்றன. முதலாளி ஏதோ சிந்தனையின் பாலைவனத்தில் திசை தெரியாமல் அலைந்து கொண்டிருந்தார். கையிலிருந்த சுருட்டு சாம்பலை உருட்டித் தள்ளிக் கொண்டிருந்தது. மெல்லிய புகை சுருட்டிலிருந்து உயர்ந்தது.

அவுக்காரு முதலாளியின் முன் நின்று பல செய்கைகள் காட்டி னார். இருந்தும் முதலாளி கவனிக்கவே இல்லை. எரிந்து தீர்ந்த சுருட்டின் சூடு கை விரல்களில் தட்டிய போது முன்னால் நின்ற அவுக்காரைப் பார்த்தார்.

“என்ன வேணும்?”

“மஸ்தான் மீராசா வரச் சொன்னான்.”

“ஆமா! சரிதான், நான்தான் வரச் சொன்னேன்.”

“மேக்கு வீட்டுக்காரங்க வீடு இடிச்சுக் கட்டப் போறாணு கேள்விப்பட்டேன் உள்ளது தானா?”

“உள்ளது தான்”

“நீ ஏன் என்கிட்ட இதச் சொல்லல?”

“தெரிஞ்சிருக்கும்னு நெனைச்சேன்”

“சரி, வீட்டுக்கு முகப்பு எந்தப் பக்கம்?”

“நம்ம வீட்டுக்குப் பின்னாடி.”

“அப்படின்னா, நம்ம வீட்டுக்குப் பின்னாடி மேக்கு வீட்டுக்க முகப்புக்கு நேரா ஒரு தண்டாசு வெட்டணும்”

“ஓ”

“தண்டாசுக்க நாத்தம் அங்க அடிக்கணும்”

“ஓ”

“அப்படின்னா குட்டன் மேஸ்திரியை ஏற்பாடு பண்ணப் போலாம்.”

லுஹருக்கு சமயம் நெருங்கியது. தங்ஙள் அறையிலிருந்து வெளியே வந்தார். தங்ஙளைப் பார்த்ததும் முதலாளி நாற்காலியில் நிமிர்ந்து உட்கார்ந்தார்.

"இருக்கலாமே!"

"தொழணும்."

"வீட்டில தொழலாமே"

"பள்ளியில தொழுது கொஞ்ச நாளாச்சு"

"அப்ப நானும் வாரேன்."

முதலாளி காலரில்லாத, முட்டுக்குக் கீழே நிற்கும் அரைக்கைச் சட்டையை எடுத்து மாட்டினார். வால்விட்டுத் தலைப்பாகையைக் கட்டினார். வாருள்ள மிதியடியை மாட்டினார். முதலாளியும் தங்ஙளும் பள்ளி வாசலை நோக்கி நடந்தனர். வழியில் ஆட்கள் ஒதுங்கி நின்றனர். மீன் கொண்டு எதிரே வந்த மீனவப் பெண்கள் ஓடி மறைந்தனர். தோளில் மண்வெட்டி ஏந்தி வந்தவர்கள் தலைப் பாகையை எடுத்துக் கொண்டு ஓடி ஒளிந்தனர். வழி நெடுகிலும் ஆட்கள் எழும்பி நின்று மரியாதை செலுத்தினர்.

பள்ளியை அடைந்தார்கள். ஹவுளில் ஒளுச் செய்து கொண்டிருக்கும்போது தொழுகை முடிந்து விட்டது. முதலாளியின் முகம் சிவந்தது. கண்களில் நெருப்புக் கனல் ஒட்டி இருந்தது. ஒளுச் செய்துவிட்டுப் பள்ளியின் உள்ளே ஏறினார்.

துஆ ஓதிக் கொண்டிருந்த இமாமான ஆலி முஸ்லியார் முதலாளியைக் கண்டதும் நடுங்கினார். ஓதல் இடறிவிட்டது. ஆட்கள் திரும்பி நோக்கினர்.

முதலாளி!

புலியின் கண்கள்.

"நான் வருமுன்னே எதற்குத் தொழுதீர்கள்?" என்ற கேள்விச் சின்னம் அந்தப் பார்வையில் தொனித்தது.

ஆலி முஸ்லியார் துஆ ஓதி முடியவில்லை. எல்லோரும் கைகளை முத்தி எழுந்தனர். ஆங்காங்கே விலகி நின்றனர். முஸ்லியார் ஒரு சுவர் ஓரமாக ஒதுங்கி நின்றார். அசனார் லெப்பை கிடுகிடுவென விறைத்தார்.

"மொதலாளி வருமென்று" விக்கலோடு லெப்பை சொல்லித் தீர்க்குமுன்.

"பேசாதே" – இடி இடித்தது. அதன் முழக்கம் பள்ளிச் சுவருக்குள்ளே எதிரொலித்தது. ஆயிரமாயிரம் எதிரொலிகள்.

○

“முதலாளி கூப்பிடுகிறார்.”

சத்தம் கேட்டு மஹ்மூது திரும்பிப் பார்த்தார்.

“என்ன லெப்பை?”

“முதலாளி அங்கப்போவச் சொன்னாங்க உங்களை”

“என்ன விசயம்?” – மஹ்மூது சுறா இறக்கையில் சுண்ணாம்பு தேய்த்துக் கொண்டிருந்தார்.

“தெரியாது. அங்கப் போவச் சொன்னார்”

“விஷயம் என்ன?” உரக்கக் கேட்டார். அந்தக் கேள்வியின் கடுமையில் அசனார் லெப்பை நடுங்கி ஸ்தம்பித்து நின்றார்.

முதலாளி கூப்பிடுகிறார் என்றால் யாரும் எதற்கென்று கேட்க மாட்டார்கள். உடன் வடக்கு வீட்டிற்குச் செல்லுவார்கள். எவ்வளவு நெருக்கடி வேலையானாலும் சரி, அங்குச் செல்ல வேண்டும். யாரும் இன்று வரையிலும் அவர் உத்தரவை நிராகரித்ததில்லை. அசனார் லெப்பைக்கு இது புதிய அனுபவம்! இதுவரையிலும் யாரும் இப்படிக் கேட்டதில்லை. எந்தத் தயக்கமும் இல்லாமல் கேட்கிறார் பார். அதுவும் குத்துக் கல்லுக்குக் கிழக்கே உள்ளவர்கள். ஒரு சுறாப்பீலி வியாபாரி. இவருக்கா இவ்வளவு திமிரு?

“நான் என்ன பதில் சொல்லணும்?” லெப்பை கேட்டார்.

“இப்ப வர நேரமில்லைண்ணு சொன்னாப் போதும்.”

அந்தப் பதில் லெப்பையை நடுங்க வைத்தது. அது பாவமானது என்று லெப்பைக்குத் தோன்றியது. அந்தப் பாவமான பதிலைத் தம் காதால் கேட்க வேண்டாமென்று கருதித் தம் காதில் சுண்டு விரல்களை வைத்துப் பொத்தினார். ஆழம் தெரியாம காலைப் போடுகிறான். அடிக்கவும் கொல்லவும் அதிகாரமுள்ள முதலாளியிடம் திமிர் காட்டுகிறான்.

“கூப்பிடுவது வடக்கு வீட்டு அகமதுக்கண்ணு முதலாளி தெரியுமா?”

“திருவிதாங்கூர் திவான் கூப்பிட்டால் என்ன? எனக்கு வேலையிருக்கு. சுண்ணாம்பு புரட்டலைன்னா சுறாப்பீலி புளுத்துப் போகும். புளுத்த நஷ்டம் எனக்காக்கும், முதலாளிக்கில்ல.”

லெப்பை மீண்டும் காதுகளைப் பொத்தினார். “அல்லா! என் செவியால் இத ஒண்ணும் கேட்க வேண்டாம்”. லெப்பை செவியைப் பொத்திக் கொண்டு நடந்தார். மஹ்மூதின் மனைவி வாசல் மறைவிலிருந்து இதையெல்லாம் கேட்டாள்.

“வடக்கு ஊட்டு முதலாளியில்லியா கூப்பிடுது. போய்க் கேட்டா என்ன?”

“எதுக்குப் போவணும்? அவன் செலவுலயா நான் இருக்கேன்.”

“முதலாளி இல்லையா?”

“முதல் இருந்தா அவன் பெண்டாட்டிக்கும் பிள்ளைக்கும் நல்லது.”

“சுகறாம்மா கல்யாணம் வருது. கத்தீபும் லெப்பையும் வராண்டாமா? முதலாளி சொல்லாம வருவாங்களா? இது என்ன குணம்?”

“அவன் சொல்லிக் கத்தீபும் லெப்பையும் வராண்டாம். கிடா வெட்ட அவன் உத்தரவும் வேண்டாம். கல்யாணம் நடக்குமான்னு நான் பாக்கட்டு.”

“ஊர் கூட்டாம கல்யாணம் நடக்குமா?”

“நடக்கும்”

“முஸீபத்தை வருத்தி வைக்காதீங்கோ.”

“அவன் பல்லக்கில் வரும்போது நான் வழி ஒதுங்கி நிக்கல்ல, அதுக்குத்தான் கூப்பிடது. போனா அபராதம். என்ன அபராதம் தெரியுமா? எம்பேருல உள்ள ஒரு தோப்பை அவன் பேருல எழுதச் சொல்லுவான். உழைக்காம சொத்துச் சேர்க்கான். நம்ம உழைச்சு அவனுக்குச் சொத்து உண்டாக்கணுமா?”

மஹ்மூது கையிலிருந்து சுண்ணாம்பைக் கீழே தட்டினார். சுண்ணாம்பு தடவிய சுறாப்பீலிகளை வீட்டின் முன்தளத்தில் உள்ள ஒரு மூலையில் கூட்டியி[illegible]ார். அவற்றை ஈக்கள் மொய்த்தன.

“கொஞ்சம் கஞ்சித் தண்ணி கொண்டா” மஹ்மூது மனைவியைப் பார்த்துக் கேட்டார்.

தலையில் கட்டியிருந்த துண்டை எடுத்து வியர்வையைத் துடைத்துக் கொண்டு தூணோடு சாய்ந்து உட்கார்ந்தார் “யா அல்லாஹ்!”

7

வடக்கு வீட்டு அகமதுக்கண்ணு முதலாளியின் வீட்டில் கராமத்துடைய தங்ஙள் வந்த செய்தி பக்கத்துக் கிராமங்களில் பரவியது. அந்நிய கிராமங்களிலிருந்தும் மக்கள் குழுமினார்கள். சவாரியில்லாமல் கட்டியிடப்பட்டிருந்த மம்மதின் படகு ஆற்றில் இறங்கி, மேற்கிலிருந்து கிழக்கும் கிழக்கிலிருந்து மேற்குமாக அலையைக் கிழித்து ஓடியது. தலைக்கு எட்டு காசு. மம்மதின் மடிச்சீலை நிறைந்தது. பெண்கள் படகிற்குள் குடைபிடித்துக் கொண்டு முகத்தை மறைத்து உட்கார்த்திருந்தனர். புதிய கமுகின் பாளையில் மம்மது தொப்பி செய்தான். வெயில் படாமலிருக்கத் தலையில் அதைக் கவிழ்த்தான். களைகுத்திப் படகை ஓட்டும் போது துணி அவிழ்ந்து விடாமலிருக்கப் பனை நாரை இடுப்பில் கட்டியிருந்தான்.

கொஞ்ச நாட்களாக மம்மதின் அடுக்களையிலிருந்து உயரக் கிளம்பாதிருந்த புகை கூரையைக் கிழித்துக் கொண்டு உயர்ந்தது. பக்கத்து வீட்டுப் பெண்கள் அக்காற்றை நுகர்ந்தனர். கறிவேப்பிலையின் மணம் அவர்களுடைய நாக்கிலிருந்து நீரை ஊறச் செய்தது.

“எல்லாம் தங்ஙளின் கராமத்து” துணியால் தலையை மறைத்தனர்.

வெள்ளிக் கிழமை இரவும் திங்கட் கிழமை இரவும் கூட்டம் அதிகம். கட்டுப்படுத்த முடியாத அளவு கூட்டம். தண்ணி ஓதிக் குடிக்க, நூல் ஓதிக் கட்ட, பீங்கான் எழுதிக் கொடுக்க, தலை பிடித்து ஓத, சண்டை போட்டுப் போன கணவனோடு இணங்க, இப்படி நூறு நூறு தேவைகள்.

தங்ஙள் உயரம் அதிகமான ஒரு கட்டிலின் மேல்தான் படுப்பதும் உட்காருவதும். தலைக்கும் காலுக்கும் தலையணை. மெத்தை மேல் இருக்கும்போது கை ஊன்றுவதற்கு ஒரு வட்டத் தலையணை வேறு. கட்டிலுக்குக் கீழ் பூப்போட்ட கொழும்புத் துப்புச் சட்டி, இடது கையில் தஸ்பீஹ்.

பரீது, கட்டிலின் ஓரம் நின்று வீசிக் கொண்டிருந்தான்.

ஒரு கிழவி முப்பத்தைந்து வயதான தன் மகனையும் கொண்டு அங்கு வந்தாள். தங்ஙளைப் பார்க்க வந்து மூன்று நாட்களாகிவிட்டன. கூட்டம் காரணமாகப் பார்க்க முடியவில்லை.

“கண்மணியான தங்ஙளே! இவன் ஒருத்தன்தான் எங்க மவன். இந்த வயசான காலத்துல என்னைப் பாக்க வேற யாருண்டு?”

"இவனுக்கு என்னவாம்? கல்யாணமாச்சா?"

"இல்ல, இவன் எப்பவும் குழந்தைகளைப்போல சோறுக்கும் மீனுக்கும் சண்டை போடுதான். என்ன எப்பவும் அடிப்பான்."

"அப்படியால?"

அவன் சிரித்தான்.

"பேரென்ன?"

"மொம்மது முஸ்தபா" – கிழவி சொன்னாள்.

"இல்ல, முத்தப்பா"

"நீ உம்மாவை அடிப்பியா?" – தங்ஙள் கேட்டார் உம்மாவின் முதுகுப் பக்கம் சென்று மறைந்து கொண்டு சொன்னான் "இல்ல" தங்ஙளிடம் பல்லை இளித்துக் காட்டினான்.

"இது ஷைத்தானின் வேல! தண்ணி ஓதித்தாரேன், மூணு நேரம் குடிச்சா போதும். எல்லாம் சரியாயிடும்."

கிழவி கையில் கொண்டு வந்த தண்ணீரைக் கொடுத்தாள். தங்ஙள் ஓதித் தண்ணீரில் ஊதினார். மூன்று தடவை ஊதினார். எச்சில் தாராளமாகத் தெறித்து விழுந்தது.

கிழவி பக்தியோடு இரு கையையும் நீட்டித் தண்ணீரை வாங்கினாள். தங்ஙளின் எச்சில் தண்ணீரின் மேல் சோப்பு நுரை போல் மிதந்தது. பாத்திரத்தின் வாயைக் கை கொண்டு மூடிவிட்டு அறையிலிருந்து வெளியேறினாள் கிழவி. சுட்டு விரல் கொண்டு தண்ணீரின் மேல் படர்ந்திருந்த எச்சிலைத் தண்ணீரோடு கலக்கினாள். விரலை நக்கினாள். மகனின் தலையில் துணியைப் போட்டு தண்ணீரைக் குடிக்கச் சொன்னாள்.

"அவருக்கத் துப்பெல நான் குடிக்கணுமா?"

"ஆ! வாய் புளுத்துப் போவும். கராமத்துள்ள தங்ஙளாக்கும். குடிலே."

"உம்மா குடிச்சா போதும்."

"ஒண்ணும் சொல்லாதே, தங்ஙள் கேப்பாரு. சுட்ட கோழியைப் பறக்க வச்ச தங்ஙளாக்கும்."

"சுட்ட கோழி பறந்துதா?"

"அதான் கராமத்து."

"அப்ப உம்மாவைப் பதினேளு வயசுக்காரியாக்குவாரா?"

"வாடா, ஒண்ணும் பேசாதே"

"அப்ப உம்மாவை இனியும் கல்யாணம் பண்ணிக் குடுக்கலாம்"

"கன்னத்துலே அடிதருவேன்"

"புதியோண்ணு, புதியோண்ணு!" அவன் உம்மாவைப் பரிகாசம் செய்தான்.

“ஆண்டவா! இவன நான் என்ன செய்ய?”

“பரீதே!” பரீதின் தாயார் நூஹு பாத்திமா தங்ஙள் தங்கும் அறையின் பின் பக்கத்திலுள்ள ஜன்னலின் பக்கம் வந்து கூப்பிட்டாள்.

“வாரேன்”

“யாரது?” தங்ஙள் பரீதிடம் கேட்டார்.

“உம்மா”

“தங்ஙளுக்கு வேர்க்குன்னா வீசிக் கொடு.”

தங்ஙள் திரும்பி ஜன்னல் பக்கம் பார்த்தார். வெள்ளை உடையணிந்த வெளுப்பான பெண். வெள்ளையான நெற்றியில் விழுந்து கிடக்கும் சுருண்ட முடி. நூஹுபாத்திமா வெட்கத்தோடு மறைந்து நின்றாள்.

“பேரு!” தங்ஙள் கேட்டார்.

சிறிது மௌனம்.

சொல்ல வேண்டுமா? அந்நிய ஆடவன்! கணவன் இறந்து இருபது வருடமாகிறது. இதுவரையிலும் அந்நிய ஆடவரோடு பேசியதே இல்லை. எவர் முகத்தையும் பார்த்ததுமில்லை. ஒரு கல்யாண அவசரத்திற்குக் கூடப் போனதில்லை. பதின்மூன்றாவது வயதில் தொடங்கிய வாழ்க்கை, அங்கேயே முடிவடைந்தது. நீண்ட இருபது ஆண்டுகள் இருபது நூற்றாண்டுகளாகக் கடந்தன. நூஹு பாத்திமா நகம் கடித்து நின்றாள்.

கேட்பது தங்ஙள் சொல்லவில்லையானால் அவரது மனம் வேதனையுடையும். அவர் வாயிலிருந்து ஏதாவது பேச்சு விழுந்து விட்டாலோ . . .?! நூஹு பாத்திமா பயந்தாள். அவள் ஜன்னல் வழியாக அறையைப் பார்த்தாள். ரோமம் பரந்து காணப்பட்ட மார்பு. நீண்ட மூக்கு. அவளது உதடுகள் அசைந்தன.

“நூஹு பாத்திமா”

தங்ஙள் ஜன்னல் வழியாகப் பார்த்தார். அவள் மீண்டும் மறைந்து நின்றாள். வெளுப்பான நெற்றியில் விழுந்து கிடக்கும் சுருண்ட முடி.

“பரீது! இந்தப் பாலைக் கொண்டு தங்ஙளுக்குக் கொடு” மகனைக் கூப்பிட்டாள்.

பரீது விசிறியைக் கட்டிலில் வைத்துக் கொண்டு அறையிலிருந்து வெளியே சென்றான்.

தங்ஙளைப் பார்ப்பதற்குப் பக்கத்து கிராமத்தில் இருந்து ஒரு உம்மாவும் மகளும் வந்திருந்தனர். அவர்களும் வந்து மூன்று நாட்களாகி விட்டன. தங்ஙளைப் பார்க்க இப்போதுதான் வாய்ப்புக் கிடைத்தது.

பெரிய குடும்பத்தில் உள்ளவர்கள். காரோ, வண்டியோ இல்லாத ஒரு கிராமத்திலிருந்து வந்தவர்கள். ஒரு ரோடு கூட இல்லாத

கிராமம். ஒத்தையடிப் பாதைகள்தான் உண்டு. ஆற்றங்கரைக்கு வருவதற்கு நான்கு மைல் நடந்தாக வேண்டும். ஆற்றங்கரைக்கு வந்துதான் படகு ஏற வேண்டும். தரையில் வெயில் வெளிச்சம் விழுவதற்கு முன்பே உம்மாவும் மகளும் சூட்டுப் பந்தம் பற்றிக் கொண்டு இறங்கினார்கள். கொஞ்சதூரம் நடந்தபோது, காலைப் புலர்ந்தது. சூட்டுப் பந்தத்தைத் தரையில் குத்தி அணைத்துவிட்டு அந்நிய ஆடவர் முகம் காணாமல் இருக்கக் குடையை நிமிர்த்தினர்.

ஆற்றங்கரைக்கு வரும்போது வெயிலுக்குச் சூடேறியது. ஆற்றின் மறுகரையில் கடலோர மக்கள் ஆங்காங்கே மலஜலம் கழித்துக் கொண்டிருந்ததைக் கண்டனர். ஆற்றோரத்தில தாழைப் படப்பில் மறைந்து நின்றனர். படகுகள் போகிறதா என்று பார்த்துக் கொண்டிருந்தனர்.

ஒரு படகு படித்துறையில் சேருவதைக் கண்டனர். அதில் ஏறினர். ஆற்றுப் பள்ளிப் படித்துறையில் படகு வந்த போது மத்தியான பாங்கொலி கேட்டது.

தங்ஙளைப் பார்ப்பதற்கு அவர்களும் மூன்று நாட்கள் காத்து நின்றனர்.

ஆயிஷா உம்மாள், மகள் பாத்தும்மாவையும் கூட்டிக் கொண்டு தங்ஙளின் அறையில் சென்றாள்.

தங்ஙள், பாத்தும்மாவைக் கூர்ந்து நோக்கினார்.

"பேரு?"

பெயரைச் சொல்ல வெட்கப்பட்டாள்.

"சொல்லு, தங்ஙளில்லியா கேக்காங்கோ"

"பாத்தும்மா."

"தங்ஙளே!" ஆயிஷா உம்மா சொல்லத் தொடங்கினாள். "கல்யாண மாகி பதினாலு வருஷமாச்சு, குழந்தை பெறல்லே. செல நேரம் இவளுக்கு ஹாலு மாறும் அப்பம், தானே இருந்து அழுவா. பிறகு எதாவது எடுத்து மடியிலே வச்சிட்டு மோனேன்னு கூப்பிட்டுக் கொஞ்சுவா."

"போதும், சொல்லாண்டாம். இது ஒரு ரூஹானியத்துக்க உபத்திரவம். வழியிருக்கு!"

தங்ஙள் பாத்திமாவின் முகத்தைப் பார்த்தார். அவளுடைய கன்னத்தின் கதகதப்பைப் பார்த்தார். நிரம்பிய மார்பின் சலனத்தைக் கண்டார். நடுவிலே குழிந்திருக்கும் அவளுடைய உதட்டின் சிவப்பைக் கண்டார். அவள் கண்கள் ஏதோ ஒன்றைத் தேடுவதைக் கண்டார். அந்தக் கண்கள் எதற்காகவோ தாகம் கொள்வதைக் கண்டார்.

தன்னை உற்று நோக்கும் தங்ஙளை அவள் பார்த்தாள். கடுமை யாகப் பார்த்தாள். அவள் முகபாவனை மாறியது. அந்தக் கண்களி லிருந்து நெருப்பு சிந்தியது.

"என்னை எதுக்குப் பாக்கியோ?" அவள் தங்ஙளைக் கேட்டாள்.

"தங்ஙளெ ஒண்ணும் சொல்லாதே!" தாயார் சொன்னாள்.

"அப்படியா?" அவள் சிரித்தாள். அந்த விரித்த உதட்டோடு தங்ஙளைக் கண்சிமிட்டாமல் பார்த்தாள். தங்ஙள் அவளையும்! விழிகள் ஒன்றுக் கொன்று முட்டிநின்றன. சிறகோசை கேட்காத நிமிடங்கள். முரண்பாடான உணர்ச்சிகள் நுரைக்கின்ற பார்வை.

இதெல்லாம் பார்த்துக் கொண்டு பாத்திமாவின் தாயார் நின்றாள்.

பாத்திமாவின் சிரிப்பு கவர்ச்சியாக மாறியது. அந்தப் பார்வை கவர்ச்சியாக மாறியது. அந்தச் சிரிப்பின், அந்தப் பார்வையின் ஆழத்தில் மறைந்து கிடக்கின்ற முத்துக்கள் தங்ஙளின் உட்கண்ணில் தெளிவாகத் தெரிந்தன.

அந்த முத்துக்கள்!

இளமையின் பலமான, கையும் காலும் கட்டப்பட்டிருக்கின்ற அந்தக் கட்டுக்களை இழுத்து அறுத்தெறிகின்ற சக்தியின்மையை நினைத்து கடுமையான வேதனையின் உளைச்சல்.

"கவலைப்பட வேண்டாம். வழியிருக்கு!" தங்ஙள் பாத்திமாவின் தாயாரிடம் சொன்னார்.

"கொஞ்சம் வெளிலே உட்காருங்கோ."

ஆயிஷா உம்மாள் அறையிலிருந்து வெளியே வந்தாள். வாசலின் பாதிக்கதவு சாத்தப்பட்டது.

"நிக்காஹு முடிந்து எவ்வளவு வருஷமாவுது?"

"பதினாலு!"

"குழந்தைகளுண்டா?"

"இல்ல."

"மாப்பிள்ளைக்கு என்ன வேலை?"

"வேலை ஒண்ணுமில்லை. குடும்பச் சொத்துண்டு. தேங்கா வெட்டி சாப்பிட்டு வீட்டுல கெடப்பாரு."

அவள் சொல்லில் வெறுப்பு கலந்திருந்தது.

"உன்னிடம் அவருக்கு அன்புண்டா?"

"அன்பிருந்து என்ன பலன்?"

"புரியல்லே"

"நான் கல்யாணத்துக்க முன்ன வீட்டுல இருந்தது போல இருக்கேன்"

"அப்போ"

"அவர் ஒரு மரம்!"

தங்ஙளது விரல்கள் தாடியின் வழியே ஓடின. தங்ஙளின் நெஞ்சிலிருந்த ரோமங்களை அவள் கவனித்தாள்.

அறையில் தனிமை! அவள் தலை குனிந்தாள். காலிலுள்ள பெருவிரலால் தரையைக் கிளறினாள். அவளின் முகத்தில் வெட்கத்தின் வெண்மேகங்கள் இழைவதைத் தங்ஙள் கவனித்தார். அந்த உதடுகள் மலர்வதைக் கண்டார். அந்த மலர்ந்த உதட்டில் இதயத்தின் தவிக்கும் நா நீளுவதைப் பார்த்தார். அந்த வறண்ட நாவுக்கு ஈரம் தேவை என்பதைக் தங்ஙள் புரிந்து கொண்டார்.

"யாரங்கே?" தங்ஙள் கூப்பிட்டார்.

பரீது ஓடிவந்தான்.

"ஒரு நீள நூல் கொண்டுவா! கறுத்த நூலாயிருக்கணும்" பரீது ஒரு கறுத்த நூலைக் கொண்டு வந்தான்.

தங்ஙள் நூலைச் சுருட்டிக் கையில் பிடித்துக் கொண்டு ஜெபித்தார்.

பாத்திமாவைத் தரையில் உட்காரச் சொன்னார். அவள் தரையில் உட்கார்ந்தாள். நூலின் ஒரு தலையை அவள் காலின் பெருவிரலில் கட்டினார்.

மறுதலையைக் கதவின் சாவி ஓட்டை வழியாக வெளியே எடுத்தார். அந்தத் தலையைப் பரீதிடம் பிடித்திருக்கச் சொன்னார்.

"யார் என்ன கேட்டாலும் பேசக் கூடாது."

"இல்லை" பரீது தலையாட்டினான்.

"நான் கதவை உள்ளே அடைத்துவிடுவேன். ஜின்னை வாசிலாக்கி அவள் உடலிலுள்ள ரூஹானியத்தைப் பிடிக்கணும். வெளியேயிருந்து உள்ளே யாரும் வந்து பார்க்கக் கூடாது. ஜின்னு வெளிலேருந்து உள்ள வருவதுக்குத் தான் இந்த நூலு!"

தங்ஙள் அறையிலுள்ள ஜன்னலை எல்லாம் அடைத்தார். கதவை உள்ளே கொண்டியிட்டார். கும்மிருட்டு. தீப்பெட்டியை உரைத்தார். மூலையிலிருந்த தூக்கு விளக்கைப் பற்ற வைத்தார். அறையில் மண்டி நின்ற யானைக்குட்டி செத்து விழுந்தது. அறையின் முகம் ஒளி சிதறியது.

தங்ஙள் பாத்தும்மாவின் காலில் கட்டியிருந்த நூலை அவிழ்த்தார். நூலைக் கட்டிலின் காலில் கட்டினார். கட்டிலில் வந்து உட்கார்ந்தார்.

இரண்டு கைகளையும் கொண்டு பாத்திமா முகத்தைப் பொத்தினாள்.

8

மூந்திய இரவு பயங்கர மழை! காற்றில் தென்னை மரங்கள் வேரோடு சாய்ந்தன. அகமது ஆசானின் சுக்குநீர்க் கடையின் வடபக்கம் உள்ள மண்சுவர் இடிந்து விழுந்தது. குளங்களும் கிணறு களும் நிரம்பின.

சுடுகாட்டு ஆற்றில் முட்டைத்தாழி மிதந்தது. ஆற்றோரங்களில் தவளைகள் குந்தியிருந்து 'கிராம் கிராம்' என்று கூப்பாடு போட்டன. தென்னை ஈர்க்கிலின் நுனியில் சுருக்குப் போட்டுச் சிறுவர்கள் தவளைப் பிடிக்க ஆற்றோரமாகப் பதுங்கி நடந்தனர்.

வண்ணான் சலவை செய்யும் கல் தண்ணீரில் மூழ்கியது. கழுதையின் மேல் அழுக்கு ஏற்றி வந்த வண்ணான் திரும்பி நடந்தான். அசனார் லெப்பையின் மதரசாவில் குர்ஆன் ஓதிக் கொண்டிருந்த சிறுவர்கள் ரண்டுக்குக் கேட்டு விட்டு வெளியேறி னார்கள். வெளியேறியவர்கள் ஆற்றோரத்தில் வந்தனர். தவளை பிடிப்பதைப் பார்த்து நின்றனர். லெப்பை சட்டைக்குள் கம்பை மறைத்துக் கொண்டு ஆற்றோரத்தில் வந்தார். சில சிறுவர்கள் தாங்கள் உடுத்தியிருந்த வேட்டியை அவிழ்த்து எடுத்து ஆற்றில் மீனுக்கு வலைவீசிக் கொண்டிருந்தனர். லெப்பை பதுங்கி வந்தார். மீனுக்கு வலைவீசிக் கொண்டிருந்த சிறுவர்களின் தொடையில் ஓங்கி அறைந்தார் "சீ!ஹராங் குட்டிகளே!"

சிறுவர்கள் அவிழ்த்தெடுத்த துணியைக் கையில் பிடித்துக் கொண்டு மதரசாவைப் பார்த்து ஓடினர். பெண் குழந்தைகள் வெட்கப்பட்டுக் கண்ணைப் பொத்திக் கொண்டனர்.

வலியாற்றில் கலங்கிய தண்ணீர் பெருக்கெடுத்தது. தென்னை மட்டை அழுகவைக்கும் பொட்டக் குளம் நிரம்பியது. குளிக்கும் கடவு மூழ்கியது. வெள்ளம் பெருக்கெடுப்பதைப் பார்க்க ஆற்றோரத் தில் மக்கள் கூடினர். தண்ணீரில் மிதந்து வரும் ஓலையும், பாளையும், கம்பும் பொறுக்க நாலைந்து பேர் துண்டை உடுத்திக் கொண்டு ஆற்றில் இறங்கினர். ஆற்றோரங்களில் பயிர் செய்திருந்த மரவள்ளிக் கிழங்கையும் வாழையையும் வெள்ளம் அடித்து வந்தது. மக்கள் போட்டி போட்டிக் கொண்டு அவற்றைப் பொறுக்கிக் கரையில் கூட்டினர்.

ஒரு பெண்ணின் சடலம் ஆற்றில் மிதந்து வருவதைப் பள்ளிப் பாறையில் நின்றவர்கள் கண்டனர்.

"பிரேதம்!"

பாறையில் நின்றவர்கள் கூவிச் சொன்னார்கள்.

ஆற்றில் இறங்கியவர்கள் கரையைப் பார்த்து ஓடினர்.

சடலம் பாறையில் முட்டிமோதி ஆற்றின் தென் கரையில் ஒதுங்கியது.

ஆற்றின் கரையில் பிரேதம் ஒதுங்கிய செய்தி எங்கும் பரவியது. மக்கள் ஓடிக் கூடினார்கள். கூடியவர்கள் பல அபிப்ராயங்களைச் சொன்னார்கள்.

குளித்துக் கொண்டு நிற்கும்போது காட்டு வெள்ளத்தில் அகப் பட்டுப் போனதாக இருக்கும் என்று சொன்னார்கள். அடித்துக் கொன்று ஆற்றில் எறிந்ததாக இருக்கும் என்றும் சொன்னார்கள். காதல் தோல்வியால் தற்கொலை செய்து கொண்டதாக இருக்கும் என்றும் சொன்னார்கள்.

ஆற்றில் பிரேதம் வந்த செய்தி வடக்கு வீட்டில் தெரிவிக்கப் பட்டது. வடக்கு வீட்டு அகமதுக்கண்ணு முதலாளி சாவடியில் சொல்ல கணக்கன் அவுக்காரை அனுப்பினார். அவுக்கார் வில்லு வண்டியில் ஏறினார். கராச்சிக் காளை குடமணியைக் குலுக்கிக் கொண்டு வடக்குப் பார்த்து ஓடியது. சாவடி வாசல் அடைந்துக் கிடந்தது. வண்டி மீண்டும் வடக்கு நோக்கிப் பாய்ந்தது.

"ஆயிஷா! ஆத்துல ஒரு பிரேதம்."

அடுக்களையின் பின்பக்கம் உள்ள வராந்தாவில் ஆயிஷாவைத் தனியாகக் கண்ட பரீது சொன்னான்.

ஆயிஷா வடக்கு வீட்டு அகமதுக்கண்ணு முதலாளியின் மகள்.

"மச்சான் பாத்தீளா?"

"பாத்தேன்."

ஆயிஷா மட்டும்தான் பரீதை மதிப்பதும் உள்ளுணர்வோட நேசிப்பதும்.

பரீதுக்குக் கொஞ்சம் புத்தி கம்மி. இருபது வயதாக இருந்தாலும் பருவத்திற்குத் தகுந்த பக்குவம் வரவில்லை. அதனால் பரீதைக் கொண்டே எல்லா வேலைகளையும் செய்ய வைப்பார்கள். எந்த வேலையைச் சொன்னாலும் எவ்வித சோம்பலுமில்லாமல் அவன் செய்வான். ஆழ் கிணற்றிலிருந்து நீரிறைக்க, வீசும் ஓடையைக் கழுவ, கக்கூஸிற்குத் தண்ணீர் கொண்டு வைக்க, சில வேளைகளில் மாட்டுத் தொழுவத்தில் உள்ள சாணியை அள்ளவும் சொல்வார்கள். தயக்கமில்லாமல் எல்லாவேலைகளையும் செய்வான். இதைப் பார்க்கும் போது ஆயிஷாவுக்கு அழுகை வரும். மச்சானிடம் என்ன வேலைகளை யெல்லாம் செய்யச் சொல்கிறார்கள்? மனதில் தோன்றிய வேதனையை யாரிடம் சொல்லமுடியும்?

உம்மாவோடு சொல்ல முடியுமா? வாப்பாவோடு சொல்ல முடியுமா? ஒரு தடவை பரீது சாக்கடை சுத்தம் செய்வதைப் பார்த்தாள். வாப்பா சொல்லித்தான் செய்கிறான் என்று தெரியும். இருந்தாலும் அவளுக்கு அந்தக் காட்சியைக் காண மனம் தாங்கவில்லை. அவள் மாமியிடம் ஓடிச் சென்றாள்.

"மாமிக்குச் சொல்லக் கூடாதா, இதையெல்லாம் செய்ய வேண்டா முன்னு?"

"உன் வாப்பா சொல்லித்தானே செய்கிறான். எனக்கு என்ன சொல்ல முடியும்? அவன் தலைவிதி."

அந்தப் பதிலைக் கேட்டபோது அவளுடைய கண்ணில் நீர்வலை கட்டியது. திரும்பி நின்று மாமியைக் காணாமல் கண்ணைத் துடைத்தாள்.

"ஆணா, பெண்ணா?"

"பெண்ணின் பிரேதம்"

"கிழவியா, குமரியா?"

"குமரி"

"அத ஒண்ணும் பாக்கக் கூடாது. ராத்திரி கழுத்துல வந்து புடிப்பா"

"யார் கழுத்தெ?"

"மச்சான் கழுத்தெ"

"கழுத்த புடிச்சா என்ன"

"மரிப்பாங்கோ"

"மரிச்சா ஒனக்கென்ன?"

"எனக்கென்னவா?" அவளுடைய முகம் கறுத்தது.

"மச்சான் மரிக்கக் கூடாது. ஹயாத்தோட இருக்கணும்"

"எதுக்கு?"

"எனக்காக" – அவள் முகத்தைப் பொத்தினாள்.

"ஒன் கல்யாணத்துக்குப் பாத்திரம் கழுவவா?"

"இல்ல மச்சான்"

"தண்ணி எடுக்கவா?"

"இல்ல ... இல்ல ..."

"பின்ன எதுக்குன்னு சொல்லு!"

"மச்சானுக்கு என்னெ விருப்பமில்லியா?"

"நீ என் மாமா மவ, பின்ன விருப்பமில்லாமலா இருக்கும்!"

"என்ன எப்படி விரும்பியோ?"

"நீ நல்ல சிவப்பு, நீ சிரிச்சா நல்ல அழகு."

"நான் கறுப்பாயிருந்தேண்ணா?"

"நீ என் மாமா மவ கறுப்பானாலும் எனக்கு விருப்பந்தான்"

"மாமா மவ ஆனதுனாலதான் விருப்பமா?"

"ஆமா, நான் வேற ஒரு பொண்ணு முகத்தையும் பார்க்கவும் மாட்டேன், பேசவும் மாட்டேன்."

"அப்பொ என்கூடப் பேசுறது?"

"மாமாக்க மவ ஆனதுனாலே"

"மச்சானுக்கு என்ன விருப்பமில்லியா?"

"விருப்பமுண்ணு சொன்னேன்லா"

"அப்படிப்பட்ட விருப்பமில்ல."

"பின்ன எப்படிப்பட்ட விருப்பம்?"

"என்ன கட்ட விருப்பந்தானா?"

"அல்லா! அதா?"

"ஆமா"

"மாமாக்குத் தெரிஞ்சா என்ன கொன்னு போடும்"

"எதுக்கு"

"உன்ன கட்டணும்னு சொன்னா. மாமா உனக்கு வேற மாப்பிள்ளை பாக்காரு"

"என்ன?" அவள் நடுங்கினாள்.

"ஆமா! பெரிய பணக்காரனெ. கல்யாணம் நடந்தா நான் வென்னி போட்டுத் தருவேன்."

"யாருக்கு?"

"உம் புது மாப்பிள்ளைக்கு"

"எம் புது மாப்பிள்ளைக்கா?"

"ஆமா, பெரிய பணக்காரன்."

"பெட்டி நிறைய துணியும், சோப்பும், பூவெண்ணெயும் கொண்டு வருவாரு. எனக்குக் கொஞ்சம் பூவெண்ணெய் தருவியா?" – மொட்டைத் தலையைத் தடவினான்.

இதைக் கேட்டதும் அவள் உள்ளத்தில் ஏக்கத்தின் சிற்றலைகள் உயர்ந்தன. களங்கத்தின் கறைபடியாத பரீதின் உள்ளத்தை நினைத்த போது அவள் மனம் வருத்தியது. வேதனையைக் கடித்து அமர்த்தினாள். பாவம்! குழந்தை உள்ளம்! கள்ளம் தெரியாத வெள்ளை உள்ளம்! தலையில் தேய்க்கப் பூவெண்ணெயைத் தருவியா, என்று கேட்கும் போது அந்தக் கண்ணில் ஒரு சிறுவனின் ஆவல் குடி கொண்டிருந்தது.

மச்சானின் புத்திக் குறைவு காரணமாகத்தான் வாப்பா எனக்கு வேறு மாப்பிள்ளையைத் தேடுகிறாரோ? வீட்டிற்குள்ளேயே கணவனை

வைத்துக் கொண்டு வேறொருவரை எதற்காகத் தேடவேண்டும்? மச்சானுக்குப் பணமில்லாததினாலா? மச்சானின் வாப்பா இறந்து கிடைத்த சொத்து மச்சானுக்கு இருக்கத்தானே செய்யுது? அது போதாதா? அதை விடவும் நிறைய சொத்துள்ள கணவனையா தேடுகிறார்? மனதிற்கிணங்காத கணவனோடமைந்த வாழ்க்கை இன்பகரமாக இருக்குமா? மாமியின் ஒரு வருட மண வாழ்க்கையின் கசப்பு நிறைந்த அனுபவங்களைச் சொல்லும் போது மாமியின் கண்களில் நீர் முட்டுவதைப் பார்த்திருக்கிறேன் "மக்களே என் விதி உங்க யாருக்கும் வராமலிருக்கட்டும்" தனது தலையில் தடவிக் கொண்டு சொல்லும் போது மாமியின் உள்ளத்தில் தனிமையின் ஏக்கம் அடைபட்டு நிற்பதை அந்தக் கண்களில் பார்க்க முடியும்.

மச்சானுக்குக் கொஞ்சம் புத்திக் குறைவு. வேறு எந்தத் தகராறும் இல்லை. மச்சானைச் சொல்லித் திருத்த முடியும். புத்திக் கூர்மை யாக்க முடியும். அந்தக் காரியத்தை என்னாலேயே செய்ய முடியும்!

"மச்சான், என்னெ கட்டுங்க"

"அல்லோ! உன் வாப்பா தெரிஞ்சார்னா என்ன கொன்னு போடுவாரு"

"கொல்லாது. எனக்கு ஆயிஷாவைக் கட்டணும்னு மச்சான், மாமிட்ட சொல்லணும். மாமி வாப்பாட்ட சொல்லுவாங்கோ"

"உம்மா அடிப்பாங்கோ"

"அடிக்க மாட்டாங்கோ. இவ்வளவு பயமா? மச்சானுக்குப் பொண்ணு கட்டாண்டாமா?"

ஆயிஷா வெடுக்கெனச் சிரித்தாள். குலுங்கிக் குலுங்கிச் சிரித்தாள்.

"நீ சிரிச்சேண்ணா நல்ல அழகு! முத்துப் போல பல்லு!"

○

எந்த அரசாங்க அலுவலர்கள் வந்தாலும் வடக்கு வீட்டு அக மதுக்கண்ணு முதலாளியின் வீட்டிற்கு வராமல் போக மாட்டார்கள். வருபவர்களுக்கெல்லாம் தேனீர் உபச்சாரம் உண்டு. உயர்ந்த அதிகாரியாக இருந்தால் கோழி அறுத்து விருந்து வைப்பார். யாராவது ஏதாவது மனு போலீசுக்குக் கொடுத்தால் அந்த மனுவோடு போலீஸ்காரர் முதலாளியை வந்து பார்ப்பார். முதலாளி கட்சிகளைக் கூப்பிட்டுப் பேசி ஒதுக்குவார். பெரும்பாலும் கேசுகள் கோர்ட்டுக்குப் போகாது.

இரண்டு போலீஸ்காரர்களும் கிராம அதிகாரியும் முதலாளியின் வீட்டிற்கு வந்தார்கள். அந்நேரம் யானைக்கால் சாய்வுநாற்காலியில் முதலாளி உட்கார்ந்திருந்தார்.

"பிரேத விசாரணை முடிந்தது" அதிகாரி சொன்னார்.

"அடிச்சுக் கொன்னதா?"

“அதற்கான தடயமில்லை.”

“அடக்கம் செய்தாச்சா?”

“கடற்கரைல அடக்கம் செய்தாச்சு”

“நாய் தோண்டுமா?”

“இல்ல, குழிக்கு நல்ல ஆழமுண்டு”

“சுலைமான் பிள்ளை மகன் மஹமூதுக்கு எத்தனை நம்பர் சொத்து உண்டு”

“ஆறு நம்பர்” கிராம அதிகாரி சொன்னார்.

“எதெல்லாம்?”

“நெனவில்ல”

“நம்பர் வேணும்”

“குறிச்சுத் தாரேன்”

“குடிக்க என்ன வேணும்?”

“எதனாலும் போதும்”

“சாயாவா, இளனியா?”

“இளனியானா பரவாயில்லை.”

அலுக்காரைக் கூப்பிட்டு மூன்று இளநீர் பறிக்க உத்தரவிட்டார்.

“முதலாளி! தப்பாக நினைக்கக் கூடாது, திவான் பேஸ்காரின் உத்தரவு”

“என்னா?”

“சொல்லத் தயக்கமாக இருக்கு”

“சொல்லத் தயங்காண்டாம், சொல்லுங்கோ”

“முதலாளியின் முகத்தைப் பார்த்து எப்படிச் சொல்ல முடியும்?”

“பரவாயில்ல, சொல்லுங்கோ”

“சொல்றேன். திவான் பேஸ்காரின் உத்தரவு! இங்கு ஒரு இங்கிலீஷ் பள்ளிக்கூடம் தொடங்கணும்”

“அவூது பில்லாஹ்! இங்கிலீஷ் பள்ளிக்கூடமா?” – முதலாளி நடுங்கி விழித்தபடியே இருந்து விட்டார். தலையில் இடி விழுந்தது போல் தோன்றியது. கண்முன்னால் ‘ஜகன்னம்’ என்ற நரகம், அங்கு பற்றி எரியும் நெருப்பு. அந்த நெருப்பைச் சாப்பிடும் பாம்புகளும் தேள்களும். படமெடுத்து நிற்கும் பாம்புகளும் அதன் விஷப்பற்களும். எங்கக் குழந்தையெல்லாம் இங்கிலீஷ் படிச்சு நரகத்துக்குப் போகவா?”

“மேலிடத்து உத்தரவு”

“இங்கிலீஷ் பள்ளிக்கூடம் வேண்டாம்”

“இடம் எடுக்க உத்தரவு வந்துட்டு.”

9

அகமது ஆசானின் சுக்குநீர்க் கடையின் முன்பக்கம் தான் அந்திக் கடை கூடுவது. சந்தையிலிருந்து பாரம் ஏற்றிவரும் உறுமியின் மாட்டுவண்டி அந்திக் கடையில் வந்ததும் மாடு தானே நின்றுவிடும். அதற்கு அப்புறம் தெற்குத் திசை நோக்கி அந்த வண்டியின் சக்கரம் உருளாது. மணல் பாங்கானதால் உறுமியின் எலும்பு உந்தி நிற்கும் புண்ணு பிடித்த காளைகளுக்கு மணலில் பாரம் இழுப்பதற்கான சக்தியில்லை. அதன் பீழை வெளிப்படும் கண்களிலிருந்து நீர் வடிந்து கொண்டிருக்கும். கழுத்தில் நீரடித்து வெடித்த புண்ணின் மேல் வண்டியின் நகம் உராய்ந்து இரத்தம் கசிந்து கொண்டிருக்கும்.

உறுமியின் காளை வண்டியில் தான் உஸன்பிள்ளை சந்தைப் பொருள்களை ஏற்றி அனுப்புவது. வாழைக்குலை, செங்கை வருக்கை, மாம்பழம், பலாப்பழம், அயினிப்பலா இப்படிப் பல பொருட்களும். அந்திக் கடையில் உஸன்பிள்ளை வண்டியை எதிர்பார்த்து நின்றார். ரோட்டில் உருண்டைக் கல்லில் சக்கரம் உராயும் ஓசை கேட்டது. மையிடாத உறுமியின் வண்டிச்சக்கரத்தின் கரகர ஓசை மிகத் தொலைவில் எழுந்தது. உஸன் பிள்ளை தோளில் கிடந்த துண்டை யெடுத்து மொட்டைத் தலையில் கட்டினார்.

வண்டி அந்திக் கடையை அடைந்தது. வண்டியிலிருந்து பொருட்களை உஸன்பிள்ளை இறக்கினார். பலாப்பழமும் மாம்பழமும் இருந்த பெட்டியைத் தலையில் தூக்கினார். வாழைக் குலையைக் கையில் தூக்கிப் பிடித்தார். தெற்கு நோக்கி நடந்தார்.

கடற்கரைக்குச் செல்லும் பாதையில்தான் உஸன்பிள்ளையின் கடை இருக்கிறது. புறம்போக்கு நிலத்தில் நாலு கால் நிறுத்தி அதன் மேல் ஊன்றிய சிறிய பெட்டிக் கடை. பழைய விலைக்கு வாங்கிக் காருவாக்கு ஒரு பணம் படகுக் கூலி கொடுத்துக் கொண்டு வந்தது.

எல்லாக் கடைகளும் திறப்பதற்கு முன் உஸன்பிள்ளை கடை திறந்துவிடுவார். எல்லாக் கடைகளும் அடைத்தபின்தான் உஸன் பிள்ளை கடை அடைப்பார். வெள்ளிக்கிழமை விடுமுறை. ஆனால், உஸன்பிள்ளை மட்டும்தான் கடை திறப்பார். நாலு முக்குள்ள ஒரு முறத்தில் சுக்காவும் பீடி இலையும் மடியில் வைத்துக் கொண்டு

உஸன்பிள்ளை பீடி சுற்றுவார். பீடியின் வாய் மடக்குவதற்காக வலது கைப் பெருவிரல் நகம் நீட்டி வளர்த்திருந்தார்.

உஸன்பிள்ளைக்குத் தூக்கம் மிகக் குறைவு. இரவு 12 மணிக்குக் கடை அடைப்பார். கையில் ராந்தல் விளக்கைத் தூக்கிக் கொண்டு மலம் கழிக்கக் கடற்கரை செல்வார். வீட்டிற்குத் திரும்பிவந்து அன்றைய விற்பனைத் தொகையை எண்ணி முடிக்கும்போது மணி ஒன்று ஆகிவிடும். பாயில் தலைசாய்க்கும்போது மணி இரண்டு. நாலுமணி ஆகும் முன் எழுந்து விடுவார்.

சுப்ஹுக்கு முன் கடை திறக்கப்பட்டுவிடும். அஸனார் லெப்பை சுப்ஹுக்குப் பாங்கு சொல்ல வரும் வழியில் பீடி வாங்குவார். சுப்ஹுத் தொழுகைக்குச் செல்வோரின் வியாபாரம் நடக்கும். அதிகாலையில் சாயாப் போடுவதற்குச் சீனிக்கோ தேயிலைக்கோ தட்டுப்பாடு ஏற்பட்டவர்கள் ஓடி வருவார்கள். நல்ல லாபம் வைத்து விற்க முடியும். ராத்தலுக்கு இரண்டு சக்கரம், மூன்று சக்கரம் என்று கூட்ட முடியும். பகல் வேளையில் யாரும் திரும்பிக் கூடப் பார்ப்பதில்லை. வேறு எங்காவது போய் வாங்குவார்கள். எந்தப் பொருளையெடுத்தாலும் இரண்டு சக்கரம், மூன்று சக்கரம் விலை கூடுதல். உஸன்பிள்ளையின் கொள்ளை லாபத்தை முன்னிட்டுப் பொது மக்கள் அவர் கடையை 'நியாய விலைக் கடை' என்று கிண்டலாக அழைத்தார்கள். பெண்கள் அர்க்கூஸ் கடை என்று அழைப்பார்கள். சொன்ன விலையில் ஒரு காசு கூடக் குறைத்து விற்பதில்லை. பொருட்களைத் திருப்பிக் கொடுத்தால் எடுப்பதில்லை. மக்கள் அனைவரும் பொறுமையிழந்தனர். கடை நிரவில் பொது மக்கள் கரியால் எழுதினர் – 'நியாய விலைக்கடை.'

வழக்கம்போல் சுப்ஹுக்கு முன் உஸன்பிள்ளை எழுந்து விளக்கு மாற்றை எடுத்தார். ஒரு வாளியில் தண்ணீர் எடுத்துக் கொண்டு வந்தார். ஒரு கையில் பற்றிய ராந்தல் விளக்கு இருந்ததால் விளக்கு மாற்றை அக்குளில் இடுக்கிக் கொண்டார். ஒரு தடவை உஸன்பிள்ளை வருவதை அசனார் லெப்பை பார்த்துக் கொண்டார்.

"எதுக்கு ஒஸன்பிள்ளெக்கண்ணே. வாருவலும் தண்ணியும்?"

உஸன்பிள்ளை வெட்கப்பட்டார். பதில் சொல்லத் தயங்கினார்.

"எதுக்கப்பா?"

"ஹராம் குட்டிகளின் தொல்லெ கூடிப் போச்சு?"

"என்ன விஷயம்?"

"எப்படிச் சொல்ல? கடைப் பூட்டிலெ அசிங்கப்படுத்தி வச்சிருப்பானுவ?"

"கழுகவா?"

"ஆமா!"

“யாரது?”

“இங்குள்ள ஹராம் குட்டிகள்?”

“தெனவும் இப்படித்தானா?”

“எண்ணெக்கும் சக்கிலியன் வேலெதான் எலப்பே.”

“ஒஸன்பிள்ளெக் கண்ணே, யாபாரம் கொஞ்சம் ஞாயமாட் டெல்லாம் செய்யணும்.”

“ஞாயக்கேடு என்ன?”

“எல்லாக் கடைகள்லெயும் ஏத்தம் பழம் ஒரு சக்கரம் ஒங்கக் கடையிலே நாலு சக்கரம்.”

“அதுக்குக் காரணமிருக்கு. மற்ற கடைகளிலே ஒரு குலை ஒரு நாள்ளே விக்கும். எங்கடையிலே விக்கப் பத்துப் பதினஞ்சு நாளாகும். முக்காலும் அழுவும். அழுவும் பழத்துக்க வெலையும் கூடக் கூட்டிப் பாருங்கோ?”

விலை கூடுவதற்கான காரணத்தை விளக்கினார்.

உஸன்பிள்ளை, கடை நிரவிலுள்ள பூட்டில் தண்ணீர் விட்டு விளக்குமாறு கொண்டு தேய்த்துத் துப்புரவு செய்தார். கடையைத் திறந்து ராந்தல் விளக்கை மாட்டினார். பத்தி கொளுத்தினார். அழுகிய ஒரு பழக்குலையை வெளியிலுள்ள ஒரு கயிற்றில் மாட்டி னார். கெட்டுப் போன பழங்கள் பெட்டியின்மேல் அடர்ந்து விழுந்தன. காம்பிப் போன முறுக்கை கயிற்றில் கோர்த்து மாட்டினார்.

பீடி பற்றுவதற்கான கயிறைப் பற்ற வைத்துத் துருப்பிடித்த டப்பாவிற்குள் போட்டார். ஒரு பீடி பற்ற வைத்து உதட்டின் குளிரைப் போக்கினார். பீடி முறத்தை மடியில் வைத்து இலை வெட்டத் தொடங்கினார்.

ஒரு கிழவி அவசரத்துடன் வேகமாக ஓடி வந்தாள். நூல் கொண்டு காதோடு கட்டிய கண்ணாடியினூடே உஸன்பிள்ளை கிழவியைப் பார்த்தார் “என்ன வேணும்?”

“இஞ்சியிருக்கா உஸன் பிள்ளை?”

“இருக்கு, என்ன விஷயம். சுப்ஹுக்கே வந்திருக்கியோ?”

“மொவளுக்கு வயத்திலே வேதனை. கெடந்து துடிக்கா! எட்டு காய்க்கு இஞ்சி தா, சீக்கிரம் தா!

“இஞ்சித் தட்டுப்பாடான நேரம்” என்று கூறிக் கொண்டே உஸன்பிள்ளை அங்கும் இங்கும் தடவி ஒரு பழைய பெட்டியை எடுத்து அதிலிருந்து ஒரு சிறிய துண்டை ஒடித்துக் கொடுத்தார். கிழவி இஞ்சியை வாங்கிப் பார்த்து மூக்கில் விரலை வைத்தாள். இது எட்டுக்காயா?

“சந்தையிலெ இஞ்சியே கிடையாது.”

கிழவி முனங்கிக் கொண்டே நடந்தாள். கொஞ்சம் போனதும் திரும்பி நின்று திட்டினாள். "ஒன் கை ஒடிஞ்சு கழுத்தோட கெட்டட்டு. இந்த அநியாயம் செய்யாதே"

அசனார் லெப்பை சுப்ஹு தொழுது விட்டுத் திரும்பி வரும்போது உஸன்பிள்ளையின் நியாயவிலைக் கடைக்கு வந்து கொஞ்ச நேரம் ஊர்க் காரியங்கள் பேசிக் கொண்டிருப்பார்.

"உஸன்பிள்ளைக் கண்ணே! பூட்டிலே அசிங்கப்படுத்துவது யார் தெரியுமா?"

"தெரியாது லெப்பே"

"பரவாயில்லை! ஒரு சிறிய முட்டை மந்திரம் செய்யணும்"

"ஆள் தெரியாம எப்படிச் செய்ய முடியும்?"

"அதுக்கு வழியிருக்கு. ராத்திரி கடப்புறத்திலே காத்திருக்கணும். யாரெல்லாம் அங்கே மலம் கழிக்க வாரான்னு பார்க்கணும். ஓரோருத்தரும் திரும்பிப் போற வழியைக் கவனிக்கணும். ஒன் கடைக்கி நேரே எவன் போறானோ, அவனெத் தொடர்ந்து போ. அப்போ ஆளெக்கண்டு பிடிக்கலாம். பிறகு எங்கிட்டே சொல்லு. முட்டையிலே மந்திரம் செய்து தாரேன். அவன் வீட்டுக்கன்னி மூலையிலே கொண்டு வைக்கணும். பேதி போகாம வயிறு ஊதும்."

"வயிறு ஊதி ...?"

"வயிறு ஊதி, ஊதி ... நடக்க முடியாத நிலை வரும்"

"மரிப்பானா?"

"மரிப்பான். ஆனால் அது பாவம் இல்லியா? அதனாலே அந்த முட்டையிட்ட கோழியைப் புடிச்சி மந்திரம் செய்தால் வயிறு வத்தும்.

"பெருத்த செலவுண்டா?!

"நாலஞ்சு ரூவா செலவாகும்."

"அல்லோ!... நாலஞ்சு ரூவாயா?...

"பின்னச் சும்மாவா?"

"அவனுவோ அசிங்கப் படுத்தினா படுத்தட்டு. கழுவுத வேலதானே? பரவாயில்லே, நான் தினமும் கழுவிக்கிடுதேன்."

அசனார் லெப்பை தளர்ந்து போய் நின்றார். திடீரென்று ஒரு ஆலோசனை தோன்றியது.

"உஸன்பிள்ளெக்கண்ணுக்கு ஆனதினாலே கொஞ்ச ரூவா தந்தா போதும்."

"எவ்வளவு?"

"மூணு"

"முடியாது"

"ஒண்ணு ?"

"முடியாது"

"ஏழு சக்கரம் ?"

"முடியாது"

"நாலு சக்கரம் ?"

"அவ்வளவு வேணுமா ?"

"பின்ன வேண்டாமா? வயிறு ஊதாண்டாமா ?"

"வயிறு ஊதுமா ?"

"ஊதல்லேண்ணா நான் ஊத வச்சுத் தாரேன்"

"இன்னு ராவே நான் ஆளெக்கண்டு பிடிக்கேன்"

"பின்னொரு விஷயம்"

"என்ன லெப்பே ?"

"தெரியுமா ?"

"தெரியாது"

"கியாம நாளு அடுத்தாச்சு"

"என்ன ?"

"துன்யா முடியப் போவுது. இன்னு முதல் தொழுதுக்கோ ?"

"விஷயம் என்ன லெப்பே ?"

"ஒரு பீடி எடு"

லெப்பை ஒரு பீடி பற்ற வைத்தார்.

"கியாம நாளுக்குள்ள அறிகுறிகள் என்ன தெரியுமா ?"

"தெரியாது"

"காபிரு நாட்டை ஆளுதது, முதலாளியை எதுப்பது, இங்கிலீஷ் படிக்கது, கிராப்பு வெட்டது."

"இங்கிலீசா ?"

"பின்னெ அல்லாதே, இங்கிலீஸ் பள்ளிக்கூடம் வரப்போவுது"

"எங்கே ?"

"இங்கே"

"தொலைஞ்சிது"

"அதான் சொன்னேன். கியாம நாள் அடுத்ததுண்ணு"

"அப்போ, நம்ம புள்ளெயெல்லாம் காபிர் ஆகவா ?"

"ஆமா, காபிராத்தான் மரிப்பானுவோ. அல்லாஹ்வுக்கக் கலாத்தே ஓத மாட்டானுவோ. கால்சுறாயும் போட்டுட்டு வாட்டு பூட்டுண்ணு சொல்லி நடப்பானுவோ!

"சோறுக்கு இங்கிலீசிலே எப்படி லெப்பே?"

"தெரியாதா? ரூர் தமிழிலே சோர், இங்கிலீசிலே ரூர். அஸ்ஸலாமு அலைக்கும்ணு சொல்லுதுக்குக் குருட்டு மணிண்ணு சொல்லு வானுவோ"

"அப்படிண்ணா?"

"அவன் உம்மாக்கத் தாலி"

உஸன்பிள்ளை வெற்றிலைக்கறை பிடித்த பல்லைக் காட்டிச் சிரித்தார்.

"பள்ளிக்கூடம் வைக்கட்டு" லெப்பை பல்லைக் கடித்தார்.

"தீ வைக்கணும்"

"படிச்சுக் குடுக்க ஒருவன் காலுசுறா போட்டு வருவான்லியா? நான் அவனெப் பாத்துக்கிடேன்! ஒரு முட்டை போதும்! அவன் வயிறு ஊதி, நாக்குக் குளறிச் சாவான்"

"செய்யணும். நம்ம காபிறாக்குவோன சும்மா விடக்கூடாது. ஷஹீதுக்கக் கூலி கிடைக்கும், அவனெக் கொண்ணா"

"எல்லாம் காபிருக்க வேலெ. காபிர் செய்யதுக்கு எதிராத்தான் செய்யணும். அதுதான் முஸ்லிமுக்கு அடையாளம்."

"சரிதான்."

"ஒரு பீடி தா."

உஸன்பிள்ளை ஒரு பீடி கொடுத்தார். அசனார் லெப்பை பீடி பற்ற வைத்துக் கொண்டு நடந்தார்.

அன்று இரவு உஸன்பிள்ளை சீக்கிரமாகக் கடையைப் பூட்டினார். அதனைக் கண்டு ஊர் மக்கள் ஆச்சரியப்பட்டனர். நேரே கடற்கரை சென்றார். ராந்தலின் திரியைத் தாழ்த்தினார். தென்னை மர மூடொன்றில் மறைந்து உட்கார்ந்தார்.

அங்கு மலம் கழிக்க வந்தவர்களைக் கவனித்தார். அவர்கள் திரும்பிச் செல்லும் வழியையும் கவனித்தார்.

கோங்கண்ணன் சுல்தான் கடற்கரைக்கு ஓடி வருவதைக் கண்டார். சுல்தானைக் கண்டதும் உஸன் பிள்ளைக்குச் சந்தேகம் தோன்றியது "இவனாகவும் இருக்கலாம்."

பள்ளிப்பிடாகையில் சாலிக்கக் கத்தச்சோற்றுக்குப் போயிருந்த போது ஒரு ஸஹனில் கோங்கண்ணன் சுல்தானும் பீத்தக்குடல் பீரும் தம்மு மம்மூனும் உஸன்பிள்ளையும் சேர்ந்து உட்கார்ந்ததும் சோறு கொண்டு வைத்ததும் தம்மு மம்மூனு சோறைவாரித் துணியில் கட்டினான். இரண்டாவது சோறு வைத்ததும் பீத்தக்குடல் வாரிக்

கட்டினான். மூன்றாவது கொண்டு வைத்ததைக் கோங்கண்ணன் சுல்தான் வாரினான். உஸன்பிள்ளை விடவில்லை. சாப்பிடுலேண்ணு சொல்லி சண்டை போட்டார். அவரைப் பார்த்துக்கிடுவாண்ணு சொன்னான் சுல்தான்.

"அந்த வாசி தீர்ப்பதா இருக்குமா?"

ஒரு தடவை ஓசி பீடி கேட்டான். உஸன்பிள்ளை கொடுக்கல்லே. அப்பவும் அவரைப் பார்த்துக்கிடுவாண்ணு சொன்னான்.

"அந்தப் பழியைத் தீர்ப்பதாக இருக்குமோ?"

"இருக்கலாம்!"

கோங்கண்ணன் சுல்தான் கடற்கரையிலிருந்து திரும்பிச் செல்லும் வழியைக் கவனித்தார்.

வடக்கேதான் போறான். ராந்தலின் திரியை அணைத்துவிட்டு பின்னாலேயே நடந்தார்.

சுல்தானின் கையில் ஒரு கம்பு இருப்பதையும் அந்தக் கம்பின் நோக்கமும் உஸன்பிள்ளைக்குப் புரிந்தது.

உஸன்பிள்ளையின் கடைப் பூட்டில் சுல்தான் கம்பால் தேய்ப் பதைச் உஸன்பிள்ளை விலகி நின்று பார்த்தார். ஒன்றும் பேசவில்லை. கோங்கண்ணன் சுல்தான் ஒன்றும் தெரியாதது போல நடந்தான்.

"இன்னக்கு நடந்து போ! நாளெக்கு வயிறு ஊதி ஒறங்கு வா" – உஸன்பிள்ளை மனதுக்குள் சிந்தித்துக் கொண்டார். உள்ளுக்குள் ஆனந்தம்!

ஒரு முட்டையைக் கையில் வைத்துக் கொண்டு சுபுஹுக்குப் பாங்கு சொல்ல வரும் அசனார் லெப்பையை எதிர்பார்த்து உஸன் பிள்ளை கடையின் முன்னால் தூங்காமல் நின்றார். அன்று அசனார் லெப்பை வாங்கிய பீடியின் எண்ணிக்கையை விரல் மடக்கி எண்ணிக் கொண்டார்.

10

நீலவானம். ஆங்காங்கே துண்டு மேகங்கள். மேகங்களுக்குள் முகத்தை மறைத்துக் கொண்டு கிடக்கும் அந்திக் கதிரவன். அந்தி மயங்கிய ஆத்திரத்தில் கூடுகளைத் தேடி பறந்து செல்லும் பறவைக் கூட்டங்கள். சூடு அடங்கிய கடலோரத்தில் வட்டமாகக் கூடியிருந்து மீன் வலை பின்னும் மீனவர்கள். அவர்களின் பழைய நாட்டுப் பாடல்கள். அந்தப்பாடலின் ராகத்தில் அந்திக்காற்றின் குளிர்ச்சியில் அலை அசையாமல் காது கொடுத்துக் கேட்டுக் கிடக்கும் வலியாறு. அதன் பரந்த மார்பினூடே ஒரு புல்லரிப்புப் போல் செல்லும் மம்மதின் படகு.

ஆற்றோரங்களில் நிற்கும் தென்னையின் தலைகளில் மேகங்களின் இடுக்கு வழியாகக் கடந்து வெளிப்பட்ட பொன்கதிர்களின் புன்னகை. அந்தப் புன்னகையின் அழகில், அதன் போதையில் எல்லாம் மறந்து கிடக்கும் அரபிக் கடல்.

கடற்கரையின் நாடித்துடிப்புகளான மீனவக் குடில்களுக்கு முன் நாய்களும் பன்றிகளும் மோப்பம் பிடித்து நடந்தன. கட்டுமரங் களும் மீன்படகுகளும் கரையேற்றப்பட்டிருந்தன. ஒரு வார காலமாக மீன் பிடிப்பில்லை. மீன்பிடிப்பில்லாத வறுமை அந்தக் குடில்களின் முகங்களில் கரும்புள்ளிகளை உண்டு பண்ணியது. அந்தக் குடில்களின் உயிர்த்துடிப்புகள் பசியெடுத்து அழுதன. தாய்மார்களின் ஏச்சும் பேச்சும் கடற்கரையில் காற்றில் மிதந்தன. ஆங்காங்கே நிர்வாணத்தோடு குழந்தைகள் தளர்ந்து கிடந்தனர். அவர்களது கண்களில் கட்டுப்பட்டு நின்ற கூழையைச் சுற்றியும் உடம்பிலிருந்த புண்களைச் சுற்றியும் ஈக்கள் பறந்தன.

மஹ்மூது ஒவ்வொரு குடில்களிலும் சென்று கேட்டார்.

“சுறாப்பீலியிருக்கா ?”

“இல்லை” எங்கும் ஒரே பதில்.

நேரம் புலர்ந்ததும் மஹ்மூது காலிச் சாக்கை அக்குளில் இடுக்கிக் கொண்டு இறங்கி நடந்தார். ஒவ்வொரு குடிலாக ஏறி இறங்கினார். ஒரு ராத்தல் சுறா இறக்கை கூடக்கிடைக்கவில்லை. வியாபாரம் முடங்கி ஒருவார காலமாகிறது. வியாபாரம் முடங்கியதன் காரணமாக வீட்டில் வறுமையின் பற்கள் நீண்டன. பட்டினியின் பற்களுக்கு இடையில் விலா எலும்புகள் மாட்டிக் கொண்டு துடிக்கும் குடும்பம்.

ஆதாயமில்லாத ஒன்றிரண்டு நம்பர் குடும்பவகைத் தோப்புகள். மகளைத் திருமணம் செய்து கொடுக்க அது மட்டும்தான் சொத்தாக இருக்கிறது. மேற்கூரையை முட்டி நிற்கும் மூத்த பெண்மகள்.

குளிர்காற்று கொண்ட போதிலும் மஹ்மூதுக்கு வியர்த்தது, நடந்த களைப்பாக இருக்கலாம். அக்குளிலிருந்த சாக்கைத் தரையிலிட்டார். தூக்கிக் கட்டியிருந்த வேஷ்டியை அவிழ்த்து விட்டு சீனிமணலில் உட்கார்ந்தார். கரையில் தலையை முட்டி சிதறும் அலைகள் அதன் வாயிலிருந்து நுரையும் பதையும் பொந்திலிருந்து பொந்துக்குக் குதித்தோடி மறையும் நண்டுகள் உடம்பை மூடி மறைத்துக் கொண்டு கனியாத கடற்பரப்பைப் பார்த்து நிற்கும் மீனவர்களின் வாடிய வதனங்கள் கள்ளுக்காகத் தாகம் கொண்டு காய்ந்து போன உதடுகளை நாக்கினால் நக்கி நனைக்க முயன்றனர்.

ஏராளம் மீன் கிடைக்கும் காலமிது! இருந்தும் ஏன் இந்த நிலை? காற்றில் மீனின் மணம், குளிர், கடலின் சாந்தம். மீன் கிடைப்பதற்குள்ள எல்லா அறிகுறிகளும் தென்படுகின்றன. இருந்தாலும் ஆழ்கடல் சென்று வலைபோட்டால் ஒரு சிறு மீன் கூடக் கிடைப்பதில்லை. மஹ்மூது எவ்வளவோ சிந்தனை செய்தும் ஒரு பிடிப்பும் கிடைக்கவில்லை. சில வேளை முதலாளி வஞ்சம் தீர்க்கச் செய்த வேலையாக இருக்குமோ? மகன் செத்தாலும் மருமகள் தாலி அறுக்க வேண்டும் என்று நினைப்பவர் முதலாளி. தன் மேலுள்ள பகையால் கடலை நம்பி வாழும் தன் குடும்பத்தை முழுப் பட்டினி போடத் தங்ஙளைக் கொண்டு கடல் கட்டியிருப்பாரோ, தங்ஙள் அதைச் செய்வாரா? செய்வாரானால் மனிதாபிமானத்தை மதித்தவராக இருப்பாரா? மனிதத் தன்மையின் மகத்துவத்தை மானபங்கம் செய்தவராக மாட்டாரா? ஒருவர் மேலுள்ள பகையைத் தீர்க்க எவ்வளவோ குடும்பத்தைப் பட்டினி போட்டு, பிஞ்சுவயிறுகளைக் காய வைத்து, குருத்து முகங்களைத் தளர வைத்து, அவர் மனிதனின் விலை மதிக்காத் தன்மையைக் காலின் கீழ் போட்டு மிதித்த பெரும் பாவியாக மாட்டாரோ? இந்தப் பாவம் தங்ஙள் செய்வாரா?

கருக்கலின் கரு நாவுகள் அந்தியின் சிவந்த கன்னத்தை நக்கத் தொடங்கியபோது மஹ்மூது வீட்டைப்பற்றி நினைத்தார்.

வாய் உடைந்து போன புட்டியில் மண்ணெண்ணெய் இருக்காது. இருளின் எலிக்கால்கள் வீட்டுக்குள் செம்மண் தரையைக் கிளறத் தொடங்கும். மஹ்மூது எழுந்து நடந்தார்.

வீட்டு முற்றத்தில் இருள் படர்ந்திருந்தது.

முற்றத்தில் நின்று கொண்டு மஹ்மூது காலிச்சாக்கை வீட்டிற்குள் எறிந்தார்.

"குப்பியை எடு, இங்க."

மனைவி புட்டியை எடுத்துக் கொடுத்தாள்.

"அசருக்கு மோதினார் வந்திருந்தாரு. முதலாளி வூட்டுக்குப் போவணுமாம்."

கணவர் வெடித்துச்சீறுவார் என்று எதிர்பார்த்தாள். வெடித்துச் சீறவில்லை. மனைவியைக் கொடூரமாகப் பார்க்கவுமில்லை. முனங்கிக் கேட்டுக்கொண்டு புட்டியுடன் நடந்தார்.

இருள் படர்ந்த இடைவெளி. உஸன்பிள்ளையின் கடைதான் பக்கத்திலிருக்கிறது. கொஞ்சம் நடந்தால் வேறு கடைகள் உண்டு. கொஞ்சம் மலிவாகக் கிடைக்கும். அவ்வளவு தூரம் நடக்க முடியாது. உஸன்பிள்ளையின் கடையிலிருந்து மண்ணெண்ணெய் வாங்கலாம். பிறகு முதலாளி கூப்பிட்டது எதற்கென்று கேட்கலாம். கடல் கட்டியது அவர்தானா என்று அவர் பேச்சிலிருந்து புரிந்து கொள்ள முடியும். அவராகத்தானிருப்பார். தன் மேலுள்ள கோபத்தைத் தீர்ப்பதாக இருக்கக் கூடாதா? அப்படியானால் இவ்வளவு குடும்பங் களையும் வறுமையின் எச்சில் தொட்டியில் எடுத்து எறிந்திருக்க வேண்டுமா? இவ்வளவு கொடூரமா?

கண்ணாடியில் கரிபடிந்து முனகி எரியும் ராந்தல் விளக்கின் கஞ்சத்தனமான ஒளியில் உஸன்பிள்ளை பீடி சுற்றிக்கொண்டிருந்தார். மஹ்மூதைக் கண்டதும் தலையை உயர்த்தினார். நூலைக் கொண்டு காதோடு சேர்த்துக் கட்டிய மூக்குக் கண்ணாடியின் வழியே மஹ்மூதைப் பார்த்தார்.

"எட்டு காசுக்கு மண்ணெண்ணெய்"

"யுத்த காலமானதுனாலே மண்ணெண்ணெய்க்கு ரொம்பத் தட்டுப்பாடு" துருப்பிடித்த ஒரு டப்பாவிலிருந்து இரண்டு துடம் மண்ணெண்ணெய் ஊற்றினார்.

"தெரியுமா?" – உஸன்பிள்ளை கேட்டார்.

"தெரியாது"

"கியாம நாள் அடுத்தாச்சு"

"தெரியல்லியே"

"சூரியன் எங்கே உதிக்குது?"

"கிழக்கே"

"இல்ல"

"பிறகு?"

"மேக்க, இப்பம் மேக்கத்தான் சூரியன் உதிக்குது."

"உஸன்பிள்ளைக்கா என்ன சொல்லியோ?

"உஸன்பிள்ளைக்குப் பைத்தியமில்ல. உண்மைதான் சொல்லேன். இங்க இங்கிலீசுப்பள்ளிக் கூடம் வரப் போவுது தெரியுமா?"

"தெரியாது."

"அப்படின்னா தெரிஞ்சுக்கோ."

"இங்கிலீசு பள்ளிக்கூடம் வந்தா என்ன? வரட்டுமே."

"உனக்குத் தலைக்கு வட்டா? வந்தா என்னான்னா?" வந்தா புள்ளைகளெல்லாம் காபிரா மரிக்கும்."

'அப்படி மரிச்சாலும் பரவாயில்லை. பள்ளிக்கூடம் வந்து புள்ளியோ ரெண்டு எழுத்து படிக்கட்டு. நம்மளெல்லாம் குருடன். அவங்க கண்ணாவது தொறக்கட்டு'

உனக்கு நல்ல பைத்தியம் புடிச்சிருக்கு, தப்பளம் வைக்கணும்."

எனக்கு இப்பப் பைத்தியம்தான். மஹ்மூது பேசிக்கொண்டு நிற்காமல் நடந்தார். மண்ணெண்ணெய் புட்டியை மனைவியின் கையில் கொடுத்துவிட்டு மீண்டும் தெருவில் இறங்கினார்.

"எங்க போறீங்கோ"

"அவரு கூப்பிட்டாருல்லா, போய் கேக்கட்டும்."

"அவரு என்னவாவது சொன்னா, நீங்க ஒண்ணும் சொல்லா தீங்கோ" மனைவி உபதேசம் செய்தாள்.

"அத நான் முடிவு செய்யலாம்"

கும்மிருட்டு! இருளின் பயங்கர முகத்தைப் பார்த்தார். மனதில் பல கேள்விகள் உயர்ந்தன. நான் கோழையா, முதலாளியைப் பார்க்கச் செல்வது கோழைத்தனமா, போகாவிட்டால் அவர் என்ன செய்வார்? என்னவும் செய்வார்.

அதை எதிர்ப்பதற்கான சக்தி இருக்கிறதா, இந்தப் போக்கு கோழைத்தனமான போக்கா? இல்லை! ஒரு போதும் இல்லை!

அவர் என்ன சொல்கிறார் என்று கேட்போம். எதிர்ப்பைத் தெரியப்படுத்த வேண்டியதானால் அவர் இருப்பிடத்தில் அவர் முகத்தைப் பார்த்து எதிர்க்க வேண்டும்.

மனம் திறந்து, மனதில் தோன்றியதைச் சொல்ல வேண்டும். அவர் செய்வதைச் செய்யட்டும் எதிர்த்து நின்று இறப்போம். அநீதிக்கு எதிராகப் போராடிப் போராடி இறப்போம். மனிதாபிமானத்திற்கு எதிரான நீசச்செயல்களுக்கு எதிரே குரல் கொடுத்து இறப்போம். அப்படி இறந்தவர்களின் பெயர்கள்தான் மகான்கள்.

மஹ்மூது வடக்கு வீட்டு வாசலையடைந்தார். வீட்டிற்குள் நான்கு மூலையிலும் பதினாலாம் நம்பர் விளக்கு எரிந்து கொண்டிருந்தது. கண்ணாடித்திண்ணையில் தூக்கு விளக்கு எரிந்து கொண்டிருந்தது.

சாய்வு நாற்காலியில் வடக்கு வீட்டு அகமதுக்கண்ணு முதலாளி காலாட்டிக் கொண்டிருந்தார். தங்கள் தங்கும் அறையின் முன் மக்கள் கூட்டம் குறையவில்லை. கணக்கர் அவுக்காரு முதலாளி இருக்கும் சாய்வுநாற்காலியின் அருகில், வழக்கமான இடத்தில், தூணோடு சாய்ந்திருந்தார். முதலாளி ஒரு காலை மிதியடியிலும் அடுத்த காலை நாற்காலியின் காலிலும் தூக்கி வைத்திருந்தார். பரீது நாற்காலியின் பின் பக்கம் நின்று காற்று கொள்ளும்படியாக வீசிக் கொண்டிருந்தான்.

"யாரது?" – முதலாளி வாசல் பக்கமாகத் திரும்பிக் கேட்டார்.

“நாந்தான்”

“பேரில்லையா?”

“மஹ்மூது”

“நீயா? இப்பத்தான் வடக்கு வூட்டுக்குள்ள வழி தெரிஞ்சுதா?”

“முன்னத்தெரிய வேண்டிய தேவையில்லை”

“இப்ப தெரிஞ்சுதா”

“தெரிஞ்சுது”

“மூணு, நாலு தடவை ஆள் அனுப்பியும் ஏன் வரல்ல?”

“நேரமில்ல”

“இன்னைக்கும் நேரமில்லேன்னா வரமாட்ட?”

“வரமாட்டேன்”

“மஹ்மூது இஞ்சப் பாரு! இந்தச் சுற்று வட்டாரத்துல. எம் முகத்தைப் பாத்து இந்த மாதிரி உன்னைத் தவிர யாரும் பேசினதில்ல”

“அவங்கெல்லாம் பின்னாலே நிண்ணு பேசறவங்க”

“நீ என்னெ எல்லா வகையிலும் எதுக்க?”

“நான் உண்மையைத் திறந்து பேசுவேன்”

“நீ என்னெ மறுத்துப் பேசா”

“ஆண்டவனுக்க ஆணையைக் கூட சில பேரு மறுக்காங்கல்லியா”

“உங்கிட்டே அதிகம் பேசல்லே”

“வேண்டாம். கூப்பிட்டது எதுக்குண்ணு சொன்னா போதும்”

“ஒரே பேச்சுலே முடிச்சுடுறேன்”

“சரி”

“நீ அபராதம் கட்டணும். நீ என்னெ எதுக்கே! எனக்க உத்தரவுகளை மறுக்கிறே. நீ இந்த ஊரிலே சேர்ந்திருக்க விருப்பம் உண்டானா, உன் ஊட்டுலே அவசரங்களுக்குப் பள்ளியிலேயுள்ள கத்தீபும் லெப்பையும் வேணுமின்னா, ஊர்க்காரங்க வந்து கூடணு மின்னா, உன் பேருல உள்ள சர்வே 2319.30 செண்ட் தோப்பை மண்ணடங்க, மரமடங்க, சூரியனும் சந்திரனும் உள்ள காலம் வரை, அனுபவிக்க என் பேருக்குப் பத்திரம் எழுதணும். நாளை நேரம் புலர்ந்ததும் கச்சேரிக்குப் போய்ப் பத்திரம் எழுதிட்டுப் பத்திரத்தே என் கைல கொண்டு தரணும்.

மஹ்மூது ஒன்றும் பேசவில்லை.

“என்னா, ஒண்ணும் பேசல்ல. ஆமாண்ணு சொல்லு” கணக்கன் அவுக்காரு ஊக்குவித்தான்.

“சீ! போடா, காலு நக்கிக் கழுதை! எனக்க வாப்பா வேர்வை சிந்திச் சம்பாதிச்ச சொத்து அது. சாய்வு நாற்காலியில் கிடந்து

காலாட்டிச் சம்பாதிச்சதில்ல. என் தோப்பு வேணுமானா ஆயிரத்து ஒண்ணு பிரிட்டிஷ் பணம் எண்ணி வைக்கணும்.'

"மஹ்மூதே! வடக்கு வீட்டு நடு முற்றத்துல நிண்ணாக்கும் நீ பேசுற, ஞாபகம் வேணும். திவான் பேஷ்காரு வந்தாலும் இங்கக் கை கட்டிதான் நிப்பாரு."

சத்தம் கேட்டு தங்ஙள் அறையிலிருந்து வெளியே வந்தார். அரைக் கை பனியனும், கட்டம் போட்ட லுங்கியும், பச்சை நிற வாறும்.

"என்ன இங்கே?"

"ஒண்ணுமில்ல தங்ஙளே" முதலாளி நாணமுற்றார்.

முதலாளியை எதிர்க்கிற ஒருவன் இந்த ஊரில் இருக்கிறான் என்பது தங்ஙளுக்குத் தெரிந்தால் மானக்கேடல்லவா!

"உரக்கப் பேசிக் கேட்டதே"

"நாங்க சும்மா பேசினோம்"

தங்ஙள் உள்ளே போனார்.

"நீ தோப்ப எழுதி வைக்க மாட்டாயா?"

"முடியாது"

"உன் வீட்டுல அவசரம் வரும்போது பார்ப்போம்."

"என் வீட்டுல அவசரம் எடுக்க உம்ம உத்தரவு தேவையில்ல."

"மஹ்மூதே!" கணக்கன் எச்சரித்தான்.

கூடி நின்றவர்களெல்லாம் சத்தம் கேட்டுத் திரும்பிப் பார்த்தனர்.

மஹ்மூது இறங்கி நடந்தார்.

கும்மிருட்டில் கையை ஓங்கி இடித்தார். பார்ப்போம்! அபராதம்! என் தகப்பன் வேர்வை சிந்தி உண்டாக்கியதை அவன் பேரில எழுதிக் கொடுக்க வேண்டுமாம். அதன் வருமானத்தை எடுத்து அவன் சாய்வு நாற்காலியில் சாய்ந்து கிடந்து காலாட்டிச் சாப்பிடுவான். நாங்கள் பட்டினி கிடந்து அணுவணுவாகச் சாக வேண்டுமாம். பள்ளி வாசலை ஆளக்கூடியவரின் நீதி!

வேடனின் கையில் குருவிக் குஞ்சு!

வேடனின் கையிலிருந்து அந்தக் குருவிக் குஞ்சைக் காப்பாற்ற வேண்டும். அவன் கொஞ்சுவது அதன் கழுத்தைத் திருகுவதற்கு, அவன் சிரிப்பது, அந்த வெற்றிலைக்கறை படிந்த பல்லுகளுக்கிடையில் போட்டு அந்தக் குருத்தெலும்புகளைக் கடிப்பதற்கு.

பள்ளிக்கூடம் வரவேண்டும். ஒரு புதிய தலைமுறை உருவாக வேண்டும். பள்ளிக்கூடம் வந்தால்தான் மனிதனை மனிதனுக்குப் புரிய முடியும்.

இங்கு ஒரு பள்ளிக்கூடம் உயர்ந்தாக வேண்டும். மஹ்மூது இருளைக் கிழித்துக் கொண்டு வீறோடு நடந்தார்.

11

குளிர்ந்த இரவு. குளிர்ந்த காற்று. பிந்தி உதித்த சந்திரன். தென்னை ஓலைகளினூடே உதித்த வெள்ளி நாணயங்கள் விழுந்து கிடக்கும் முற்றம். நூஹு பாத்தும்மாவுக்குக் கொஞ்சம் கூடத் தூக்கம் வரவில்லை. படுக்கையில் அங்கு மிங்கும் உருண்டும் புரண்டும் கிடந்தாள். பகலில் சமையல் செய்த களைப்பிருந்தாலும் தூக்கம் கண்களிலிருந்து அகன்று நின்றது. அவள் படுக்கையை விட்டு எழுந்து அடைந்து கிடந்த ஜன்னல் கதவைத் திறந்தாள். மரத்தறியில் கட்டப்பட்டிருந்த நேர்ச்சைக் கிடாயின் மொச்சை மூக்கைத் துளைக்க மூக்கைப் பொத்தினாள். ஜன்னலை மூட முயன்றாள். மூடவில்லை. அதன் மொச்சை மீண்டும் மூக்கைத் துளைத்தபோது ஆனந்தமாக இருந்தது. அதன் இருண்ட நிறத்திற்கு இணக்கமான வெள்ளைப் புள்ளிகளைக் கொஞ்ச நேரம் நினைத்துப் பார்த்தாள். அதன் இரத்த ஓட்டம் மிகுந்த பருவத்தை நினைத்துப் பார்த்தாள். அவள் கல்யாணத்தின் முந்திய இரவின் நினைவில் லயித்தாள்.

அதுவும் ஒரு நிலா நிலவிய இரவு. இருண்ட இரவை நிலாவின் வெண்ணிற ஆடையை உடுத்தி அழகுபடுத்துவது எதற்காக? அந்த இரவின் லாவண்யத்தில் விடியப் போகும் இரவைச் சபித்தாள். பகல் விடியாமல் அடுத்த இரவை எட்டிப் பிடிக்க மனத்தின் கரங்கள் நீண்டன. கரத்திற்கு எட்டாத அந்த இரவின் குறுக்கே நீண்டு கிடக்கும் ஒரு பகலை மனதால் வெறுத்தாள்.

இருண்ட மேகம் வந்து மூடாத இரவாக இருக்க வேண்டும் நாளைய இரவு என்று விரும்பினாள். மணவறையின் வடக்குப் புறமுள்ள ஜன்னலைத் திறந்தால் முற்றம் தெரியும். அந்த முற்றத்தில் விழுந்து கிடக்கும் நிலவு ஜரிகையின் இடையே நிலவின் அழகை ஏந்திக்குடிக்கும் சுருமாக் கண்கள். தங்கக் காப்பணிந்த கரங்களில் அனுபவப்படும் ஸ்பரிச சுகத்தின் புல்லரிப்புகள். முகத்திலிருந்து ஜரிகையை எடுத்து நீக்கும்போது அனுபவிக்கப் போகும் சுவர்க்க சுகம்.

நிலவை வெட்கப்படுத்தும் அவர் சிரிப்பின் மயக்கத்தில் ததும்பும் மனத்தைக் கட்டுப்படுத்த முடிவு செய்தாள். வாசலை அடைக்கும் ஓசை கேட்டது. முகம் குனிந்தாள். அவர் கட்டிலில் வந்து இருந்திருப்பார். பக்கத்தில் வந்து தன் கைகளைப் பிடித்துக் கொண்டு கட்டிலில்

இருத்தட்டுமே? அவள் எதிர்பார்த்திருந்தாள். கண்கள் முற்றத்தில் சிந்திக்கிடக்கும் பாலில் பதிந்திருந்தது. திரும்பிப்பார்க்கவில்லை.

"என் நாடியை உயர்த்தி என் கண்களில் பார்த்தால் தான் நான் பார்ப்பேன்." வினாடிகள் கடந்தன. நிமிடங்கள் நடந்தன.

கட்டிலிலிருந்து குறட்டையொலி எழுந்தது. ஜரிகையிட்ட தாவணியினூடே திரும்பிப் பார்த்தாள். அவர் கட்டிலில் மல்லாந்து படுத்திருப்பது தெரிந்தது. தலைகுனிந்தாள்.

இதயத்துக்குள் மலர்ந்து மணம் பரப்பிய புதுப்பூக்களை யாரோ கிள்ளியெடுப்பதாகத் தெரிந்தது. மிதிபட்டு சிதைவதாகத் தோன்றியது. நிலவின் அழகு எங்கோ போய் மறைவதாகத் தோன்றியது. இந்த நிலவு இந்த இரவுக்காக உதித்திருக்க வேண்டாமென்று கருதினாள். இந்த நிலவு எதற்காகக் கண்ணில் படவேண்டும்?

ஜன்னலை அடைத்தாள். கையால் முகத்தைப் பொத்தினாள். ஒரு மூலையில் குந்தியிருந்தாள். சங்கு ஊதுவதுபோல் அவர் குறட்டையொலி அவள் காதில் முழங்கியது.

கடந்து சென்ற காலங்களை நினைவில் வைத்துக் கொண்டு வரும் அந்த நிலவொளி கண்ணில் தெரியாமல் இருப்பதற்காக ஜன்னலை அடைத்தாள்.

மீண்டும் கட்டிலில் வந்து படுத்தாள். தூக்கம் வரவில்லை, எழுந்து நடந்தாள். ஆயிஷா படுத்திருக்கும் அறையின் பக்கம் வந்தாள். வாசல் திறந்து கிடப்பதைக் கண்டாள். தூக்குவிளக்கின் திரியை நீட்டினாள்.

அறையில் ஒளி பரந்தது. ஆயிஷா கண் திறந்தாள். பாயில் எழும்பி உட்கார்ந்தாள்.

"யாரது?"

"நான்தான்"

"மாமியா?"

"ஆமாம்"

"தூங்கல்லையா?"

"இல்லே"

"நீ தூங்கல்லையா மோளே?"

"இல்லே"

அதிகமாக ஒன்றும் கேட்கவில்லை. அவள் முகத்தை உற்றுப் பார்த்தாள். அவள் படுத்திருந்த பாயில் உட்கார்ந்தாள். ஆயிஷாவின் பிரிந்து கிடக்கும் நீண்டு சுருண்ட முடியில் தடவியபோது இதயம் விம்மியது. இதைவிட நீளமாக இருந்ததல்லவா தன்முடி! வாசனை எண்ணெய் தடவி தலைவாரி ஒதுக்கி வளர்த்தது யாருக்காக? சுருங்கிப்போன எலும்புக் கரங்கள் தடவுவதற்காகவா? குழியில்

விழுந்து ஒளி கெட்டுப் போன கண்கள் பார்த்து ரசிக்கவா? அருமையாகத் தடவினாரா? ஆசையோடு பார்த்தாரா? வாரிவிடாமலும் ஒதுக்காமலும் சிக்குப்பிடித்து விழுந்துபோன முடியை நினைத்து வேதனைப்பட்டாள்.

"மோளே?"

ஆயிஷா மாமியின் கண்களைப் பார்த்தாள்.

இளமை தானாகத் துடித்தடங்கியது. இளமையின் எஞ்சிய கன்னத்தினூடே விழிநீர் வடிவதைக் கண்டாள்.

"மாமி!"

"மோளே!" நூஹுபாத்திமா கண்களைத் துடைத்தாள்.

"மாமி எதுக்கு அழுறீங்க?"

'என் கரைச்சலை நீ இன்னுதான் பாக்கா. உன்னைத் தவிர யாரும் என் கரைச்சலை இதுவரைப் பார்க்கல்லே.'

"சொல்லுங்க மாமி, எதுக்கு அழுறீங்க?"

"நான் கரையப் பிறந்தவள், கரயுதேன்! கரையாமயிருக்கப் பார்த்தேன். என்னைத் தெரியாமலே என் கண் கலங்கி உன்னைப் பார்த்தப்போ, உன் முடியைப் பார்த்தப்போ, உன் முகத்தைக் கண்டப்போ எனக்குக் கரைச்சல் வந்தது. இழக்கப் போகும் உன்னை நினைச்சப்போ கரையாமயிருக்க முடியல்லே."

"மாமி என்ன சொல்லுதீங்கோ?"

"உன் கல்யாணம் நிச்சயமாச்சி."

"ஏன்?" ஆயிஷா அதிர்ச்சியுற்றாள்.

"ஆமா, என்னைக் கெட்ட வந்தது பதினாலாம் பக்கத்து நிலவு தோற்கும் புது மாப்பிள்ளை. அதுபோல ஒரு புதுமாப்பிள்ளையாகத் தான் இருப்பாரோன்னு நெனைச்சுக் கரைஞ்சேன்.

ஆயிஷாவின் கண்களில் நீர் முட்டியது.

"மாமி!"

எனக்கெல்லாம் புரியுது. நாம் வீட்டு மிருகம், ஊமைப் பிராணி. நமக்கென்ன சுதந்திரமிருக்கு? ஒரு குஷ்டரோகியின் கையிலிருக்கும் தாலிக்குக் கழுத்தை நீட்டிக் கொடுக்கச்சொன்னா நீட்டிக்கொடுக்கவும், அவர் படுக்கை அறையில் அவரோடு படுத்துத்தான் ஜென்மங்களைப் பாழ்படுத்த விதிக்கப்பட்ட அனுசரணையுள்ள மிருகம். என்னைப் பார்க்கல்லியா நீ!

"மாமி!"

"நான் எல்லாம் கண்டேன் மோளே! பரீது ஒரு பைத்தியக்காரன். ஒரு கிழவனுக்கு ஒரு பதினாலு வயசுப் பெண்ணில் பெறந்தவன். அவனை நீ மறந்துடு கிறுக்கி. உன்னைக் கெட்ட வரக்கூடியவன் வீட்டுல மூணு அரபிக்குதிரை உண்டு. யானைக்கு அல்வா கிண்டிக்

கொடுத்த குடும்பம். பரீது புத்தியில்லாதவன், நீ அவனிடம் பேசாதே! அவன மறந்திடு, அவன் இருட்டில் தப்பித் திரிபவன்."

நூஹு பாத்திமா அறையிலிருந்து இறங்கிச் சென்றாள். ஆயிஷா தூக்கு விளக்கின் திரியைத் தாழ்த்தினாள். அறையில் மங்கிய வெளிச்சம். முடியை வாரிக் கட்டினாள். பாயிலிருந்து எழுந்தாள். ஜன்னல் பக்கமாக வந்து வெளியே பார்த்தாள். நாலுகட்டு வராந்தாவில் கீறிய பாய் ஒன்றில் தொடைகளுக்கிடையில் கை கொடுத்துச் சுருண்டுகிடக்கும் பரீதைப் பார்த்தாள். அவனுடைய மொட்டைத் தலை நிலா வெளிச்சத்தில் தெரிந்தது.

மச்சானைக் கூப்பிட்டாலோ! இந்த இரவே மச்சானோடு இறங்கி ஓடிவிட்டாலோ? அதற்கான மனக்கருத்து மச்சானுக்கு உண்டா? இல்லை, அதற்கான மனப்பக்குவம் வராதவர். வெளி உலகம் தெரியாத தனக்கிருக்கா? இல்லவே இல்லை! வடக்கு வீட்டின் வெளிவாசல் தெரியாத, சூரிய ஒளியைப் பார்க்காத வடக்கு வீட்டின் அடுக்களையில் கிடந்த தனக்கு வெளி உலகம் இருண்ட ஒன்று! பாதை தெரியாமல், திசை தெரியாமல் எங்கு செல்ல முடியும்?

மனதிற்கிணங்காத ஒரு பந்தம் தேவையா? ஏதேனும் கிணற்றிலோ குளத்திலோ குதித்து வாழ்விற்கு முற்றுப்புள்ளி வைத்துவிட்டாலோ? மூன்றாவது நாள் ஊதிப் பெருகிய உடல் பொங்கித் தெரியும். சர்க்கார் சிப்பாய்கள் வந்து கீறுவார்கள். நாயைப் போன்ற வாழ்வைவிட இது மேலானதா? ஆற்றில் மிதந்து வந்த ஒரு பெண்ணின் பிரேதத்தைக் கீறிப் பிளந்து கடற்கரையில் புதைத்ததை மச்சான் விளக்கிச் சொன்னபோது உடல் நடுங்கியது. அந்த நினைவில் தூக்கம் வராத மூன்று இரவுகள்.

பரீது சோம்பல் முறித்தான். எழுந்து பாயில் உட்கார்ந்தான். கிணற்றுப் பக்கம் நடந்து சென்றான். சிறுநீர் கழித்து விட்டுத் திரும்பி வந்தான்.

"மச்சான்!" ஆயிஷா மெல்லக் கூப்பிட்டாள். திரும்பிப் பார்த்தான்.

"நான்தான்"

"தூங்கல்லையா?"

"இல்லை"

"உனக்குத் தூக்கம் வரல்லையா?"

"இல்லை"

"கொசு கடிக்குதா?"

"இல்லை"

"பின்ன ஏன் தூங்கல்லை?"

"தூக்கம் வரலே"

"போய்த் தூங்கு"

"எனக்குத் தூக்கம் வரல்லே"

"அஞ்சு மணிக்கு எழும்பி தங்ஙளுக்கு வென்னி போடணும்"

"மச்சான் கிட்டவாங்கோ"

"ஏம் பெண்ணே?" – முணு முணுத்துக் கொண்டு அவள் பக்கம் சென்றான்.

"நமக்கு எங்கயாவது போவமா?"

"எங்க?"

"எங்கயாவது"

"எதுக்கு?"

"வாழலாம். எங்கயாவது போய்ச் சேர்ந்து வாழலாம்"

"இங்க என்ன கொள்ளை போவுது?"

"என்ன வேற எடத்திலே கல்யாணம் செஞ்சு கொடுக்கப் போறாங்கோ"

"ஆமா, அரபிக் குதிரையுள்ள வூடு, சோறுண்ணுதது தங்கத் தட்டுல, நீ போற வண்டில என்னயும் கூட்டிட்டுப் போவியா? எனக்கு அரபிக் குதிரை பார்க்கணும்."

"மச்சான் எனக்குப் பயமாயிருக்கு. ஏதாவது கிழவன் வந்து தாலி கட்டினாலோ?"

"அதுக்கென்ன, அரபிக் குதிரை பார்க்கலாம். அல்வா தின்னும் யானை பார்க்கலாம். தங்கத் தட்டுல சாப்பிடலாம்.

"ஆனா – ?"

அவள் கண்கள் நிறைவதைப் பரீது பார்த்தான்.

"நீ எதுக்குப் பெண்ணே கரையா?"

"மச்சானுக்கு எம்மேலே வெறுப்பா."

"வெறுப்பில்லே. இஷ்டம்தான்"

ஆயிஷாஅறைக் கதவைத் திறந்தாள். பரீதின் பக்கத்தில் வந்தாள்.

"மாமா பாத்தா கொண்ணு போடும்"

"கொல்லட்டும்."

அவள் பரீதின் கையை எட்டிப் பிடித்தாள்.

கையைத் திடீரென்று எடுக்கத் தோன்றியது பரீதுக்கு. எடுக்கவில்லை.

மென்மையான அந்தப் பிடியிலிருந்து கையை எடுக்க அவனால் முடியவில்லை. அந்தக் குளுமையான இரவில். அந்தப் பிடியின் வெப்ப சுகத்தில், இதயத்தின் ஏதோ ஒரு கோணத்தில் தன்னை அறியாலமேயே ஒரு உணர்ச்சியின் முளை துளைத்து வருவதாகத்

தோன்றியது. அந்தப் பிடி ஒரு புதிய அனுபவமாக இருந்தது. ஒரு இன்ப சுகத்தின் இளநீர் அவன் நரம்புகளில் எங்கோ ஓடுவதாக அனுபவப்பட்டது. அவன் அவள் கண்களைப் பார்த்தான். அவளுடைய கருமையான கண்களின் முனையில் துடிக்கும் உணர்ச்சி, அவன் இதயத்தின் மென்மையான நரம்புகளில் ராகம் மீட்டியது. பரீதுக்கு எல்லாம் புதிய அனுபவமாகத் தோன்றியது. ஒரு பருவப் பெண்ணின் இளமை தளைத்து நிற்கும் கர ஸ்பரிசத்தின் இனிமையை அந்த நடு இரவின் நிசப்த நிமிடங்களில் அவன் தெரிந்து கொண்டான். தான் ஒரு ஆண் என்ற நினைவின் நிலவொளி அவன்புத்தியில் தெரிந்தது.

"ஆயிஷா !" – அந்தக் குரலில் உணர்ச்சி தொனித்தது.

"மச்சான் !"

"நீ தொட்டபோது எவ்வளவு சுகமா இருந்தது"

அவள் வெட்கப்பட்டாள்.

அவன் கையை விடுவித்தாள்.

"என் கையை ஒரு தடவை கூடப் புடி"

"வேண்டாம்" அவள் நாணித் தலை குனிந்தாள். பரீது அவள் முகத்தைப் பார்த்தான்.

அவனுடைய பார்வையின் பாவனை மாறுவதை அவள் கவனித்தாள்.

களங்கத் தன்மையில்லா அந்தப் பார்வையில் மனதில் ஊன்றும் உணர்ச்சியின் வெளித்தோற்றத்தைக் கண்டாள்.

அவள் மனத்திற்குள்ளே சிரித்துக் கொண்டாள். அறைக்குள்ளே ஓடி ஏறினாள்.

"ஆயிஷா" – அவன் கூப்பிட்டான்.

அவள் ஜன்னல் கம்பியைப் பிடித்துக் கொண்டு அவனைப் பார்த்தாள்.

"எனக்கு இனி தூக்கம் வராது" அவன் சொன்னான்.

அறையிலுள்ள மங்கிய ஒளியில் ஜன்னல் கம்பியைப் பிடித்துக் கொண்டு நிற்கும் அவளுடைய சிவந்த உதடுகளுக்கிடையில் தெரியும் வெளுத்த பற்களைக் கண்டான். அந்தப் பற்கள் மீட்டிய ராகம், அதன் அழகு, அவன் இதயச்சுவருக்குள் மோதிச் சிலிர்ப்பை உண்டாக்கியது. அந்தச் சிலிர்ப்பில் லயித்துத் தன்னை மறந்து நின்றான்.

"மச்சானுக்கு என்னெ இஷ்டந்தானா ?"

"ஆமாம்"

"எப்படிப்பட்ட இஷ்டம்?"

"என்னைக்கும் உன்னைப் பார்க்கவும் நீ என் கைகளைப் புடிக்கவும் இஷ்டம்."

"அதுமட்டுமா?"

"இல்லே..." சொல்லுக்காகத் தடுமாறினான். எப்படிச் சொல்ல வேண்டும்? எதைச் சொல்ல வேண்டும்? என்று தெரியாமல் நின்றான்.

"பின்னே?"

"பின்னே, உன்னைக் கட்டிப் பிடிக்கத் தோணுது" – ஒரு விறையலோடு சொல்லி முடித்தான்.

பொங்கி வந்த சிரிப்பை அவள் அடக்கினாள். வாய்மூடிச் சிரித்தாள்.

"ஆயிஷா! உனக்கு என்ன வெறுப்பா?"

"இல்லை, அன்பு"

"எப்படிப்பட்ட அன்பு?"

"சொல்ல மாட்டேன்"

"சொல்லு"

"சொல்ல மாட்டேன்"

"உங்கிட்ட சண்டை" பரீது சண்டை போட்ட மாதிரி அவன் கிடந்த பாயைப் பார்த்து நடந்தான். அவன் சண்டை போட்டுச் சென்றதைப் பார்த்து அவள் குலுங்கிச் சிரித்தாள். அவன் பாயில் படுத்துக் கொண்டான். ஆயிஷாவின் அறையில் பார்வை செலுத்தி மங்கிய ஒளியில் அங்குள்ள சலனங்களைக் கவனித்துக் கிடந்தான். மீண்டும் ஆயிஷா தன்னைக் கூப்பிடுவதைக் கேட்கக் காதைக் கூர்மையாக்கிக் கிடந்தான்.

12

"தேங்காய்க்காரன் கணக்குத் தந்தான்!"

"பாத்தியா?"

"பாத்தேன். அதிகப் பற்று"

"என்னப்பா?"

"பத்தாயிரத்து ஐநூறு பணம் அதிகப் பற்று"

வடக்கு வீட்டு அகமதுக்கண்ணு முதலாளி யானைக்கால் சாய்வு நாற்காலியில் சாய்ந்து உட்கார்ந்தார். தொந்தியைத் தடவினார். போடுவதற்காக எடுத்த வெற்றிலையையும் பாக்கையும் தட்டையில் போட்டார். கொஞ்ச நேரம் மௌனமாக மேல் நோக்கி பார்த்தவாறிருந்தார்.

"ஒரு வெட்டுக்கு எத்தனைப் பணத்துக்குத் தேங்கா கிடைக்கும்?" முதலாளி, கணக்கன் அவுக்காரிடம் கேட்டார்.

"வெட்டுக்கு ஐநூறு, ஐநூற்றைம்பது பணத்துக்குத் தேங்கா கிடைக்கும்"

"நமக்கு இவ்வளவு வருமானந்தான் உண்டா?"

"தென்னமூட்டுல விளைச்சல் நின்னுபோச்சு"

"தென்னமூட்டுல உரமிடாததுக்குக் காரணமென்ன?"

"நினைவுபடுத்தினேன், முதலாளி உத்தரவு தரல்ல"

முதலாளி அவுக்காரைத் திரும்பிப் பார்த்தார்.

"எதுவும் நினைக்கக் கூடாது, தங்கம் வந்த பிறகு ஒண்ணுக்கு ரெண்டு செலவு"

"செலவுக்குக் காரணத்தைப் பத்தி யோசிக்க நீ யாரு?"

"தெரிஞ்சத சொன்னேன்."

"ஒண்ணுக்கு ரெட்டி, என்ன செலவு?"

"கணக்கன், பாக்கெட்டிலிருந்து ஒரு காகிதத்துண்டை எடுத்து விரித்துப் படித்தான். "இந்த மாசம் அறுநூற்றி இருபத்து மூணு பணம், மூணரை சக்கரம் செலவாச்சு"

"என்னெல்லாம் செலவு?"

“வாசிக்கிறேன்”

“வாசி”

“சித்திரை மாசம் ஒண்ணாம் தேதி, நீக்கி இருப்பு நூற்றி இருபது பணம், தேங்கா வெட்டி வரவு ஐநூற்று ஆறு பணம், ஆக வரவு அறுநூற்று இருபத்தாறு பணம், நெல்லு குத்தும் மீனாட்சி சம்பளம் மூணுபணம், குதிரை வண்டிக்காரன் அவுப்பிள்ளை சம்பளம் நாலு பணம், கணக்கன் அவுக்காரு சம்பளம் ஒரு பணம்”

“மானாபி மானத்திற்காக மாலா மீன் வாங்கிய வகைக்குப் பற்று முன்னூற்று ஒண்ணு”

“என்னா?”

“ஆமா, முதலாளி, மானாபி மானத்திற்காக மாலா மீன் வாங்கிய வகைக்குப் பற்று முன்னூற்றி ஒண்ணு.”

“முன்னூற்று ஒரு பணத்துக்கு மாலா மீனா?”

“ஆமா, முதலாளி, மீன் பிடிப்பில்லாத நாள் வலியாற்று வலையில் மூன்று பெரிய மாலா மீன் கிடெச்சுது. நான் ஒரு பணத்துக்கு அதைக் கேட்டேன். வலைக்காரன் எனக்கட்டெ எடுக்கச் சொன்னான். உடனே மேக்கு வீட்டு ஒத்தக் கண்ணன் ஒண்ணே கால் பணம் சொன்னான். நான் ஒண்ணரை சொன்னேன். அவன் ரண்டு சொன்னான். நான் மூணு. போட்டியாச்சு, அவன் முன்னூறு பணம் சொன்னான். நான் முன்னூற்று ஒண்ணு சொன்னேன். அவன் திரும்பி நடந்தான். கூடி நின்னவங்க எல்லாம் அவனைப் பார்த்துச் சிரிச்சாங்க! டேய்! ஒத்தக்கண்ணா, வடக்கு வீட்டுக்காரங்க் கிட்ட விளையாட வேண்டாம்புலே! முன்னூற்றி ஒண்ணல்ல, மூவாயிரத்து ஒண்ணானாலும் இந்த மீனு வடக்கு வீட்டு அடுக்களைலதான் வேகும். அவன் அதோட செத்துப் போனான்.”

“பேஷ்! இன்னு முதல் உன் சம்பளம் எட்டு பணம் ஆக்கியிருக்கேன்”

“கணக்கு சொல்லட்டுமா”

“வேண்டாம். இனி தேங்காய்க்காரன் கிட்டே கடன் வாங்குவது சரியல்ல! ரண்டு வருஷத்துத் தேங்கா வெட்டு உண்டானா தான் கடன் தீரும்.” முதலாளி தொந்தியைத் தடவினார். நாற்காலியின் காலில் தனது காலைத் தூக்கி வைத்தார். காலசைத்துக் கொண்டுக் கிடந்தார்.

“ஆயிஷாம்மாவுக்கு நாலு பக்கமும் தேடிக்கிட்டுத்தான் இருக்கேன். அந்தக் குழந்தையின் கல்யாணத்துக்கும் பணம் வேணும். ஏதாவது ரெண்டு நம்பர் தோப்பு கொடுக்காம முடியாது.”

“அவுக்காரு, நம்ம ரெண்டு நம்பர் தோப்புக்குப் பணம் தரத் தாகத்துள்ளவன் எவன் இருக்கான்?”

“இப்ப, கொழும்பு சபராளிகளுக்குக் கையில் பணம் உண்டு”

"ஆயிஷாவின் கலியாணத்தை ஆடம்பரமா நடத்தணும்! ஏழு ஊருக்கு ஒண்ணா சாப்பாடு வைக்கணும். அவளுக்கு உச்சி முதல் உள்ளங்கால் வரை உருப்படி போடணும். எப்படியாவது பணம் உண்டாக்கணும்"

"இந்த ஒரு வழி தான் உண்டு"

"ஏதாவது வழி செய்வோம். நீ போ!"

அவுக்கார் புறப்பட்டார்.

முதலாளி சாய்வு நாற்காலியில் காலாட்டிக் கொண்டு படுத்திருந்தார். ரொம்ப நேரம் யோசனை செய்தார். ஒரு பிடிப்பும் கிடைக்கவில்லை. தோப்பு விற்பது அவமானம். தோப்பு விற்றுக் கல்யாணம் நடத்துகிறான் என்று மேக்கு வீட்டுக்காரன் சொல்லிச் சிரிப்பான்.

"வேறு வழி?"

அன்றிரவு எள்ளளவும் தூக்கம் வரவில்லை. சப்பிரமஞ்சக் கட்டிலில் அங்குமிங்கும் திரும்பிப் படுத்தார். வீட்டில் மற்றவர்களெல்லாம் ஆழ்ந்த நித்திரையில்! ஒரு மூலையில் தூக்கு விளக்கு எரிந்து கொண்டிருந்தது. முதலாளி எழுந்து கட்டிலில் உட்கார்ந்தார். ஒரு சுருட்டை எடுத்துப் பற்றவைத்தார். ஒரு சுருட்டின் தீயில் நான்கைந்து சுருட்டுகள் பற்றினார். ஒருபோதும் இப்படிப் புகை பிடித்ததில்லை. குழம்பிய சிந்தனையில் முதலாளியால் எந்த முடிவுக்கும் வர முடியவில்லை. இரண்டு நம்பர் தோப்புகளை விற்பனை செய்தால் எல்லாம் மகிழ்ச்சிகரமாக முடியும். எப்படி விற்பது? பிறர் சிரிப்பார்களே! சிந்தனை பரந்து திரிந்தது.

லட்சுமி பாதுகாத்து வைக்க அவரிடம் ஒப்படைத்த பெட்டியில், சிந்தனை அடிக்கடி மின்னி மறைந்தது.

லட்சுமி எப்போதும் வெள்ளைச் சேலை சுற்றி நடக்கும் குள்ளமான பெண். சிவந்த மேனி. கணவன் இறந்த பின் ஜம்பர் அணிவதில்லை. வெள்ளைச் சேலையால் மார்பையும் உடலையும் மறைத்துக் கொண்டு வெளியில் திரிபவள். காதில் கட்டியான பாம்படம். பாம்படத்தின் கனத்தால் காதின் சோணை இழுபட்டுப் பாம்படம் தோளில் முட்டி நிற்கும்.

தங்க நகை அடமானமாக வாங்கி வட்டிக்குப் பணம் கொடுத்து வாங்குவது அவள் தொழில். வெற்றிலை தின்று சிவந்த உதடுகள். எப்போதும் கன்னத்தில் வெற்றிலையை ஒதுக்கியிருப்பாள். சிற்றாறு ஒன்றின் ஓரத்தில், ஒரு பெரிய தோப்பின் மத்தியில் தனியாக இருக்கும் ஒரு நாலுகட்டு வீட்டில் தங்கிவந்தாள்.

யாரானாலும் சரி, பேசத் துவங்குமுன் அவளுடைய வறுமை நிலை பற்றியே பேசுவாள். சேலையைக் காட்டிக்கொண்டு மாற்றி உடுப்பதற்கு வேறு சேலையில்லை, நேற்று பட்டினி, அரிசிச் சாப்பாடு பாத்து மூணு நாளாச்சு இப்படிப்பட்ட பேச்சில் தானாகத் தன்னுடைய பொருள் வசதியை மறைத்து வைக்க முயலுவாள். ஏதாவது பிச்சைக்

காரன் வீட்டு வாசலில் வந்தால் இரண்டு கையையும் விரித்துக் காண்பித்துவிட்டு "உன்கையில் ஏதாவது இருந்தால் தந்துட்டுப்போ" என்று சொல்லுவாள்.

லட்சுமி வீட்டில் தனியாகத் தங்கி வந்தாள். குழந்தைகளில்லை. அந்தி சாய்ந்ததும் வீட்டில் நிலை விளக்கு ஏற்றி வைத்துவிட்டு உடன் வாசல்களை அடைத்து விடுவாள். திறப்பது நேரம் புலர்ந்த பின் தான். இதற்கிடையில் யார் வந்து கதவைத்தட்டினாலும் திறக்கவே மாட்டாள். தூங்கிய மாதிரிக் கண்ணை அடைத்துக் கொண்டு படுத்து விடுவாள்.

லட்சுமி இந்தப் பூலோகத்தில் நம்பக்கூடிய ஒரே ஒரு நபர் வடக்கு வீட்டு முதலாளி. அவள் அடிக்கடி வடக்கு வீட்டிற்குச் செல்லுவாள். பிறர் யாரையும் முதலாளி வீட்டிற்குள் அனுமதிக்க மாட்டார். இருந்தாலும் லட்சுமிக்கு வீட்டிற்குள் செல்ல அனுமதி உண்டு. லட்சுமி வீட்டிற்குள் சென்றதும் உட்காரப் பலகை எடுத்துக் கொடுப்பார். உட்கார்ந்ததும் அவள் முன் வெற்றிலைத் தாம்பாளத்தைக் கொண்டு வைப்பார். லட்சுமிக்குத் துப்புவதற்கு முன்னே துப்புச் சட்டியும் வைத்துக் கொடுப்பார்.

கருக்கல் நேரம். முதலாளி ஒளு செய்வதற்காகத் தயாராக நிற்கும் போது லட்சுமி வடக்கு வீட்டின் பின் வாசல் வழியாக வந்தாள். கிணற்றின் கரையில் நின்ற முதலாளி லட்சுமியைப் பார்த்தார். "என்ன லட்சுமி. இப்போ?"

"முதலாளியைப் பாக்கத்தான் வந்தேன்"

"என்ன விசயம்?"

"சொல்லத் தக்கதாக ஒண்ணுமில்ல"

லட்சுமி சேலைக்குள் மறைத்து வைத்திருந்த ஒரு சிறு தகரப் பெட்டியை எடுத்து முதலாளியின் கையில் கொடுத்தாள்.

"இரு காதும் தெரிய வேண்டாம். நான் வந்து கேக்கும் போது தரணும். வீட்டுல வச்சிருக்க பயமாயிருக்கு நாக்கன் இறங்கியிருக்கான்"

முதலாளி பெட்டியை வாங்கினார். நகைகளும் பணமும் பாதுகாக் கும் உயரம் அதிகமான, நாலுகால் பெட்டிக்குள் மறைத்து வைத்தார். சாவியை இடுப்பில் செருகினார். பிறர் யாரும் அந்த நாலுகால் பெட்டியைத் திறப்பதில்லை. அதனால் சாவி எப்போதும் முதலாளியின் கையில்தான் இருக்கும். தூங்கும்போது சாவியைத் தலையணைக்குள் மறைத்து வைப்பார்.

முதலாளி கட்டிலில் இருந்து எழும்பினார். தலையணைக்கடியி லிருந்த சாவியை எடுத்தார். கறுத்த புகையைக் கக்கிக்கொண்டு எரியும் சட்டி விளக்கின் திரியை நீட்டினார். விளக்கைக் கையில் எடுத்துக் கொண்டு அறைக்குள் சென்றார். நாலுகால் பெட்டியைத் திறந்தார்.

லட்சுமியின் தகரப் பெட்டியை வெளியே எடுத்தார். ஒரு சிறிய பூட்டினால் அது பூட்டப்பட்டிருப்பதைக் கவனித்தார். வெற்றிலை இடிக்கும் கல்லை எடுத்து பூட்டில் இடித்தார் பூட்டு கழன்று விழுந்தது. பெட்டியின் மூடியை உயர்த்தினார். வடக்கு வீட்டு அகமதுக்கண்ணு முதலாளி திடுக்கிட்டார். அவர் கண்களை அவரால் நம்பமுடியவில்லை. கண்ணைக் கசக்கினார். மீண்டும் பார்த்தார். கனவா? பெட்டி நிறைய தங்க நகைகள், ரூபாய் நோட்டுக்கள். முதலாளி தகரப் பெட்டியை மூடினார். நாலுகால் பெட்டிக்குள் பத்திரமாக வைத்தார்.

கட்டிலில் வந்து படுத்துக் கொண்டார். சிந்தனை காடு ஏறியது. மலை கடந்தது. கடல் கடந்தது. ஏழு கடலையும் ஏழு வானைத்தையும் தாண்டியது. சுற்றிச் சுற்றித் திரிந்தது சிந்தனை. சூடாகி சூடு அதிகமாகிக் கொண்டே வந்தது மண்டை ஓடு. வெடித்துச் சிதறுமோ? மனதை எங்கும் ஊன்றி நிறத்த முடியவில்லை. பிடியிலிருந்து அகன்று அகன்று போகின்றது.

சுப்ஹுக்குப் பாங்கு சொல்லப்பட்டது. சிறுநீர் கழிக்க வேண்டும் போல் தோன்றியது. கிணற்றுப் பக்கம் வந்து, கிணற்றின் மதிற்சுவரைப் பிடித்துக்கொண்டு நின்றார். எவ்வளவு நேரம் அப்படியே நின்றார் என்று தெரியவில்லை.

“மாமா! தண்ணி எடுக்கணுமா?”

பரீதின் சத்தம் கேட்டுத் திரும்பிப் பார்த்தார்.

“வேண்டாம்” நடந்தார், வீட்டிற்குள் ஏறினார். கட்டிலில் வந்து உட்கார்ந்தார்.

“பரீதே!”

பரீது ஓடிவந்தான்.

“அவுக்காரைக் கூப்பிடு”

பரீது போய் அவுக்காரைக் கூப்பிட்டு வந்தான்.

அவுக்காரு வரும்போது முதலாளி யானைக்கால் சாய்வு நாற்காலி யில் இருப்பதைக் கண்டான்.

முதலாளியின் முகம் சோர்ந்திருப்பதை அவுக்கார் கவனித்தார். சிவந்த கண்கள். பல் துலக்கவில்லை. கண்ணில் கூழை கட்டியிருந்தது. அவுக்காரு பயத்தோடும் நடுக்கத்தோடும் முதலாளியின் முன் வந்து நின்றான்.

முன்னால் நிற்கும் அவுக்காரை முதலாளி பார்த்தார். இருந்தும் பேசவில்லை.

நாற்காலியிலிருந்து உடன் எழும்பி விட்டார். திண்ணையில் பின் கை கட்டிக் கொண்டு அங்குமிங்குமாக நடந்தார்.

வழக்கத்திற்கு மாற்றமான, முதலாளியின் செயலைக்கண்ட அவுக் காருக்கு எதுவும் புரியவில்லை. ஏதோ குழப்பம் நடந்திருக்கிறது.

தங்கள் ஏதாவது சிஹர் செய்தாரா? அதல்லாமல், வேறு யாருக்காவது செய்தது முதலாளியைப் பாதித்துவிட்டதா? அவுக்காரு தங்களின் அறையைப் பார்த்தார். அறை திறக்கவில்லை.

"அவுக்காரே!"

"என்னா?" பிறகு முதலாளி எதுவும் பேசவில்லை. உலாத்திக் கொண்டு நின்றார். கொஞ்ச நேரம் சென்ற பின் மீண்டும் கூப்பிட்டார்.

"அவுக்காரே!"

"என்னா?"

"கறுப்பன வரச் சொல்லு"

"சொல்றேன்"

"வேண்டாம்"

மீண்டும் உலாத்தினார். கொஞ்ச நேரம் கடந்தது. மீண்டும் சொன்னார். "கறுப்பன வரச்சொல்"

"சொல்றேன்."

அவுக்காரு திரும்பி நடந்தார்.

வெளி வாசலில் அவுக்காரு சென்றதும் மீண்டும் கூப்பிட்டார்.

"அவுக்காரே, கூப்பிட வேண்டாம்"

அவுக்காரு வாசலிலேயே நின்றுவிட்டார்.

முதலாளி திண்ணையில் நின்று கொண்டு சிந்தனையில் ஆழ்ந்த வாறு அவுக்காரைப் பார்த்துக் கொண்டிருந்தார். பிறகு சொன்னார். "வரச் சொல்லு"

அவுக்காரு ஓடிச் சென்றார்.

முதலாளி யானைக்கால் சாய்வு நாற்காலியில் வந்து உட்கார்ந்தார். மணி பன்னிரண்டு ஆகியபோது இடுப்பில் துண்டு கட்டிக்கொண்டு உயரமும் பருமனும் கொண்ட கருப்பன் முதலாளியின் பக்கம் வந்து தொழுது நின்றான். சாய்வு நாற்காலியிலிருந்து எழுந்தார். வீட்டின் வடபகுதியிலுள்ள நெற்களத்திற்கு நேரே நடந்தார். கருப்பனும் பின்னால் சென்றான். தை மாவின் கீழ்ப்பக்கம் இருவரும் தனித்தனர். முதலாளி கருப்பனின் காதில் என்ன சொன்னார் என்பது தை மாவின் கிளையை அசைத்துக் கொண்டு கடந்து சென்ற காற்றுக்குக் கூடத் தெரியவில்லை.

அன்றிரவு கருப்பன் லட்சுமியின் வீட்டுப் பக்கம் உறைந்து கிடந்த இருளில் பதுங்கி நின்றான். நடு நிசியில் அள்ளிச் சொரியும் மழையின் இரைச்சலில் லட்சுமியின் குரல் வளை கறுப்பனின் பலமான கரங்களில் நெருங்கிப் பொடியும் சப்தம் கரைந்து விட்டது. வெள்ளம் அலறி ஓடும் சிற்றாற்றில் அவள் உடலைத் தாழ்த்தினான். மூன்றாவது நாள் ஊதிப் பெருகி, உருமாறி, மீன் கொத்தி சாப்பிட்ட எஞ்சிய உடல் சிற்றாற்றில் பொங்கியது. சிற்றாற்றின் நீரோட்டத்தில்

மிதந்துவந்த பிணம் வலியாற்றின் அலைகளில் உயர்ந்து தாழ்ந்து பொழிக்கு நேரே ஒழுகிச் செல்வதைப் பாறையில் கூடி நின்றவர்கள் கண்டனர்.

"லட்சுமியைக் காணல்ல, நாக்கன் தூக்கிட்டுப் போயிட்டான்" கிராம மக்கள் காதுக்குக் காது அடக்கமாகச் சொன்னார்கள்.

முதலாளியிடம் அவுக்காரும் சொன்னான். முதலாளி அதை முனகிக் கேட்டார்.

13

வெயிலில் நிழலுக்கு நீளம் குறையத் தொடங்கியபோது ஒசா ஜப்பார், வடக்கு வீட்டு வாசல் கதவை வந்து தட்டினான். அதுவரை யிலும் முகச் சவரம் செய்யாமல் பொறுமையிழந்து நின்ற வடக்கு வீட்டு அகமதுக்கண்ணு முதலாளி, ஜப்பாரைக் கண்டதும் கடுமையாகப் பார்த்தார்.

பற்றி எரியும் அந்தப் பார்வையின் கூர் முனையில் ஜப்பார் ஒரு புழுவைப்போல் உட்பயத்தோடு துடித்தான்.

"நான் ஆள் அனுப்பி எவ்வளவு நேரமாச்சு?

"ரொம்ப நேரமாச்சு"

"ஏன் இவ்வளவு நேரமாச்சு?"

"மஹ்மூது காக்காவின் மகளுக்கக் கொளந்தைக்கு இன்னைக்கு நாப்பது. ஒரு ஆடு அறுத்து முடி எடுத்தா. அதுல கொஞ்சம் நேர மாச்சு. முதலாளி மன்னிக்கணும்."

"சீ, கழுத". முதலாளியின் கண்கள் இரு தீக்குண்டங்களாக மாறின. அதிலிருந்து தீச்சுவாலைகள் உயர்ந்தன. அந்தச் சுவாலை யின் அதிகமான வெப்பத்தில் ஜப்பார் வெந்து உருகி ஒழுகினான். "குத்துக் கல்லுக்குக் கிழக்க உள்ளவன் வீட்டுலெ குழந்தைக்கு ஆடு அறுத்து முடி எடுக்குறதாயிருந்தா, வடக்கு வீட்டு அகமதுக் கண்ணு முதலாளி முகச்சவரம் செய்யாமக் காத்திருக்கணுமாலெ? வடக்கு வீட்டு வாசல்ல நீ இனி மிதிக்கக் கூடாது. போல! மஹ்மூதுக்க வீட்டுல போய் வேலை பாரு"

"பொன்னு முதலாளி! கொளந்தை எல்லாம் பட்டினியாயிரும். மன்னிப்புத் தாங்கோ"

"மன்னிப்பா?"

"இரண்டு துண்டு இறச்சி கிடைக்கும்னு நெனச்சுத்தான் போனேன். மன்னிச்சுடுங்கோ!"

"முடியாது"

"அப்படிச் சொல்லாதீங்கோ, கொழுந்தையொ ஆசைப்பட்டதினால போனேன். முதலாளி தயவு இல்லேன்னா வீடு பட்டினிதான். இந்த ஒரு தடவையும் ஸபூர் செய்யணும்" ஜப்பாரின் கண்களில் நீர் ததும்பி நின்றது.

“இனி மஹ்மூதுக்க வீட்டுல போயி வேலை செய்யக்கூடாது. என் உத்தரவு இல்லாம அவன் வீட்டு வாசலை மிதிக்கக் கூடாது”

“இல்லெ”

“சரி, உள்ள போ”

ஒசா ஜப்பார் உள்ளே கடந்து சென்றான். முதலாளியும் உள்ளே சென்றார்.

தென் பகுதியிலுள்ள வராந்தாவில் இருவரும் முகத்திற்கு முகம் பார்த்திருந்தனர். ஜப்பார் தன் தகரப் பெட்டியைத் திறந்தான். அதிலிருந்து ஒரு வெள்ளைத் துண்டை எடுத்து முதலாளி கால்மீதும் அவன் கால்மீதுமாக விரித்தான். மின்னும் கத்தியை வெளியே எடுத்தான். கறுப்பு நிறமுள்ள சாணைக் கல்லில் தீட்டிக் கூர்மையாக்கினான் வலது தொடையில் ‘கப்பப்பாய்’த் துண்டை வைத்துக் கத்தியைத் துடைத்தான். கிண்ணத்திலிருந்த தண்ணீரை எடுத்து முதலாளியின் முகத்தில் தடவிக் கொண்டு பேச ஆரம்பித்தான். “நேத்து மேக்கு வீட்டு முதலாளிக்கு வேலை செய்யப் போனேன். போன உடனே ஒரு பெரிய பீங்கான் நெறைய கறந்த மேனி பாலுல குறுகுறுன்னு காய்ச்சின சாயா கெடைச்சுது” மேக்கு வீட்டு கதீஜா உம்மா தங்கச்சி நெறஞ்ச மனசுள்ள ஒரு சீதேவி. ஜப்பாருக்கத் தலையெ பாத்தா போதும் உடனே சாயாதான். அல்லது வயிறு நெறய சாப்பாடு. ஏதாவது தராம நம்மளை வுடுதே இல்லே.”

“நேரம் லுஹர் ஆகுது, சூடுதண்ணி குளுந்துடும். சீக்கிரம் குளிக்கட்டு”

“இந்தா செய்துட்டேன்” கத்தியை முகத்தில் வைத்துத் தாடியை ஒதுக்கத் தொடங்கினான். மீண்டும் எச்சில் மழை பெய்தது. “அவருக்க மக பாத்துமுத்து சுஹரா பீவிக்கண்ணுக்குக் கல்யாணம் நிச்சயமாச்சான்னு கேட்டேன். ஊடு பால் காய்ச்சின உடனே கல்யாணம் எடுக்கணும்னு சொன்னாரு. வடக்கு ஊட்டு முதலாளிக்க மருமகன் பரீது பிள்ளைக்கண்ணைக் கொண்டு நடத்தக் கூடாதாண்ணு நான் கேட்டேன். எனக்க மகள அவனுக்குக் கொடுக்கவா வச்சிருக்கேன் அப்படின்னு கேட்டாரு. அதென்ன அவரு அப்படிக் கேட்டாரு?”

“மேக்கு வூட்டுக்காரனுக்கு நேத்துத்தான் பணம் வந்தது. வடக்கு ஊட்டுக்காரங்க பரம்பரையிலே பட்டா உள்ளவங்க. அவன் ஊட்டுல பொண்ணு எடுக்குற அளவுக்கு நாங்க தரம் தாந்தவங்க இல்ல”

“அது சரிதான்! நம்ப குடும்பம் ஏது? அவங்க குடும்பம் ஏது? ஊட்டுல முறை மாப்பிள்ளையை வைச்சிகிட்டு வடக்கு ஊட்டுக்காரங்க வெளிலே மாப்பிள்ளை பாக்கீது எதுக்குன்னு கேட்டாங்க. நான் எதுவுமே பேசல”

தலைவாசலில் ஒரு ஜட்கா வந்து நின்ற சப்தம் கேட்டது. ஜப்பார், முதலாளியின் முகத்திலிருந்து கத்தியை எடுத்தான். கத்தியைக் கையில் துடைத்து மடக்கிக் கொண்டு திரும்பிப் பார்த்தான்.

“யாரோ வந்திருக்காங்க”

“யாருமாகட்டும், வேலை தீந்துதா?

“தீந்துது”

முதலாளி கண்ணாடித் திண்ணையில் வந்தார். நாரில் பின்னிய நாற்காலியில் சாவடி அதிகாரியும் தாசில்தாரும் இருப்பதைக் கண்டார். முதலாளியைக் கண்டதும் இருவரும் எழுந்து வணங்கினர். முதலாளி ஒரு நாற்காலியில் உட்கார்ந்து கொண்டார்.

“விசேஷம்?”

“முதலாளியைப் பாக்கத்தான் வந்தோம்”

“சீக்கிரம் சொல்லுங்கோ, குளிக்கலே, தண்ணி சூடு ஆறுதுக்கு முன்னாலே குளிக்கணும். பிந்தினா தடுமல் பிடிச்சுடும்.”

அதிகாரி கையில் இருந்த ஒரு காகிதத்தை விரித்தார். அதில் கண்ட ஒரு வரைபடத்தில் விரலைச் சுட்டிக் காண்பித்தார். “இந்தக் கண்டத்தைச் சர்க்கார் பள்ளிக் கூடம் கட்ட முதலாளி தரணும்.”

“பள்ளிக்கூடம் கட்டவா?”

“ஆமாம்”

“எந்தக் கண்டம்?”

“முதலாளிக்குச் சொந்தமானதுதான். கடற்கரைக்குச் செல்லும் ராஜபாதை ஓரமாக உள்ள முதலாளியின் கண்டம், சர்வே 2320 நாற்பது செண்டு தரை”

“நாங்க முஸ்லிம்கள். நாங்க இங்கிலீசு படிக்கீது ஹராம்”

“முஸ்லீம்கள் இங்கிலீசு படிச்சா என்ன?”

“இங்கிலீசு படிச்சா ஜஹன்னம் என்கிற நரகத்திலே போவோம்”

“ஜின்னா சாஹிபு சீமையில போய் இங்கிலீசு படிக்கல்லியா?”

“அவர் காபிர்”

“எடம் எடுக்க திவான் பேஸ்கார் உத்தரவு வந்திருக்கு”

“என் எடத்தையா?”

“ஒங்க எடத்தை இல்லாமெ வேற யார்கிட்டே போய் கேட்போம். முதலாளி எதிர் சொல்ல மாட்டீங்கன்னு நெனச்சுதான் முதலாளிக் கண்டத்தெ ஸ்கெட்சு பண்ணினோம்”

“அண்ணு நான் சொன்னனே, இங்கிலீசு பள்ளிக்கூடம் வேண்டாமுன்னு.”

“சொன்னீங்க”

“இங்கிலீசு பள்ளிக்கூடம் கட்ட என் நெலத்தை விட்டுத் தந்து, நான் காபிரா நரகத்திலெ போக விரும்பல்லெ.”

“வேற யாருடைய எடமாயிருந்தாலும் போதும். முதலாளிதான் முயற்சி செய்யணும்.”

"இங்க இங்கிலீசு பள்ளிக்கூடமே வேண்டாம். இங்க எடமும் இல்லை." முதலாளி திடீரென எழுந்தார். "எனக்குக் குளிக்கணும்" கிணற்றைப் பார்த்து நடந்தார். கிராம அதிகாரியும் தாசில்தாரும் எழுந்து வெளியே வந்தார்கள். குதிரை வண்டி வடக்குப் பார்த்துத் திரும்பியது. இருவரும் அதில் ஏறினார்கள். மணலைக் குதிரைக் குளம்புகள் தோண்டி எறிந்தன. பெரிய பள்ளி வாசலுக்குச் செல்லும் முடுக்கை வண்டி கடந்தது. பெரிய பாலத்தைக் கடந்தது. புன்னை மூட்டில் ஆசானின் சுக்குக் காப்பிக் கடையின் முன்னால் வந்தது.

சுக்குக் காப்பிக் கடையின் முன்னால் வெளியில் இடப்பட்டிருந்த உயரம் குறைவான ஒரு பெஞ்சில் உட்கார்ந்திருந்த மஹ்மூது ஜட்காவைக் கண்டதும் எழும்பினார். ஜட்கா வரும் வேகத்தைக் கண்ட போது ஏதோ குழப்பம் நடந்திருப்பதாகப் புரிந்து கொண்டார். போனதும் திரும்பி வந்ததும் சில நிமிடங்களுக்குள்! பொதுவாக முதலாளி வீட்டுக்கு அதிகாரி போனால் மிக வரவேற்பிருக்கும். இன்று அப்படி ஏதும் நடந்ததாக அறிகுறிகள் இல்லை. முதலாளி நிலம் விட்டுக் கொடுத்திருக்க மாட்டார். அதுதான் இவ்வளவு வேகமாக ஜட்கா திரும்பி வருகிறது.

மஹ்மூது நடு வழியில் ஏறி நின்றார். கையை நீட்டினார். அதிவேகத்தில் வந்த ஜட்கா நின்றது. மஹ்மூது இரு கையையும் நெஞ்சோடு கட்டிப் பணிவைக் காட்டினார். "எசமானே!" என்று சொல்லிக் கொண்டு மஹ்மூது ஜட்காவை அணுகினார்.

'என்ன சாயுபே?"

மஹ்மூது தலை சொறிந்தார். "நாங்க எல்லாம் குருடன்மாரு, எங்கப் புள்ளைகளுக்குக் கண்ணாவது திறக்கட்டும். இங்கே ஒரு பள்ளிக்கூடம் நீங்க எங்களுக்குக் கட்டித் தரணும்."

நாலு முழ வேட்டியும் தோளில் ஒரு துண்டும் அணிந்த குறுகி மெலிந்த மனிதன், பார்வையில் ஏழ்மை, தலையும் முகமும் சவரம் செய்யவில்லை. இடுப்பிலுள்ள கறுப்பான பெல்ட் ஆங்காங்கே வெளிறியிருந்தது.

"பேரு?"

"மஹ்மூதுப் பிள்ளை"

"தொழில்?"

"கடக்கரைக்குப் போய் சுறா இறக்கு வாங்கி வித்துப் பிளைக்கேன்"

"பள்ளிக்கூடம் கட்ட இடம் கிடைக்கல்லே."

"எடமா?"

"ஆமாம்! எடம் கெடச்சா பள்ளிக்கூடம் கட்டித் தரத் திவான் பேஸ்காரு உத்தரவு."

"நான் தாறேன்"

"எங்கே?"

“இந்த ராஜ பாதை ஓரமா எனக்க நிலம் முப்பது செண்டு இருக்கு. சர்வே 2319. நான்தாரேன். எம்மகளுக்குச் சிறீதனம் கொடுக்க வச்சிருந்தேன்.”

“நிலம் விட்டுத் தாரதா இருந்தா, பள்ளிக்கூடம் கட்டித் தாறோம்”

“விட்டுத் தாறேன். அந்தக் கடுதாசிலே என் வெரலை உருட்டுங்கோ எசமானே”

அதிகாரி ஒரு காகிதத்தை எடுத்தார்.

“அப்பாப் பேரு?”

“சுலைமான் பிள்ளை”

“உங்கப் பேரு?”

“மஹ்மூதுப் பிள்ளை”

“வயது?”

“நாப்பத்தியாறு”

“வீட்டுப் பேரு?”

“தைப்பனை விளாகத்துப் புத்தன் வீடு”

“நாளை நீங்க சாவடிக்கு வாருங்கோ. அங்கே வந்து விரல் உருட்டித் தரணும்”

“தாரேன், எத்தனை மணிக்கு வரணும்?”

“பதினொண்ணு மணிக்கு”

வண்டிக்காரன் குதிரையின் சரட்டைப் பிடித்து இழுத்தான். குதிரை முன்னால் குதித்தது.

அன்றிரவு மஹ்மூது கொஞ்சமும் தூங்கவில்லை. பள்ளிக்கூடம் கட்ட நிலம் விட்டுக் கொடுக்க முன் வந்த விஷயம் மனைவிக்குத் தெரிந்தால் அவள் சண்டை போடுவாள். இருந்தாலும் அவளுக்கு அறிவிக்காமல் இருப்பது முறையல்ல.

இந்த முப்பது செண்டு நிலத்தைவிட்டுக் கொடுத்தால் மகளுக்கு வரதட்சணை கொடுக்க வேறு நிலம் இல்லை. இருப்பது வருமான மில்லாத வெறும் நிலம். வருமானமில்லாத நிலத்தை யார் வாங்குவார்?

நடுநிசியில் இரவுக்கோழி தொலைவில் கூவும் சப்தம் கேட்டது. மஹ்மூது பாயில் எழுந்து உட்கார்ந்தார். ஒரு பீடி பற்றவைத்தார். தீக்குச்சி உரைத்தபோது உண்டான வெளிச்சத்தில் சரிந்து படுத்துக் கிடக்கும் மனைவியின் முகத்தைக் கண்டார்.

“பாத்தக் கண்ணே” கூப்பிட்டார்.

பொழுது புலர்ந்தால் விரல் உருட்டிக் கொடுக்க வேண்டும். சாவடி அதிக தொலைவில். ஒற்றையடிப் பாதை வழி நடந்து தான் போக வேண்டும். வெயிலுக்கு முன்னால் நடந்தால்தான் தகுந்த நேரத்தில் அங்கு செல்ல முடியும்.

பொழுது புலர்ந்தபின் அவளிடம் சொல்லலாம். ஆனால் அவள் கூப்பாடு போடக்கூடும். பக்கத்து வீட்டார்களுக்குத் தெரியும். இதுதான் தகுந்த நேரம் இணக்கமாகச் சொல்லிப் புரிய வைக்கலாம்.

"பாத்தக் கண்ணே"

"ஊம்"

"எளும்பு"

பாத்தக்கண்ணு எழுந்தாள்.

"கெடக்கவும் உடமாட்டாரு" தலைமுடியை வாரிக் கட்டிக் கொண்டாள்.

"முகங்களுவிட்டு வா"

"நேரம் வெளுத்தாச்சா?"

"இல்லே"

"பின்னே எதுக்கு"

"ஒரு காரியம் சொல்லட்டும்"

"இந்த நடுச்சாமத்திலா? எனக்கு முடியாது"

"எழும்பிப் போய் முகம் களுவல்லவாச் சொன்னேன்"

அவள் முகம் கழுவித் திரும்பி வந்தாள்.

"இரி"

மஹ்மூது படபடவென்று ஐந்தாறு பீடிகள் பற்ற வைத்தார்.

"உனக்கிட்டே ஒரு காரியம் சொல்லத்தான் கூப்பிட்டேன்."

"நேரம் வெளுத்துச் சொன்னா போதாதா?"

"நேரம் வெளுத்தா ஒரு இடம்வரை போவணும்"

"என்ன காரியம்?"

"நீயும் தெரிஞ்சு இரு. உனக்கட்டே சொல்லல்லேன்னு வேண்டாம். நம்ம பாலத்தடி தோப்பைப் பள்ளிக்கூடம் வைக்க நான் சர்க்காருக்கு எளுதிக் கொடுக்கப் போறேன்."

"அப்போப் பொண்ணுக்கு?"

மஹ்மூது பதில் பேசவில்லை.

"அவளை எப்படிக் கெட்டிக் கொடுப்பியோ?"

"அவளுக்கக் கல்யாணத்தை விடவும் முக்கியம் இல்மு படிக்க இடம் கொடுக்கது. சீனாப் போயும் இல்மு படிக்க ரசூலுல்லா சொன்னாங்கோ. நம்ம இடம் கொடுத்தா புண்ணியம் உண்டு"

"புண்ணியம் வேண்டாம். முதலாளிமாரு இடம் கொடுக்கட்டு"

"எந்தப் பயலடி முதலாளி? கண்டவன் தோப்பை அபகரிச்சி ஹராமான தேங்கா வெட்டிச் சாப்பிட்டுத் தொந்தி தடவி நடக்கவனா

முதலாளி? அவனெல்லாம் துப்பாக்கி எடுக்காத கொள்ளைக்காரன்"

"அப்போ என் புள்ளைக்கு என்ன வளி?"

"ஆண்டவன் ஒருவளி தொறந்து தருவான்." மஹ்மூது பாயில் சாய்ந்தார். உதயத்தைக் கூப்பிட்டுச் சொல்லும் சேவற்கோழியின் கூவலுக்காகக் காதைத் தீட்டிக் கொண்டு கிடந்தார்.

14

புதிய வீட்டில் சேமக்கண்ணு திடீர் என்று இறந்து விட்டார். கபர் அடக்கம் அஸர் நேரம் நடந்தது. வடக்கு வீட்டு அகமதுக்கண்ணு முதலாளி ஜனாஸாவைப்பின் தொடர்ந்து சென்றார். ஜனாஸா தொழுகைக்குப் பின் மக்கள் பல வழிகளில் பிரிந்து சென்றனர். வடக்கு வீட்டு அகமதுக்கண்ணு முதலாளி பள்ளி மண்டபத்தில் கோரம்பாயில் உட்கார்ந்து விட்டார். பொதுவாக அவர் பள்ளி வாசலுக்குச் சென்றால் கொஞ்சம் நேரம் உட்கார்ந்து இருப்பது வழக்கம். அந்த இருப்பில் பல ஊர் விஷயங்களும் தெரிந்துகொள்ள முடியும். யாரெல்லாம் தொழ வருகிறார்கள், யாரெல்லாம் வரவில்லை என்றெல்லாம் அந்த இருப்பிலேயே கவனித்துக் கொள்வார். முதலாளி யின் வீட்டிற்கு யாராவது ஏதாவது உதவி தேடிச் சென்றால் முதலாளி செல்பவர்களின் நெற்றியைத்தான் முதலில் கவனிப்பது. நெற்றியில் தொழுத அடையாளம் இல்லை என்றால் வந்தவர்களின் முகத்தைப் பார்த்துச் சொல்லுவார்.

“தொழாத எவனும் வடக்கு ஊட்டுலே ஏறக் கூடாது” முதலாளி யிடம் ஏதாவது உதவி தேடிச் செல்பவர்கள் இரண்டு மூன்று வாரங்களுக்கு முன்னெயே தொழுதுவிடுவார்கள். முதலாளி காண்பதற் காகத் தொழுவார்கள். சிலர் நெற்றியைத் தரையில் ஊன்றி அடை யாளம் உண்டு பண்ணுவார்கள்.

கோரம் பாயில் விழுந்து கிடந்த பல்லி எச்சத்தைக் காகிதத் துண்டால் அசனார் லெப்பை எடுத்து வெளியே வீசினார்.

“எலப்பே” முதலாளி கூப்பிட்டார்.”

“என்னா?”

“அங்க என்ன வேலை?”

“பாயெல்லாம் பல்லி தூறி நாத்தியிருக்கு”

“இஞ்ச வாரும் ஓய்”

அசனார் லெப்பை கையில் இருந்த காகிதத் துண்டை வெளியே போட்டார். ஹவுளில் சென்று கை அலம்பினார். கையை உடுத்திருந்த துணியில் துடைத்துக் கொண்டு முதலாளியின் முன் ஆஜரானார்.

“மஹ்மூது இப்ப தொழ வரதில்லையா?”

“எட்டு முஸல்லி”

"புரியல்லியே"

"வெள்ளியாச்ச ஜூம்மாக்கு மட்டும் வாரதுண்டு"

"மையத்துக்குக் கூட வரலியா?"

"இல்லே"

"எனக்கெட்ட கேக்காம அவன் ஊட்டுலே யாசீன் ஓதவோ, மவுலூது ஓதவோ போவக்கூடாது" அசனார் லெப்பை மௌனம் சாதித்தார்.

"ஏன் பேசல்லே?"

"கேட்காம போவமாட்டேன். ஊர்லே பலாய் முசீபத்து எல்லாம் வரப் போவுது" லெப்பை சொன்னார்.

"என்ன?"

"இங்கிலீஸ் வருது"

என்ன உவ்வா, ஒண்ணும் மனசிலாவல்லெ?"

"காபிர் பள்ளிக்கூடம் வருது"

"நான் இடங்கொடுக்கல்லியே! பின்னே எப்படி வரும்?"

முதலாளி இடங்கொடுக்கல்லன்னா இடம் கொடுக்க ஆளா இல்லே"

"நான் அல்லாது இந்த ஊரிலே பள்ளிக் கூடத்திற்கு இடம் கொடுக்க யார் இருக்கா?"

"மஹ்மூது!"

"மஹ்மூதா?"

"ஆமா"

"அவன் இடம் கொடுத்தானா?"

"முதலாளியின் தோப்பின் பக்கத்திலுள்ள எடத்தைப் பள்ளிக்கூடம் கட்ட இனாம் கொடுத்தான்."

"லெப்பைக்கு எப்படித் தெரியும்?"

"உஸன்பிள்ளையின் கடைக்கு முன்னே வச்சு மஹ்மூதுதான் சொன்னான். இடது கை பெருவிரல் கொண்டு ஒப்பம் செய்து கொடுத்த மை அடையாளத்தையும் காட்டினான்."

"அப்போ, இங்கே காபிர்களுடைய பள்ளிக்கூடம் வருது. எனக்க அறிவும் கட்டளையும் இல்லாத ஒரு பள்ளிக்கூடம் வருது"

"வருது"

"அவன் என்னெக் கடுமையா எதுக்கான்"

"எதுக்கான்"

"அவன் ஒப்பம் போட்டுக் கொடுத்த இடது கைப் பெருவிரலை நான் முறிப்பேன்." கண்கள் சிவந்து தீப்பிழம்புகள் ஆகின.

“வெள்ளிக்கிழமை ஜும்மாவுக்கு அவனெ பள்ளித்தூணுலே கட்டி வச்சு அடிப்பேன்.”

முதலாளி மர மிதியடியைக் காலில் மாட்டிக் கொண்டார். இறங்கி நடந்தார். மிதியடிச் சத்தம் உயர்ந்தது. எப்பொழுதும் முதலாளி பள்ளி வாசலிலிருந்து புறப்படும் பொழுது வீடு வரை முதலாளியைப் பின் தொடர்ந்து செல்வது அசனார் லெப்பையின் பழக்கம். மூட்டையின் ரத்தம் கொண்டு படம் வரையப்பட்ட சட்டையை அசனார் லெப்பை அணியுமுன்னாலேயே முதலாளி இறங்கி நடந்தார். லெப்பை பின்னாலேயே ஓடினார். முதலாளியை நெருங்குமுன் முதலாளி வடக்கு வீட்டு வாசலை அடைந்து விட்டார்.

முதலாளி நேரே தங்ஙளின் அறையில் சென்றார். தங்ஙள் ஒரு பாத்திரத்தில் தண்ணீர் ஏந்தி ஓதிக் கொண்டிருப்பதைக் கண்டார். முதலாளியைப் பார்த்ததும் தங்ஙள் பாத்திரத்தைக் கீழே வைத்தார்.

“ஒரு விஷயம் சொல்லணும்”.

தங்ஙளின் அறையில் கூடி நின்றிருந்த ஆண்களையும் பெண்களையும் வெளியே போகச் சொன்னார்.

“சொல்லுங்கோ” தங்ஙள் முதலாளியைப் பார்த்துச் சொன்னார்.

“ஒரு முக்கியமான விஷயம்!”

“என்ன விஷயம் ஆனாலும் சரி, சொல்லுங்கோ வழியிருக்கு”

“இங்கிலீஷ் படிப்பது ஹலாலா, ஹராமா?”

“பெரிய ஹராம்”

“அப்பம் அந்த இங்கிலீஷ் படிச்சுக் கொடுக்கிற பள்ளிக்கூடம் இந்த ஊரிலே கட்டினாலோ?”

“அதைவிடவும் பெரிய ஹராம்!”

“அந்த ஹராமான விஷயத்திற்கு இடம் கொடுப்பவனோ?”

“ஆண்டவன் முன்னாலே பெரிய பாவி”

“அவனைக் கொண்ணால்?”

“எட்டு சொர்க்கம் எண்ணிக் கொடுப்பான்”

“இஞ்ச மஹ்மூதுண்ணு ஒருத்தன் உண்டு. அவன் தான் இங்கிலீஸ் பள்ளிக்கூடம் கட்ட இடம் கொடுத்தான்”

தங்ஙள் விரிந்த மார்பிலுள்ள சுருள் ரோமங்களில் விரல் ஓட்டினார். முதலாளி தொந்தியைத் தடவினார்.

“ஒரு சிகர் செய்து அவனை பைத்தியக்காரன் ஆக்கணும்”

“ஊம்” தங்ஙள் முனங்கினார்.

“பள்ளிக்கூடம் கட்டும் இடத்தில் ஒரு தகடு புதைக்கணும். அங்கே கட்டும் கட்டடம் இடிஞ்சு விளணும்.”

“ஊம்”

“அதுக்கு என்ன செலவானாலும் செய்யலாம்”

“மையிட்டுப் பார்க்கணும்”

“பார்க்கலாம்”

“பாப்போம். பைத்தியக்காரன் ஆக்குவோம்”

“என் முகத்தில் அவன் கரி தேச்சிட்டான்”

“அவன் முகத்திலே அவனே கரிவாரித் தேய்ப்பான்”

“முதலாளியின் முகத்தில் நிலவொளி படர்ந்தது. முதலாளி நன்கு உட்கார்ந்து கொண்டார்.

தங்கள் மெத்தை மேல் சம்மணம்கட்டி உட்கார்ந்து கொண்டார். மடிமேல் தலையணை எடுத்து வைத்தார். அதில் கை முட்டுகளை ஊன்றினார்.

“மையிட்டுப் பல கணக்குகள் பார்க்கணும், நாலஞ்சு ஹோமக்குளிகள் போடணும். எப்படியும் ஆறு மாசமாயிப் போகும்.”

“ஆகட்டுமே, அதனால் என்ன?”

“எனக்கு ஊருக்குப் போகணும்”

“ஜின்னை கூசில் அடச்சாச்சா?”

“இன்னக்கி அல்லது நாளைக்கு அடப்பேன். ஜின்னை அனுப்பியிருக்கேன். கடல்ல தெரியக்கூடிய பாறையிலெயாக்கும் தங்குது. மையிலே தெரிஞ்சுது. புடிச்சதும் புறப்படணும்”

“புறப்பட்டா?”

“திரும்ப வாறது சந்தேகம்”

“முடியாது! எனக்கு இந்த உதவி செய்து தந்து விட்டுத்தான் போணும்?”

“அதுக்கு ஆறு ஏழு மாசம் ஆகும்”

“ஆகட்டுமே”

“என்பெஞ்சாதி பிள்ளையெல்லாம் ஊர்லே தேடுவாங்கோ”

“செலவுக்குக் காசு அனுப்பலாம்”

“போதாது நான் ஒரு கணவன், ஒரு தகப்பன், அன்பை அனுப்ப முடியுமா?”

“சரிதான்!”

“எனக்கு இங்கே ஒரு நிக்காஹ் செய்தா பரவாயில்லெ, அப்படியானா ஆறு மாசம் இங்கத் தங்கி மத்த சங்கதி அளகா முடிச்சிடுவோம்.”

“எத்தனாவது நிக்காஹ்?”

“அஞ்சாவது”

“முதலாளி கொஞ்ச நேரம் மௌனமாக ஆலோசனை செய்தார். பல தகப்பன்மார்கள் முதலாளியின் சிந்தனையில் ஏறி இறங்கினர்.

அவர்களின் பருவப் பெண்கள் சிந்தனையில் மின்னி மறைந்தனர். கறுத்தவர்கள், வெளுத்தவர்கள், அழகுள்ளவர்கள் இப்படி ஏராள மானவர்கள் முதலாளியின் சிந்தனை வானவெளியில் பறந்து திரிந்தனர். முதலாளி தலைசொறிந்தார். தாடியைத் தடவினார்.

"வழி செய்வோம்"

"விதவையானாலும் பரவாயில்லே." தங்கள் சொன்னார்.

"பாப்போம்"

"முப்பத்தஞ்சிக்கு மேலானவளானாலும் பரவாயில்லெ"

"பாப்போம்"

"ஒண்ணோ, ரண்டோ குழந்தைகள் இருந்தாலும் பரவாயில்லெ."

"சரி"

"குடும்பப் பெண்ணா இருக்கணும்"

"சரி"

முதலாளி அறையிலிருந்து வெளியேறினார். முற்றத்தில் அங்குமிங் கும் நடந்தார். மாலை சாய்ந்தது. பறவைகள் கூடுதேடிச் சென்றன. வடக்கு வீட்டு நாலு கெட்டுக் கண்ணாடித் திண்ணையில் தூக்கு விளக்கு பற்ற வைத்தனர். முற்றத்தில் முதலாளியின் நிழல் ஆடியது.

வெள்ளிக்கிழமை இரவானதால் ஊது பத்தி பற்ற வைத்து ஆங்காங்கே நாட்டினர்.

நூஹு பாத்தும்மாள் அடிச்சூட்டில் இருந்து முஹியித்தின் மாலையை இன்பமாக பக்தி ததும்பப் பாடினாள். அந்த ராகம் முதலாளியின் காதில் எட்டியது. அந்த ராகம் முதலாளியைப் பிடித்து நிறுத்தச் செய்தது. அவர் காதைக் கூர்மையாக்கினார். ராகத்தை கவனித்தார். இதயத்தின் ஆழத்தில் புதைந்துகிடந்த வேதனை ஒரு நூல் இழை போல் அந்த ராகத்தின் ஊடே ஒழுகி வருவதாகத் தோன்றியது. முதலாளி தலையைக் குனிந்தார். கண்ணாடித் திண்ணை யில் ஏறினார். சாய்வு நாற்காலியில் உட்கார்ந்தார்.

"ஐசா !"

முதலாளி கூப்பிட்டார்.

"என்னா ?"

ஆயிஷா ஓடி வந்தாள்.

"மாமியிட்ட மெதுவாப் பாடச் சொல்லு"

அன்று இரவு முதலாளி முன்னதாகப் படுத்துக் கொண்டார்.

"விதவைகளானாலும் பரவாயில்லே. முப்பத்தைந்து வயதுக்கு மேற்பட்டவளானாலும் பரவாயில்லெ ..." என்று தங்கள் சொன்னதன் நோக்கம் என்ன? யாரை மனதில் கண்டு கொண்டு சொன்னார்? முதலாளியின் சிந்தனை தடுமாறியது. சிந்தனைக் கட்டுகளில் பின்னல்

விழுந்தது. பின்னலை நிவர்த்தி செய்ய முடியாத சிக்கலில் தூக்கம் கெட்டது. சாமக்கோழி கூவிய போது கண்களில் அசதி ஏற்பட்டது. அந்த அசதியில் கெட்ட கனவுகள் கண்டார். காலை புலர்ந்தபோது கண்விழித்துப் பார்த்தது அவுக்காரின் முகத்தை!

"அவுக்காரே! தங்ஙளுக்கு ஒரு நிக்காஹ் சரிப்படுத்தணும்"

"எத்தனாவது நிக்காஹ்?"

"அஞ்ஞாவது நிக்காஹ்"

"செய்துவிட்டு போய்விட்டாலோ?"

"தங்ஙள் போற இடம், வாற இடமெல்லாம் நிக்காஹ் செய்வது வழக்கம். அவங்களுக்கு அது ஹலால்."

"முன்னாலே ஒரு தங்ஙள் வந்து, ஒரு ஊருக்காரியைக் கல்யாணம் செய்தாரு. மூணு குளந்தை பிறந்தது. அதோட போய்ட்டாரு! வரவுமில்லை, செலவுக்கு அனுப்பவுமில்லை. இண்ணு அந்தக் குடும்பம் வறுமையிலே வாடுது!"

"தங்ஙள்மார் போற இடத்தில் எல்லாம் கல்யாணம் செய்வாங்கோ. சொன்னபடி கேளு, ஒரு நிக்காஹ்வுக்கு ஏற்பாடு பண்ணு"

"அந்தப் பாவம் நான்தான் செய்யணுமா?"

"சொல்லேது வடக்கு வீட்டு அகமதுக் கண்ணு முதலாளி!"

"முதலாளியின் சோறு உண்ணுதனாலே முதலாளிக்காக ஒரு பாவம் செய்யேன்."

15

புதிய வீட்டில் சேமக்கண்ணுக்குப் பாத்திஹா. அவர் ஏராளமான நிலத்திற்குச் சொந்தக்காரர். வாரிசில்லை. அதனால பாத்திஹா மிகவும் ஆடம்பரமாக ஓதினார்கள். மௌலூதுக்கு ஏழு லெப்பை மார் உண்டு. ஊரார்க்குச் சாப்பாடு, அதுவும் பகலில்!

ஏதாவது வீடுகளில் பகல் நேரங்களில் ஊர்ச்சாப்பாடு இருந்தால் அசனார் லெப்பையின் மதரஸாவிற்கு அன்று விடுமுறை. ஒரு குழந்தைகூட மதரஸாவிற்கு ஆஜராவதில்லை. எல்லாக் குழந்தைகளும் அவசர வீட்டின் முன்னால் கூடிக் கிடப்பார்கள். அவர்களுக்குள்ளேயே ஒருவருக்கொருவர் கெட்ட வார்த்தைகள் பேசுவார்கள். அடி, குத்து, சீனாஅடி, விளையாட்டு குஸ்தி இப்படிப் பலப்பல அப்பியாசங்கள்.

அசனார் லெப்பை பாத்திஹா வீட்டில் சாப்பிட்டு விட்டு வெளியே வந்தார். நீளமான ஓர் ஏப்பமிட்டார். வயிற்றைத் தடவினார். பல்லிடுக்கிலிருந்து இறைச்சித் துண்டை கையால் தோண்டி எடுத்து சுவரில் தேய்த்துக் கொண்டார்.

உஸன்பிள்ளை கடை மூடிவிட்டு பாத்திஹா சாப்பாட்டிற்காக வந்திருந்தார். வீட்டிற்குள் செல்ல முடியவில்லை. ஒரு சுவரோரமாகக் குத்தியிருந்தார். வாசலில் நிற்பது மீசை மம்மாசீன். ஏழைகள் யாரையும் உள்ளே கடந்து செல்ல விடவில்லை. வாசல் திறந்ததும் மக்கள் ஆரவாரத்துடன் ஓடினார்கள். மம்மாசீன் மீசையை முறுக்கினான். மக்களை இரு கை கொண்டு வெளியே தள்ளினான். எல்லோரும் கீழே விழுந்தனர். மீண்டும் மக்கள் ஆரவாரத்துடன் எழுந்தனர். கீழே விழுந்தனர். இந்த இடிபாடுகளைப் பாராமல் உஸன் பிள்ளை பொறுமையாக உட்கார்ந்திருந்தார். அவர் ஈர்க்குத் துண்டை எடுத்து தரையில் படம் வரைந்து கொண்டிருப்பதை அசனார் லெப்பை பார்த்தார்.

"ஒஸன்பிள்ளை எரை எடுக்கலியா?"

"இல்லை"

"கடைல யாரப்பா?"

"கடை அடைச்சுட்டேன். போய் தொறக்கணும். சாப்பாடு எப்படி?"

“ஜோர்! இஷ்டம் போல கெடைக்கும்”

“எறச்சி யாரு எடுத்துப் போடுதா?”

“வாப்புக்கண்ணு. கோரி கோரி வக்காரு”

“அவரு ரொம்ப நெறவு உள்ளவரு! கண்டதச் சொல்லத்தானே செய்யணும்.”

“ஒரு தம்மு தா”

“ஒண்ணுதான் இருக்கு லெப்பை, சாப்பிட்டுட்டு அடிக்கணும்.”

“இங்கே எடுவ்வா, நான் ரெண்டு இழுப்பு இழுத்துட்டுத் தாரேன், குத்தி அணைச்சுக்கோ! பிறகு சாப்பிட்டுட்டு இளுக்கலாம்”

உஸன்பிள்ளை, இடுப்பிலிருந்து தீப்பெட்டியை எடுத்துக் கொடுத்தார்.

“பீடி?”

“அதுக்கு உள்ளேயிருக்கு”

லெப்பை தீப்பெட்டியைத் திறந்தார். புகைத்து மிஞ்சிய ஒரு சிறு பீடித்துண்டு இருப்பதைக் கண்டார்.

“இதா உவ்வா?”

“அதான் இருக்கு”

லெப்பை பீடித்துண்டை எடுத்து உதட்டில் வைத்தார். தீபபெட்டியை உரைத்து பீடி பற்றவைத்துக் கொண்டு நடந்தார்.

“லெப்பை!”

லெப்பை உடனே நின்றார்.

“ஒரு இழுப்பு இழுத்துட்டுத் தந்துட்டுப் போங்கோ.

“ஒரு இழுப்புக்குத்தான் இருக்கு”

“பரவாயில்லெ”

லெப்பை பலமாக ஒரு இழுப்பு இழுத்தார். மூக்கு வழியாகப் புகையைச் சிந்தினார். பீடித்துண்டை உஸன்பிள்ளையின் கையில் கொடுத்தார். உஸன்பிள்ளை பீடியைக் குத்தி அணைத்தார். துண்டைத் தீப்பெட்டிக்குள் அடைத்து இடுப்பிலுள்ள துணிக்குள் செருகிக் கொண்டார்.

அசனார் லெப்பை சுடுகாடு ஆற்றை நோக்கி நடந்தார். ஆற்றில் சென்றதும் குளிர்ந்த காற்று வீசியது. தொப்பியைத் தலையிலிருந்து எடுத்தார். துண்டைக் கொண்டு தலையைத் துடைத்தார். ஆற்றங்கரையிலுள்ள தென்னந்தோப்பு வழியாக வடபக்கமாக நடந்தார். பெரிய கம்பிப் பாலத்தில் ஏறி ராஜபாதையை அடைந்தார். ராஜபாதையில் நின்றால் ஆங்கிலப் பள்ளிக் கூடம் கட்டுவது தெரியும். அஸ்திவாரம் போட்டு முடிந்தாகிவிட்டது.

"பகையா! எங்களக் காபிராக்கவா நீ வந்திருக்கா. லெப்பை தாமாக மனதிற்குள் சொன்னார். கொஞ்ச நேரம் அஸ்திவாரத்தைப் பார்த்து நின்றார். மனதில் ஏதோ முடிவெடுத்தாற்போல் தலையை அசைத்துக் கொண்டார்.

முதலாளி, மஹ்மூதை வெள்ளிக்கிழமை பள்ளியில் முதலாளியின் முன்பாக ஆஜராகச் சொல்லச் சொன்னது நினைவில் எழுந்தது. உடன் அஸ்திவாரத்தைப் பார்த்துக் காறித்துப்பினார் "தூ!"

மீண்டும் ஆற்றின் வழியே திரும்பி நடந்தார். ஆற்றின் தெளிந்த நீரில் முகம் பார்த்து தலை அசைத்துக் கொண்டு நின்றன தென்னை மரங்கள். தென்னைகளின் தலைகளில் இருந்து தெறித்து விழுந்த காற்றில் குளிர்ச்சியும் வாசனையும் இருந்தது. அந்தக் குளிர் காற்றில் லெப்பையின் தோளில் கிடந்த வாயில் துணி காற்றில் அசைந்தது. அந்தக் காற்றின் சுகத்தில் லெப்பை ஒரு தென்னைமரத்தின் கீழ் வெள்ளை மணலில் உட்கார்ந்து கொண்டார். கண்கள் மெல்ல மங்கின. அந்த மயக்கத்தின் இன்பத்தில் பலப்பல வர்ணச் சித்திரங்கள் லெப்பையின் அகத்திரையில் தெரிந்தன. மஹ்மூதைப் பள்ளித் தூணில் கட்டி வைத்திருக்கின்றனர். முதலாளி உத்தரவிடுகிறார். இருபத்தியோரு அடி! வாப்பு, மூங்கில் கம்பு கொண்டு அடிக்கிறார். மஹ்மூது அப்போது அந்தக் கட்டில் கிடந்து நெளிகிறார்.

லெப்பை கலகலவெனச் சிரித்தார்.

ஆற்றின் வழியாக மீன் சுமந்து கொண்டு வந்த மீனவப் பெண்கள் மூக்கில் விரல் வைத்துக் கொண்டு கூப்பிட்டனர்.

"ஏரப்பெ, ஏங் ...? தானா கெடந்து சிரிக்கீரும்"

லெப்பை கண் விழித்தார். முன்னால் மீன் சுமந்து கொண்டு நிற்கும் மீனவப் பெண்களைக் கண்டார். மூக்கைப் பொத்தினார்.

"ஹூம் ...! ...! நாறுது குட்டி, போங்கோ வுட்டி"

அவர்கள் நடந்தனர். சட்டையிடாமல் சேலையால் மார்பை மறைத்துக் கொண்டு கை வீசி நடக்கும் அவர்கள் சென்றதும் காறித் துப்பினார். "இப்லீசுக்க பெண்டாட்டி"

லெப்பை எழும்பி நடந்தார். மஹ்மூதின் வீட்டிற்குச் சென்று வாசலைத் தட்டினார்.

"யாரது?"

"நான்தான் புள்ளே, மோதின்"

மஹ்மூதின் மனைவி கதவைத் திறந்தாள்.

"மஹ்மூது இல்லியா?"

"இல்லை"

"எங்கே?"

"துறைக்குப் போயிருக்கு"

“வந்தா, வெள்ளிக்கிழமைப் பள்ளியிலே வடக்கு வீட்டு அகமதுக் கண்ணு முதலாளிக்கு முன்பாக ஆஜராகணும். முதலாளி உத்தரவு”

“என்ன காரியம்?”

“முதலாளி சொல்லச் சொன்னாரு சொல்லிட்டேன், அவ்வளவுதான்.”

“வந்தா சொல்லலாம்”

இரவு மிகவும் தாமதமாகவே அன்று மஹ்மூது வீட்டிற்கு வந்தார். மஹ்மூதின் மனைவி தூங்கவே இல்லை. கணவன் வருவதை எதிர்பார்த்துக் கிடந்தாள். வாசலில் பதிவாகத் தட்டுவது போல் மூன்று தடவை தட்டுக் கேட்டது. வாசல் தட்டிய ஓசையிலிருந்து கணவன்தான் எனப் புரிந்து கொண்ட பாத்தக்கண்ணு, வாசலைத் திறந்தாள்.

ஒரு நாரில் ஒரு ஜோடி சுறா இறக்கையைத் தூக்கிப் பிடித்துக் கொண்டு நிற்கும் கணவனைப் பார்த்தாள். அந்த இரவின் பயங்கரத் தன்மையில், வியர்த்துக் கொட்டி நிற்கும் கணவனின் உடலில், தளர்ந்த முகத்தில், இந்தப் பிரபஞ்சம் சுருங்கி ஒரு மனித உருவில் நிற்பதைக் கண்டாள்.

“ஏதாவது இருந்தா உடனே தா, வயிறு பசிக்குது.”

கொஞ்ச நேர மௌனத்திற்குப் பின் அவள் தயக்கத்தோடு சொன்னாள் “ராவு கஞ்சி வைக்கல்லெ.”

மஹ்மூது ஒரு பெரும் கட்டடம் தீப்பற்றி எரிந்தபின் அணைந்து கிடைக்கும் சாம்பலைப் போல் சாந்தமாக நின்றார். அவர் சுறா இறக்கையை மனைவியின் கையில் கொடுத்தார். கிணற்றின் கரையில் சென்று கையும் காலும் அலம்பி விட்டு நார்க்கட்டிலில் வந்து உட்கார்ந்தார்.

“பொண்ணு தூக்கமா?”

“தூக்கம்”

“அவளுக்கு ஒரு மாப்பிள்ளெ பாத்திருக்கேன்.”

“எங்கே?”

“குளச்சலிலே. பையன் பரவாயில்ல. ஒரு சின்ன கடெ உண்டு. சீதனம் பெருசா ஒண்ணும் கொடுக்கண்டாம்.”

“அளகுண்டா?”

“அளகுண்டு.”

“குடும்பம்?”

“அவன் வாப்பாவுக்கு மீன் வேலெ.”

“மீன் வேலைக்காரனுக்க மோனா?”

“சீ! எத்துவாளி, நம்ம என்ன மக்கத்துல இருந்து வந்தவங்களா? இன்னைக்கு நம்ம வூடு பட்டினிதானே? அவன் நித்தமும் வேலெ செய்து அவன் வீட்டு அடுப்பு எரியுதே, அது போதாதா? அதுதான் குடும்பம், பத்துப் பவுனுக்கு உருப்படி போட்டுக் குடுத்தாப் போதும்னு அவன் வாப்பா சொன்னாரு’

“தோப்பு?”

“அது ஒண்ணும் கேக்கல்லெ, இருந்தாலும் நம்ம புள்ளைக்கு நம்ம கொடுக்கத்தான் செய்யணும்”

“கையில”

“கையிலுமில்லே, காலிலேயுமில்லெ.”

“நிச்சயமாயிட்டுதா?”

“இல்லே, ஆலோசிச்சுச் சொல்லேன்னு சொன்னேன்.”

மஹ்மூது ஒரு பீடியைப் பற்ற வைத்தார்.

“மோதின் வந்திருந்தாரு”

“எளவு வந்துதா?”

“வெள்ளிக்கிழமை பள்ளிலே முதலாளிக்கு முன்னாலே ஆஜராவணும்னு சொன்னாரு.”

“என்ன காரியம்?”

“தெரியாது”

“இவன் என்ன வேணும்னே சிரமப்படுத்துவான், ஒதுங்கி வாள விடமாட்டான்.”

“நீங்க அவர எதாவது சொன்னியளா?”

“நான் அந்தத் தொந்திக்காரன ஒண்ணுமே சொல்லல்லெ. பள்ளிக்கூடம் கட்ட எடம் கொடுத்ததிலேயிருந்து அவனுக்குக் கிறுக்குப் புடிச்சிருக்கு. நான் காபிரா போனேன்னு எல்லார்க்கிட்டேயும் சொல்லியிருக்கான். லெப்பையும் ஒசாவும் நம்ம வூட்டுல வரக் கூடாதுன்னு விலக்கியிருக்கான்.”

“அவங்கள எதுக்கு வெலக்கணும்?”

“பைத்தியம் முத்திப் போச்சு! வெள்ளிக்கிழமைப் பள்ளியிலே பள்ளித் தூணுல கட்டி வச்சு அடிக்கத்தான் என்ன கூப்பிடுது. நான் என்ன எலியா? பூனையா?”

“ரப்பே!” பாத்தக்கண்ணு ஏங்கினாள்.

“என் உடம்பில் ஒரு துரும்பு விழுந்தா, வடக்கு வூடு சாம்பலாவும். அவனுக்க குடவண்டி தெருவிலே சாஞ்சுவிழும்.”

“நம்ம குமரும் குட்டியுமுள்ள ஏளெ, நம்மதான் சபூர் செய்யணும்.”

"பணம் கொண்டுதான் நம்ம பாவம்! மனசில உள்ள சக்தியினாலே நம்ம பணக்காரனாக்கும், அவன் முன்னாலே நான் தலை குனியவே மாட்டேன். இல்ல, ஒருபோதும் குனிய மாட்டேன்."

மஹ்மூது பல்லைக் கடித்தார். கையை ஓங்கி இடித்தார். இடி தூணின் மீது விழுந்தது. மஹ்மூது கையைத் தடவினார். சப்தம் கேட்டு மஹமூதின் மகள் சுஹரா எழுந்தாள். வாப்பாவின் பற்றி எரியும் கண்களைக் கண்டு பயந்தாள்.

"அவனுக்குத் தெரியும் வூட்டுல கொமர் இருக்குதுன்னும், பள்ளித் தூணுல கட்டி வச்சு அடி வாங்குனவன் மகளுக்கு மாப்பிள்ளை கிடைக்காதுண்ணும். அதனால் அவன் காலில் நான் போய் விழுவேண்ணும் நினைச்சான் இல்லே? விழவே மாட்டேன்! என் மகளை நான் கல்யாணம் பண்ணிக் குடுப்பேன். ஊரும், ஒசாவும், கத்தீபும், லெப்பையும் இல்லைன்னாலும் நான் கட்டிக் குடுப்பேன்."

"அதெப்படி?"

"அதுதான் இஸ்லாம்! எதுவும் லெப்பை வந்து நடத்தணும்னு இஸ்லாம்ல விதியில்லெ. அவங்கவங்களுக்குத் தெரியும்னா அவங்கவங்க நடத்தலாம். என் மகளுக்க நிக்காஹை நானே நடத்தி குடுப்பேன்."

"பள்ளிப் புஸ்தகம் வேண்டாமா?"

"பள்ளிப் புஸ்தகம் ஆகிரத்துல வராது. பள்ளிப் புஸ்கத்துல நிக்காஹ் எழுதியிருக்கான்னு நாளை மஹ்ஷர்ல ஆண்டவன் கேக்க மாட்டான். "மஹ்மூது இரண்டு கைகளையும் கட்டிலில் ஊன்றிக் கொண்டு தலை குனிந்திருந்தார். கொஞ்ச நேரமாக எதுவும் பேச வில்லை. திடீரென்று எதோ நினைவுக்கு வந்தது போல் கட்டிலிலிருந்து எழுந்தார். கதவைத் திறந்தார். முற்றத்தில் கட்டவிழ்ந்த இருள். ஆகாயத்தில் நட்சத்திரங்களை விழுங்கிய கருமேகங்கள். தொலைவில் சில்லூறுகளின் ரீங்காரம். சேண்டைப் பள்ளிப் பாறையிலிருந்து நரியின் ஓலம். பேய்க் காற்றில் கடும் குளிர் உயர்ந்தடிக்கும் கடல். அலைகளின் அலறல். கரையில் தலை மோதிச் சிதறும் அழுகை ஓசை.

"ஏய்! கொஞ்சம் ஓலை பத்தித்தா" மனைவியைக் கூப்பிட்டுக் கேட்டார் மஹ்மூது.

"இந்த நடுச்சாமத்திலே எங்க எறங்கிப் போறியோ?"

"இப்ப வாறேன்"

"போவாண்டாம்"

"தடுக்க நீ யாரடி?"

"நீங்க கட்டுன பெஞ்சாதி"

"எனக்கு இப்பம் போவணும்"

"எங்கே?"

“அவன் கிட்ட போய் கேக்கட்டு, எதுக்குலே கூப்பிட்டேன்னு.”

“போவாண்டாம்” மனைவி வாசலில் ஏறி நின்றாள் மஹ்மூது கோபத்தோடு அவள் தலை முடியைச் சுற்றிப் பிடித்தார்.

“வாப்பா” சுஹறா வாய் விட்டு அழுதாள்.

மனைவியின் முடியிலிருந்து கை மெல்லக் கழன்றது.

“வாப்பா போக வேண்டாம்”

மஹ்மூது அப்படியே நின்று விட்டார்.

வெடித்துத சிதற நின்ற எரிலை வெடித்துச் சிதறாமல் நின்று விட்டது.

“உன் கண்ணீரின் முன்னாலே நான் சக்தி இல்லாமல் போறேன்.”

மஹ்மூது கட்டிலில் உட்கார்ந்து கொண்டார். கட்டிலில் சாய்ந்து படுத்தார். வாசற்படியில் சிரிப்பதற்குச் சிரிப்பில்லாமல் அழுதழுது சிரித்துக் கொண்டிருந்த மண் விளக்கு அணைந்தது. அந்த வீடு இருளின் ஏழாம் பஹறில் தாழ்ந்தது.

16

வெள்ளிக்கிழமை! குளிப்பவர்களின் கூட்டம், துணி துவைப்பவர் களின் கூட்டம். 'காமா' மார்க் நீல சோப்பின் அருவருப்பான வாடை பள்ளிக் கிணற்றின் சுற்றுப்புறங்களில் நிரம்பி நின்றது. துணி துவைக்கும் கல்லைச் சுற்றிலும் சோப்பு நுரையாலான சிறுசிறு குன்றுகள். பள்ளி வாசலுக்கு முன் பகுதியிலுள்ள தைத்தென்னை விரித்த நிழலில் வெயிலின் நாக்கு தரையை நக்கும் முன்னே ஒசா ஜப்பார் வந்து விட்டான். மணி பதினொன்றாகியும் கால் முட்டை நிமிர்த்த வில்லை. ஒரு பீடி கூட இழுக்கவில்லை. மூத்திரம் பெய்ய வேண்டும் போல் இருந்தது. இருந்தும் வாய்ப்புக் கிடைக்கவில்லை; எதற்குமே நேரம் இல்லை. மக்கள் பொறுமையிழந்து உட்கார்ந்திருந்தார்கள். தாடி எடுக்க வந்தவர்கள், புதிய தாடி வைக்க வந்தவர்கள், மொட்டை யடிக்க வந்தவர்கள் . . .

முதலாளி, மஹ்மூதை வெள்ளிக்கிழமைப் பள்ளியில் ஆஜராகச் சொன்ன விவரம் ஊர் மக்கள் அறிந்தனர். கேள்விப்படாத காது களில் உசன்பிள்ளை செய்தியை எட்டவைத்தார். பீடிக் து[illegible]லிருந்து பார்வையைத் தெருவில் செலுத்தும்போது, அது வழியாகக் கடந்து செல்வோர் அவர் கண்ணில் விழுந்தால் அவரைக் கூப்பிடுவார்.

"அங்க போறது யாரு?"

"நான் தான்"

"வாருங்கோ"

"முதலாளி மஹ்மூதை வெள்ளிக்கிழமை பள்ளில கூப்பிட்டது எதுக்கு?"

"எனக்குத் தெரியாது?"

"அப்படியா! அப்பம் வெள்ளிக்கிழமை பள்ளீலப் பாக்க லாமில்லியா"

"வருவேன்"

வெள்ளிக்கிழமையைப் பலரும் எதிர்பார்த்தனர். வெள்ளிக்கிழமை சீக்கிரம் புலருவதற்காகச் சிலர் ஆற்றுப்பள்ளி உண்டியலில் நாலுகாசு காணிக்கை இட்டனர். வெள்ளிக்கிழமை குத்துபாவுக்கான நகரா ஓசைக்காக மக்கள் காதுகளைக் கூர்மையாக்கினர்.

பிள்ளைகள் பள்ளி வாசலுக்கு முன் கூட்டமாகக் கூடினார்கள், அடி, உதை, குத்து, பிரம்படி. உம்மாமாருக்கும் ஏச்சு, வாப்பாமாருக்கும் ஏச்சு.

நகரா சப்தம் கேட்பதற்கு முன் ஆட்கள் ஒவ்வொருவராகப் பள்ளிவாசலுக்கு வரத் தொடங்கினர். ஹவுளில் தண்ணீரின் நெஞ்சுத் துடிப்பு கூடியது. சிரட்டையும், அகப்பையும் மூழ்கிப் பொங்கின. மேடையில் ஒழுகிய அசுத்தத் தண்ணீரின் மேல் சளி அனாதைப் பிணங்களைப் போல் ஒழுகியது.

நகரா அடிக்கும் முன் பள்ளி வாசலிலுள்ள நான்கு தளங்களும் நிரம்பின. பாங்கு மேடையில் நகரா முழங்கியது. காற்று, அசனார் லெப்பையின் பாங்கோசையைச் சுமந்து திரிந்தது. குத்துபா பீடத்தில் கத்தீபு வந்து உட்கார்ந்தார்.

வடக்கு வீட்டு அகமதுக்கண்ணு முதலாளியின் மிதியடிச் சத்தத்திற்காக மக்கள் காதைத் தீட்டியிருந்தனர்.

கத்தீபு குத்துபா புத்தகத்தின் பக்கங்களைத் திருப்புவதற்கு இடையே அடிக்கடி தெருவை உற்றுப் பார்த்தார்.

ஹவுளின் கரையில் மஹ்மூது ஏறி வந்தது ஒரு மின்னலைப் போலிருந்தது. ஒளுச் செய்தார். எல்லாக் கண்களும் மஹ்மூதைப் பொதிந்திருந்தன. எல்லாக் கண்களும் தன்னைப் பொதிந்திருக்கும் உண்மையை மஹ்மூது தெரிந்து கொண்டார். ஒளுச் செய்துவிட்டு பள்ளிவாசலுக்குள் நுழைந்தார். ஓர் ஓரமாகத் தூணில் சாய்ந்தபடி உட்கார்ந்தார். சுவர் மணியின் இரட்டை விரல் அசைந்தது. கத்தீபு திரும்பி மணியைப் பார்த்தார். பிறகு அசனார் லெப்பையின் முகத்தைப் பார்த்தார். அசனார் லெப்பை எழுந்தார். வெளியில் செல்லத் தயாராகும்போது முதலாளி பள்ளி வாசலுக்குள் நுழைந்து விட்டார்.

முதலாளியின் பின்னால் வந்த வாப்புவின் கொம்பு மீசையைக் கண்டபோது மக்கள் நடுங்கினர். அந்த நடுக்கத்தோடு மஹ்மூதின் முகத்தைப் பார்த்தனர். அந்த முகத்தில் எவ்வித மாற்றமும் இல்லை. விரல் மடக்கி திக்ரு செய்யும் மஹ்மூதைக் கண்டபோது மக்கள் ஆச்சரியமடைந்தனர்.

குத்துபா பிரசங்கம் தொடங்கியது. தொழுகை முடிந்தது. துஆ[2] ஓதிக் கை முத்தினர். எல்லா மக்களும் பள்ளி மண்டபத்திற்குள் குதித்தோடி இடம் பிடித்தனர். பள்ளி மண்டபத்திலுள்ள கருநிறக் கல்லின் மேல் முதலாளி உட்கார்ந்தார். முதலாளியின் பக்கத்தில் செய்யிதினா முகம்மது முஸ்தபா இம்பிச்சிக் கோயாதங்ஙள்.

கடைசி ஆளாக மஹ்மூது இறங்கி வந்தார். எதுவும் தெரியாதபடி மக்களுக்கிடையே இறங்கி வெளியே நடந்தார். ஊர் மக்கள் ஆச்சரியப் பட்டு நின்றனர். முகத்திற்கு முகம் பார்த்தனர்.

“அவன் போயிட்டானா?” முதலாளி விசாரித்தார்.

“போயிட்டான்”

“அவனக் கூப்பிடு”

அசனார் லெப்பை மஹ்மூதின் பின்னாலேயே ஓடினார்.

"முதலாளி கூப்பிட்டாரு"

"எதுக்கு?"

"தெரியாது"

"இப்ப வர முடியாது" சத்தம் சிங்க கர்ஜனையைப் போல் தோன்றியது. திரும்பிப் பார்க்காமல் நேரே நடந்தார்.

முதலாளியின் முகத்தைப் பார்த்த மக்கள் கிசு கிசுத்தனர்.

"முதலாளியை எதிர்ப்பவன் நரகவாதி" மக்களின் முடிவு.

"முதலாளியை மதிக்காதவன் உண்மை முஸ்லிமல்ல." பொது மக்கள் விதி எழுதினர்.

"வாப்பு!"

வாப்பு, முதலாளியின் முன் வந்து கைகட்டிக் குனிந்து நின்றான்.

"வந்தேன்"

"அவனெப் புடிடா"

வாப்பு ஓடினான். ஓடும் வாப்புவை மக்கள் பார்த்து நின்றனர்.

"ஏய் நில்லு" வாப்பு கூப்பிட்டான்.

"உன் ஜோலியப் பாருவ்வா" மஹ்மூது நடந்தார்.

"முதலாளி கூப்பிடுது."

"அவன் பொண்டாட்டியெக் கூப்பிட்டுக் கொண்டு குடு"

"மரியாதையோட பேசு"

"இல்லன்னா நீ என்ன செய்வா?"

"அடிப்பேன்"

"அடிடா மைராண்டி"

மஹ்மூது திரும்பி நின்றார். இடிப்பிலிருந்த நீளமான கத்தியை உருவிக் காண்பித்தார்.

"குடலை மாலையிடுவேன். மானமா போ."

வாப்பு கிடுகிடுவென விறைத்தான். மஹ்மூது திரும்பி நடந்தார்.

"அவனெப் புடிக்கலியா"

"இல்லை, இடுப்புல கத்தி வச்சிருக்கான்."

"கத்தியா?"

"ஓ"

"சுபுஹானல்லா"

ஊர்மக்கள் ஏமாற்றமடைந்து நின்றனர். ஒவ்வொருவராகப் பிரிந்து சென்றனர். முதலாளியும் தங்ஙளும் பள்ளிக்கல்லில் தனித்தார்கள்.

முதலாளி மதிய உணவு சாப்பிட உட்கார்ந்தார். ஒருபிடி சோறுகூடச் சாப்பிடவில்லை. வெடுக்கென்று எழுந்தார். கையை அலம்பினார். கையை உடுத்த துணியில் துடைத்துவிட்டு யானைக்கால் நாற்காலியில் ஏறிக்கிடந்தார். கருத்த சுருட்டு சுருள் சுருளாகப் புகையைத் துப்பியது.

"அவமானம்" வெள்ளிக்கிழமை குத்துபா பள்ளியில் ஊர்மக்களின் முன்னால் தன்னை வெளிப்படையாக அவமதித்திருக்கிறான். இதை விட இனி ஒரு அவமானம் வருவதற்கில்லை. தோல் களன்று போய்விட்டது. நாக்கு அழுகி விழுந்து விட்டது. மேற்கு வீட்டுக் காரர்கள் நகைப்பார்கள். குலுங்கிக் குலுங்கிச் சிரிப்பார்கள். தனது செல்வாக்கின் வெள்ளைக் கொடி உயர்த்திக் கட்டிய கம்பம் வளைந்து கூனிவிட்டது. இனி நிமிர்த்திக் கட்ட முடியாது. விலையும் நிலையும் உள்ள ஒருவன் அவமதித்திருந்தாலாவது சொல்லி நிற்கலாம், பிடித்து நிற்கலாம். சாதாரண ஒருவனால், அதுவும் குத்துக்கல்லுக்குக் கிழக்கே உள்ளவனால் அவமானம் நேர்ந்து விட்டது. வாழ்நாள் முழுவதும் இனி தலைகுனிந்துதான் நடக்கவேண்டும். இனி யார் முகத்தைப் பார்க்க முடியும்? இனி தனது சொல்லுக்கு விலை உண்டா? இனி தான் மனிதனாக நடமாட முடியுமா? தனது மூதாதையர் செய்த பாவமா? அல்லது தான் செய்த பாவமா? அல்லது அவனுடைய அழிவுக்கு இது முதல் கட்டமா?

முதலாளி யானைக்கால் நாற்காலியில் தலைகுனிந்திருந்தார். அசரின் பாங்கு கேட்ட பின்பும் நாற்காலியிலிருந்து எழும்பவில்லை. நாற்காலியின் கால் பக்கம் கொண்டு வைக்கப்பட்டிருந்த கடும் தேநீர் ஆறிக்குளிர்ந்து விட்டது. எடுத்துக் குடிக்கவில்லை. பரீது இரண்டு மூன்று தடவை நினைவு படுத்தினான். கவனிக்கவில்லை. கவனம் முழுவதும் பள்ளி மண்டபத்தில், அங்கு கூடியிருந்த மக்களில், கருநிறக் கல்லில், கொம்பு மீசை வளர்த்திருந்த வாப்புவில், திமிராக நடந்துபோன மஹமூதில்.

இரவு மணி ஒன்பதை நெருங்கும்போது முதலாளி நாற்காலியிலிருந்து எழுந்தார். தூணில் சாய்ந்திருந்து தூங்கும் அவுக்காரைக் கூப்பிட்டார்.

"இரவே புறப்படு!"

"எங்கே?"

"திருவிதாங்கோட்டுக்கு"

"நேரம் வெளுத்த பிறகு போனாப் போதாதா?"

"போதாது."

"கும்மிருட்டு"

"இப்பத்தான் போவணும். தரை வெளுக்கும் முன்னே அங்கப் போய்ச் சேரணும்."

"சேரலாம்"

"வண்டி பூட்டிச் சொல்லு"

"ஓ . . ."

"இனி சுணங்க வேண்டாம். அவுங்க கேட்டது கொடுக்கலாம். கலியாணத்தை நிச்சப்படுத்திக்கோ."

"நிச்சயமாக்கலாம்."

"நூறு பவுனுக்கு உருப்படி, அஞ்சு ஏக்கர் தென்னந்தோப்பு, எல்லா சீரும் சிறப்பும் உண்டு."

"பொண்ணு பாக்கணுண்ணு சொன்னாலோ?"

"வந்துப் பார்க்கட்டும்"

"ஓவ்"

"இன்னைக்குப் பள்ளீல நடந்த விஷயம் ஒண்ணும் அங்க தெரியக் கூடாது. தெரிஞ்சா பெரும் அவமானம்! அதுக்கு முன்னாலே கலியாணத்தை நடத்தணும். இந்தப் பிறையிலேயே நடத்தணும்னு சொல்லு."

"சரி"

"அப்படீன்னா புறப்படு"

அவுக்கார் வில்லுவண்டியில் ஏறினார். கும்மிருட்டில் வெள்ளைக் காளைகள் மணியைக் குலுக்கிக் கொண்டே ஓடின. வில்லுவண்டியின் கீழே தூக்கிய ராந்தலின் சிதறிய ஒளியில் வில்லுவண்டியின் சக்கரத்தின் நிழல் உருண்டது.

மாமா சொன்னதெல்லாம் பரீது கேட்டான். பரீதின் முகம் சோர்ந்து விட்டது. பரீதின் கண்களுக்கு முன் ஆயிஷாவின் முழு உருவம் தெரிந்தது. கழுத்திலும், காதிலும், கையிலும் ஏராளம் பொன் நகைகள், சிறந்த பட்டு, இடுப்பில் பொன் அரைஞானம், அகலம் கூடிய ஜரிகை இட்ட கசவுக்கவணி கொண்டு தலையும் முகமும் மறைத்து வில்லு வண்டியில் ஏறிச் செல்லும் காட்சி கண்முன்னால் தெரிந்த போது அவன் நெஞ்சுக்குள் அவனைத் தெரியாமல் ஒரு பாம்பு ஏறிக் கொத்துவதாகத் தோன்றியது. அவனுக்கு இருக்க முடியவில்லை. எழுந்து வீட்டிற்குள் ஓடினான். எங்கும் அந்தக் கண்கள் எதையோ தேடித் திரிந்தன. அங்கு ஆயிஷா இல்லை. அவள் தூங்கும் அறையின் வாசல் பக்கம் சென்றான். ஒரு கட்டிலில் தலைகுனிந்து அவள் ஏங்கும் சப்தம் அவன் செவியில் விழுந்தது. ஒன்றும் பேசாமல், எதுவும் பேச சக்தியில்லாமல் உணர்ச்சிகளைக் கடித்துக் கட்டுப்படுத்திக் கொண்டு அவளை மௌனமாகப் பார்த்து நின்றான்.

"ஆயிஷா! உன் கலியாணம் நிச்சம் செய்ய அவுக்காரு போயாச்சு" அவன் மேலும் எதுவும் பேசாமலும் பேசுவதைக் கேட்காமலும் நடந்து விட்டான்.

17

பற்றி எரிந்து கொண்டிருந்த மதிய வெயிலின் வலு குறையத் துவங்கிய நேரம்! வெப்பத்தில் உருண்டு புரண்டு வந்த காற்றின் மெய் குளிரத் துவங்கியதும், ஆசானின் சுக்கு நீர்க்கடையின் முன் பகுதியிலுள்ள பெஞ்சில் முட்டுக்கட்டி உட்கார்ந்திருந்தவர்கள் வடபக்கத்திலிருந்து குலுங்கிக் குலுங்கி வரும் வில் வண்டியைக் கூர்மையாகப் பார்த்துக் கொண்டிருந்தனர்.

வில்வண்டி, ஆசானின் கடைப் பக்கமாக வந்தது. வண்டியிலிருந்து 'காலுசுறா' அணிந்திருந்த இளம் வயதுக்காரன் ஒருவர் இறங்கி வந்தார். அவரது உடையையும் பாவனையையும் பார்த்தபோது பெஞ்சில் உட்கார்ந்திருந்தவர்கள் நைசாகக் கடைக்குள் சென்று விட்டனர்.

சுக்கு நீர் ஊற்றிக் கொண்டிருந்த ஆசான் அளி வழியாக வெளியே பார்த்தார். சுக்குநீரும் கிழங்கும் சாப்பிட்டுக் கொண்டிருந்த வர்களும் எட்டிப் பார்த்தனர். "தொரயாக்கும்!" ஒருவர் சொன்னார்.

"இல்லப்பா, நெறம் தொரய மாதிரியா இருக்கு?"

"காலுசுறா மாட்டியிருக்குது பாக்கலியா?"

"தொரமாருக்கெல்லாம் பூனக்கண்ணுன்னு தெரியாதா? இது கறுப்பில்லியா?"

"அப்பொ நாட்டு ஆசாமி தான்."

"பாத்தா அப்படித்தான் தெரியுது"

"இங்கே புதுசா கட்டின ஸ்கூல் எங்கே?"

"கூலா?

"ஆமா ஸ்கூல்"

ஒருவருக்கும் புரியாமல் முகத்துக்கு முகம் பார்த்தனர்.

"கூலுண்ணா என்ன?"

"பள்ளிக்கூடம்"

"அடெ, அதா? கொஞ்சம் அந்தப் பக்கம் போங்கோ தெரியும்."

"தேங்க்ஸ்" வந்தவர் வண்டியில் ஏறினார் வண்டி புறப்பட்டது.

"வண்டியிலே ஏறினப்போ அவன் சொன்னது என்ன?" ஆசான் சந்தேகத்தோடு கேட்டார்.

"அதுதான் வெளங்கலெ. என்னவோ ஏசீட்டுப் போறான்"

"இல்லெ தங்ஙளெண்ணு சொல்லிட்டுப் போறான்."

"அவர் தங்ஙளா ?"

"இல்லெ உவ்வா, நம்மையெல்லாம் தங்ஙளாக்கும்னு நெனச்சிட்டுப் போறான்."

"அப்போ அந்த ஆள் ?"

"பள்ளிக் கூடத்தைப் பார்க்க வந்த சர்க்கார் ஆளாயிருக்கும்"

ராஜபாதை வழியாக புழுதி கிளப்பிக்கொண்டு சென்ற வண்டியின் பின்னால் இரண்டு பேர் சென்றார்கள். எதிரில் வந்த அஸனார் லெப்பை வண்டியைக் கண்டதும் ஓரமாக ஒதுங்கி நின்றார். கண் ஜாடையால் வண்டியின் பின்னால் சென்றவர்களிடம் யாரென்று கேட்டார். அவர்கள் கையை விரித்தனர்.

வண்டி கடந்து செல்வதைப் பார்த்துக் கொண்டு லெப்பை பாலத்தின் மேல் நின்றார்.

கருநிற காலுசுறாயும் வெள்ளைச் சட்டையும் அணிந்து தலை கிராப் செய்த ஒரு இளைஞன்! லெப்பை அவரைக் கூர்ந்து பார்த்தார். ஒரு பிடிப்பும் கிடைக்கவில்லை. கட்டி முடிந்த பள்ளிக் கூடத்தின் பின் பக்கம் வண்டி நின்றதைக் கவனித்தார் லெப்பை. வண்டியைப் பார்த்து நடந்தார் "யாருன்னு பாப்போம்."

வண்டியிலிருந்த அவ்விளைஞன் கீழே இறங்கினான். சுருண்டமுடி. லெப்பை அவனுடைய ஒவ்வொரு அங்கத்தையும் பார்த்தார். நெருங்க நெஞ்சுக்குள் பயம். விலகி நின்றார்.

அந்த இளைஞன் அங்குவந்து கூடியவர்களைப் புன்னகையோடு பார்த்தார்.

"நீங்களெல்லாம் இந்த ஊர் மக்களா ?"

"ஆமா !"

"இங்கெ ரொம்ப வீடு உண்டா ?"

"உண்டு"

"எல்லா ஜாதிக்காரர்களும் உண்டா ?"

"உண்டு! கொஞ்சம் முஸ்லிம்தான் கூடுதல்"

"இங்கெ பக்கத்து ஊரிலே பள்ளிக்கூடம் உண்டா ?"

"அந்த பலாய், முஸீபத்தொண்ணும் இங்கே இல்லே"

"அப்போ இங்கே பள்ளிக்கூடம் வந்தது உங்களுக்கெல்லாம் நல்லது தானே ?"

"யாரு சொன்னா நல்லதுக்குண்ணு? நாசத்துக்குத் தான்."

"நாசமா ?"

“வேறெ? நன்மையா? நாங்களெல்லாம் ஒரு பாவமும் செய்யாத்த ஆளுவொ, நோம்பும் தொழுகையும் உள்ளவங்கொ, எங்க ஈமானைக் கெடுக்க இந்த இபுலீசு பள்ளிக்கூடம் வந்திருக்கு. அந்தப் படுபாவி மாமூது செய்த நாசம்”

“படிச்சதுனாலே ஈமான் கெட்டுப் போவுமா?”

“கெடாது. காபிராயித்தான் மரிப்போம். நாளெ மஹ்ஷருலெ கேள்வி கணக்குண்டு.”

“நாங்களெல்லாம் படிக்கலியா?”

“நீங்களெல்லாம காபிர் கூட்டம், நாங்கள் முஸ்லிம்கள், நாலாம் வேதக்காரு தெரியுமா?”

“நானும் முஸ்லிம்தான்!”

“என்ன?” – லெப்பை ஆச்சரியமடைந்தார். வாழ்க்கையின் முதன் முதலாக ஒரு முஸ்லிம் கால்சுறா அணிந்ததைப் பார்க்கிறார். கிராப்பு செய்ததைப் பார்க்கிறார். லெப்பைக்கு நம்ப முடியவில்லை.”

அஸனார் லெப்பை கொஞ்ச நேரம் அவரை ஏறிட்டுப் பார்த்தார். – ‘காலத்தின் மறிமாயம்!’

“பேர்?”

“மெஹபூப்கான்!”

“என்ன கான்?”

“மெஹபூப்கான்”

“அப்போ பேரும் இங்கிரீசுதான்”

“இங்கிலீசில்லே”

“இங்கிரீசுதான்! மம்மக்கண்ணு, நூக்கண்ணு, அய்மக்கண்ணு இதெல்லாம்தான் முஸ்லிம் பேரு, சுத்த அரபிப் பேரு. இந்தக் கடிச்சா உடையாத்த பேரு இண்ணைக்குத்தான் கேக்கேன். கானும் கீனும் . . .! கேட்டியளா யசமானே, இங்கே கானு பள்ளி வாசல்லதான் உண்டு.”

“புரியல்லெ”

“பள்ளிவாசல்லெ மூத்திரம் பெய்யற கானுண்டு, இப்ப புரிஞ்சுதா?”

அவர் சிரித்தார். அவரைச் சுற்றிலும் ஏராளமானவர்கள் கூடினார் கள். வந்து கூடியவர்கள் அவரை ஒரு அற்புதப் பொருளைப் பார்ப்பது போல் ஆச்சரியத்துடன் பார்த்து நின்றனர்.

அஸனார் லெப்பை அவரோடு கொஞ்சம் நெருங்கி நின்றார். இரகசியமாகக் கேட்பது போல் ஒரு கேள்வியைத் தொடுத்தார்.

“முஸ்லிம்னு சொன்னீங்க. சரிதான், அப்படியானால் இந்த குந்தறாண்டத்தை மாட்டிக்கிட்டு ஒண்ணுக்குப் போறது எப்படி, கழுவுது எப்படி?”

"கேட்க வேண்டிய கேள்விதான்" கூடிநின்ற மக்கள் தலையசைத்து ஆமோதித்தனர். இதைக் கேட்டதும் அஸனார் லெப்பை பெருமிதம் அடைந்தார். நெஞ்சு நிமிர்ந்து நின்றார். நெஞ்சு எலும்பு, மூட்டையின் ரத்தக் கறை புரண்ட காலர் இல்லாத அரைக்கைச் சட்டைக்குள் உயர்ந்து நின்றது.

மெஹபூப்கான் சங்கடத்திலானார். என்ன பதில் கூற வேண்டும் என்று தெரியாமல் தடுமாறி நின்றார். கேள்வியோ அருவருப்பானது. ஒவ்வொருவரும் அவர் முகத்தை உற்றுப்பார்த்துக் கொண்டு நின்றனர்.

இவர்களுக்கு என்ன பதில் சொல்ல முடியும்? கொஞ்சம் கூட கலாச்சாரமோ, கல்வியறிவோ இல்லாத மக்கள். மதத்தின் மீது வைத்துள்ள ஆழ்ந்த பக்தியினால் சில மூட நம்பிக்கையில் மூழ்கிப் போன மக்கள். அவர்களின் குழந்தைகளுக்குப் பாடம் சொல்லிக் கொடுக்க வந்துள்ளேன். சில வேளை மாணவர்கள் இல்லாத வகுப்பறையில் தன்னந்தனியாக இருக்கக்கூடிய ஒரு சூழ்நிலை உண்டானாலும் ஆச்சரியப்படுவதற்கில்லை.

"என்ன ஒண்ணும் பேசல்ல?" – லெப்பை தம் கேள்வியை நினைவு படுத்தினார்.

மெஹபூப்கான் அப்போது தான் சூழ்நிலையை உணர்ந்தார். தன்னைச் சுற்றி வளைத்து நிற்கும் மக்களின் முகங்களைப் பார்த்தார். மொட்டை அடித்து, வட்டத்தலைப்பாகை சுற்றிய தலைகள். முட்டு வரை துணி உடுத்தித் தோளில் துண்டுபோட்டுக் கொண்டு நிற்கும் கிராம மக்கள்.

"சொல்லுங்கோ, நிண்ணுட்டுத் தானா ஒண்ணுக்குப் போறது?"

"இல்லெ"

"பொய் சொல்லக்கூடாது."

"உட்கார்ந்துதான்."

"எப்படி மூட்டு மடங்கும்"

"மடங்கும்"

"அப்படியானால் உட்கார்ந்து காட்டும்"

"இப்ப தேவையில்லெ."

"நாங்க முட்டாள்களில்லை. எங்களுக்கெல்லாம் தெரியும், எங்களெ ஏமாற்றப் பாக்கண்டாம்."

"உங்களை ஏமாற்ற வரல்ல, உங்க குழந்தைகளுக்குப் பாடம் சொல்லிக் கொடுக்கத்தான் வந்தேன். இந்தப் பள்ளிக்கூடத்துக்கு நான்தான் வாத்தியார்.

"பேஷ்! மூணாம் வேதக்காரன், காபிர், ஒரு இங்கிலீஸ் துலுக்கனை அனுப்பி நம்மெ காபிராக்கப் பாக்கான் விடாதே"

ஒருவர் உரக்கச் சொன்னார். அஸனார் லெப்பை கை உயர்த்திக் காட்டினார்.

"ஸபூர், ஸபூர்" மெஹபூப்கான் பக்கம் திரும்பிக் கேட்டார். "எங்கெள காபிராக்க வந்த ஆளு இல்லியா? உம்ம பேரு இங்கிரீஸ் பேரு, உம்ம உடுப்பு இங்கிரீஸ் உடுப்பு, உம்ம தலை காபிர் தலை, பரவாயில்லை! ஆனால், படிக்கெ எங்கப் பிள்ளைகள் கெடக்காது. துலுக்கேண்ணுச் சொல்லி எங்க பள்ளிக்குள்ளே வரக்கூடாது. சொல்லிட்டேன்." அஸனார் லெப்பை உரக்கக் கூறிக்கொண்டு அஸர் பாங்கு சொல்ல நடந்தார்.

மஹபூப்கான் வண்டியிலிருந்து பொருட்களை இறக்கி கொண்டார். வண்டி புறப்பட்டது.

புளுதியில் உருண்டு செல்லும் வண்டிச் சக்கரத்தைக் கண்டபோது அந்த வண்டியிலேயே திரும்பிப் போகலாமா என்று தோன்றியது. அங்கு சென்று எனக்கு இந்தக் கிராமத்துப் பள்ளிக்கூடத்தில் வேலை வேண்டாம் என்று சொன்னாலோ?

வேண்டாம்! தனது சொந்த சமுதாயத்தை வேறு யாரால் திருத்த முடியும்? நாம்தான் திருத்தியாக வேண்டும். ஒளி கடந்து வராத இந்தச் சிறு கிராமத்துக்குள் ஒளியைக் கடத்தி விட வேண்டும். தனது சமுதாயத்தின் மூடிய கண்களைத் திறந்து விடவேண்டும். மூட நம்பிக்கையின் சகதியில் புதைந்து கிடக்கும் இந்தச் சமுதாயத்தைத் தன்னைத் தவிர வேறு யார் தூக்கி எடுக்க முடியும்? சில சோதனைகள், இன்னல்கள் உண்டாகலாம். சொந்த சமுதாயத்திற்காக அவ்வளவு கூடச் சகித்துக் கொள்ள வேண்டாமா?

சாயங்காலம் ஒரு கடும் சாயா மட்டும்தான் குடித்தார். இரவு சாப்பாடு கிடைக்கவில்லை. ஆசானின் சுக்கு நீர்க் கடையைத் தவிர வேறு ஹோட்டல் எதுவும் அந்தக் கிராமத்தில் இல்லை. மெஹபூப்கானின் முன்னால் மற்றொரு பிரச்சனையும் எழுந்து நிற்கிறது. எங்கு உணவு கிடைக்கும்?

ஓட்டலுக்கு ஐந்து மைல் செல்ல வேண்டும். பஸ்ஸின் மிதி ஏற்காத குண்டும் குழியும் நிறைந்த ரோடு.

வயிற்றுக்குள் பசி! தனியாக ஒரு பெஞ்சில் கையைத் தலையணை யாக வைத்துக் கொண்டு படுத்தார்.

கும்மிருட்டு. கண்விழித்தபடியே கிடந்தார். வயிற்றுக்குள் பசியின் நண்டுக் கால்கள் பற்றிப் பிடித்தன. இந்த வேதனை கண்டு பயந்து விலகி நிற்கும் நித்திரை. மௌன இரவில் பலப்பல சிந்தனைகள் மனத்தில் கடந்து சென்றன. கடிகாரத்தில் மணி பார்க்க வெளிச்சம் இல்லை. ஒரு தீப்பெட்டிகூட கிடைக்கவில்லை.

நடுநிசியின் நாடித் துடிப்பில், இரவுக் காற்றின் சிறு குளிர்ச்சியில், பிரயாணக் களைப்பில் கண்கள் கொஞ்சம் மயங்கின.

வாசலில் ஒரு பயங்கர ஓசை கேட்டது. ஏதோ கனமான ஒரு பொருளை யாரோ தூக்கி வீசியது போல்.

மெஹபூப்கான் திடுக்கிட்டார், எதுவும் பேசவில்லை மூச்சை அடக்கிக் கொண்டார்.

பயத்தால் நெஞ்சிடிப்பு கூடியது. அந்தத் துடிப்பின் நூல் வழியாகக் கடந்து சென்ற நிமிடங்கள்.

மீண்டும் அதே சப்தம்!

யாரோ தன்னை வேண்டுமென்றே பயம் காட்டுகிறார் என்று தெரிந்தபின் மெஹபூப்கான் திடீரென இருட்டில் வாசலைத் தடவித் திறந்தார்.

வாசலைத் திறக்கும் சப்தம் கேட்டதும் இரண்டு மூன்று பேர் ஓடி மறைவதைப் பார்த்துக் கொண்டார்.

பிறகு அவர் தூங்காமல் விழித்துக் கொண்டிருந்தார்.

18

நிறைய மீன்பாடுள்ள நாள்.

சத்தம் நிரம்பிய கடற்கரை.

ஆகாயத்தில் வட்டமிட்டுப் பறக்கும் பருந்துகள். தென்னங்கீற்றுகளில் மரக் கிளைகளில் மீன் கொத்தியெடுத்துக் கொண்டு போகச் சந்தர்ப்பம் பார்த்துக் கொண்டிருக்கும் காகங்கள்.

மீன் மணம் தாங்கித் திரியும் காற்று! கையிடுக்கில் பெட்டி வைத்துக் கொண்டு கடற்கரையில் சிதறிக் கிடக்கும் மீன்களைப் பொறுக்கியெடுக்க அலைந்து திரியும் குழந்தைகள், பிச்சைக்காரர்கள்.

மஹ்மூது, சுருட்டிக் கட்டிய காலிச் சாக்கைக் கட்கத்தில் வைத்துக் கொண்டு மீன் ஏலம் போடும் இடத்திற்குச் சென்றார். யாரோ ஒருவர் தம் கையில் சுரண்டுவதுபோல் மஹ்மூதுவுக்குத் தோன்றியது. திரும்பிப் பார்த்தார். மீன் வாங்குவதற்கு கையில் தென்னை ஓலையில் பின்னிய கூடையோடு நிற்கும் உசன்பிள்ளை. மஹ்மூது சிரித்தார்.

உசன்பிள்ளை கொஞ்சம் விலகி வந்தார். கண் சிமிட்டி மஹ்மூதைத் தன்னருகில் கூப்பிட்டார். மஹ்மூது அவரை அணுகினார்.

உசன்பிள்ளையின் வாய் மஹ்மூதின் காதருகில் சென்றது.

"விஷயம் தெரியுமா?" ,

"தெரியாது"

"எல்லாம் கொளப்பம்"

"என்ன"

"ஊர்லே விலாய் வருது"

"என்னப்பா?"

"தங்ஙள் ஜின்னை அவுத்து விட்டுட்டுப் போயிட்டாரு"

"எந்தத் தங்ஙள்?"

"வடக்கு வீட்டிலே வந்திருந்த தங்ஙள் சண்டை போட்டுட்டுப் போனாரு."

"என்னப்பா?"

"முதலாளியிட்டே சண்டை"

"என்ன சண்டை?"

"என்ன நான் சொல்ல?"

"கொத்தி கொத்தி மொறத்திலே ஏறிக் கொத்தினாரு தங்கள். மொதலாளிக்க தங்கச்சியைக் கட்டிக் கேட்டாரு. அதனாலே தங்களும் முதலாளியும் பேச்சு முத்திச்சிது. தங்கள் வாசிக்காரன் இல்லியா? கோபப்பட்டுட்டு ராவோடு ராவா இடம் விட்டுட்டாரு."

"நாசம் ஒளிஞ்சுதா?"

"அப்படி சொல்லப் படாது, தீவுத்தங்களாக்கும். கடலுக்கு அந்தப் பக்கம் நின்னு சொன்னாலும் தங்களுக்குக் கேக்கும். கறாமத் துள்ள தங்களாக்கும்"

"அவன், கள்ள மாடு எவனாவது தங்ஙொண்ணு சொல்லிட்டு வந்தா அவனயெல்லாம் வீட்டிலே கிடத்தி விருந்து கொடுப்பான். இவனுக்கு இதெல்லாம் வேணும்."

"நான் சொன்னேன்னு வெளியே வரவேண்டாம். அஸனாரு லெப்பை நம்ம காதிலே சொன்னதாக்கும்."

உஸன் பிள்ளை கிழக்கு நோக்கி நடந்தார். மஹ்மூது கடலைப் பார்த்தார். அலைகளைக் கிழித்துக் கொண்டு நீங்கும் கட்டுமரங்கள், படகுகள், சூரிய ஒளியில் வெட்டித் துலங்கும் கடல்.

மனம் ஒரு கடலா? மனம் நிறைய நினைவின் அலைகள்!

வடக்கு வீட்டில் பெண்களுக்கு ஏற்படும் அவமானம் தன்வீட்டுப் பெண்களுக்கு ஏற்படுவதற்குச் சமமானதல்லவா?

யாரானாலும் பெண்தான். பெண்மைக்கு மதிப்புக் கொடுத்தாக வேண்டும்.

தங்கள் ஐந்தாவதாகக் கல்யாணம் செய்யப் பெண் பார்த்தபோது தான் எதிர்த்ததுண்டு. காரணம் இல்லாமல் இல்லை. அவர் கல்யாணம் செய்வார், ஒன்றோ இரண்டோ மாதம் சேர்ந்து வாழ்வார், பிறகு வெளியேறிவிடுவார். அது பாவம்! அதற்கு உடந்தையாக இருக்கக் கூடாது. அவ்வாறு யாரேனும் கட்டிக் கொடுக்கத் தயாராக இல்லாததாலோ, தங்களுக்கு மனம் இல்லாததாலோ தெரியவில்லை.

கடைசியில் தங்கள் மனம் திறந்து கூறியிருக்கின்றார். தங்கள் நூஹு பாத்தும்மாவின் மீது ஒரு கண் வைத்திருப்பார் போலத் தெரிகிறது. அதற்காகத் தான் அவர் ஐந்தாவதாகத் திருமணம் செய்யவிருக்கும் செய்தியை எடுத்துக் கூறியிருக்கக் கூடும். எதுவானாலும் ஊரிலிருந்து ஒரு நாசம் ஒழிந்தது. யார் செய்த நன்மையோ?

மஹ்மூதின் நெற்றி வேர்த்தது. எதிரே மோர்க்காரி வந்தாள். ஒரு கப் மோர் வாங்கிக் குடித்தார். தொண்டையிலிருந்து வறட்சி நீங்கியது. ஓர் ஏப்பம் விட்டுக் கொண்டு மேற்குப் பக்கம் பார்க்க நடந்தார்.

இங்கிலீஷ் பள்ளிக்கூடத்திற்குப் புதிய ஆசிரியர் வந்த விவரத்தை வடக்கு வீட்டு அகமதுக்கண்ணு முதலாளி தெரிந்து கொண்டார். புதிய ஆசிரியர் ஒரு முஸ்லிம் என்பது தெரிந்து கொண்டார். மூன்றாம் வேதக்காரராகிய வெள்ளைக்காரத் துரை அணியும் கால்சுறா அணிந்தவர் என்றும் தெரிந்து கொண்டார்.

இரத்தம் கொதித்தது. கண்கள் ஜொலித்தன. பற்கள் தெரிந்தன.

"முள்ளை எடுக்க முள்ளு வேணும்."

"ஆமாம்" அவுக்காரு ஆமோதித்தார்.

"மொதலாளியைப் பார்க்க இங்கிலீஷ் வாத்தியாரு வந்திருக்காரு."

"தலக் கிறாப்பு செய்தவன் முகத்தை நான் பார்க்கவே மாட்டேன்."

"அது இந்தக் காலத்து நாகரிகம்."

"அவன் காபிரு, அவனெப் பாக்கண்டாம். போவச் சொல்லு."

"முன்னாலே சொன்னேன், மொதலாளியைப் பாக்க முடியா துண்ணு. பள்ளிக்கூடத்திலே புள்ளெகளே அனுப்ப மொதலாளியைப் பாத்துச்சொல்ல வந்திருக்கான்."

"ஒரு முஸ்லிம் பையனும் கிடைக்க மாட்டான்னு சொல்லு."

"அப்படிச் சொல்ல முடியாது. ஒரு முஸ்லிம் பையன் கிடச்சாச்சு."

"எந்த ஹறாமி மகன்டா அவன்"

"மஹமூதுக்க மகன்."

முதலாளி அதிர்ந்து நின்றார். சற்றுநேர மௌனத்திற்குப் பிறகு முதலாளி பேசத் தொடங்கினார்.

"அவனெ கூட்டத்துல சேக்கண்டாம். அவனெ ஊர் வெலக்கி யிருக்கு, அவன் முஸ்லிமில்லே, காபிரு. அவன் மொவனும் காபிரு."

"ஓ! அப்போ இங்கிருந்து ஒரு முஸ்லிம் பையனும் கிடைக்க மாட்டான்னு சொல்லிடுறேன்"

"சொல்லு."

"அவுக்காரு திரும்பினார்.

"நில்லு! அவன் நிக்கானா? இருக்குயானா?"

"இருக்கான்."

"எங்கே?"

"பெஞ்சிலே."

ஏழு வாளி தண்ணி கோரி கலிமா சொல்லி பெஞ்சைக் களுவச் சொல்லு."

"ஓ"

அவுக்காரு திரும்பி நடந்தார்.

முதலாளியும் திரும்பி நடந்தார்.

முதலாளி தங்ஙள் தங்கும் அறையின் வாசலைப் பார்த்தார். வாசல் திறந்து கிடக்கிறது . நேரே அங்கு சென்றார். அங்கேக் கிடந்த நாற்காலியில் உட்கார்ந்தார். முதலாளி தங்ஙளைப் பார்த் தார். தங்ஙள் முதலாளியைப் பார்த்தார். இருவரும் கொஞ்ச நேரம் மௌனமாகப் பார்த்துக் கொண்டிருந்தனர்.

“நான் சொன்ன காரியம் நடக்கல்லியே தங்ஙளே?” முதலாளி பேசத் தொடங்கினார். பள்ளிக்கூடம் உயர்ந்தாச்சு, படிப்பு தொடங்கியாச்சு.”

“எனக்குத் தெரியும்”

“அப்போ நான் சொன்ன காரியம்?”

“அண்ணெக்கே சொன்னேன் இல்லையா, நான் ஒரு கணவன்னு. நான் இங்க வந்து மூணு மாசமாச்சு”

“ஒண்ணு இரண்டு விஷயம் சொன்னேன். தங்ஙளுக்குப் பிடிக்கல்லே”

“எனக்குப் பிடிக்காததைக் கொண்டுவந்தால் நான் எப்படி நிக்காஹ் செய்வேன். நான் தீவுத் தங்ஙள். எனக்கு வாப்பா முத்துக் கோயா தங்ஙளுக்கு ஆயிரக் கணக்குலே முரீதுகள் உண்டு. எனக்கு உப்பா செய்யது அலவி கோயாத் தங்ஙள் கராமத்துள்ள அவ்லியா. அவங்க பேரன் நான், எப்படியொரு சாதாரணப் பெண்ணைக் கட்டுவேன்?”

“எப்படிப்பட்டது வேணும்ணு தங்ஙள் சொல்லுங்கோ. ஒண்ணு ரெண்டைப் பாத்தேன். தங்ஙளுக்குப் பிடிக்கும். அந்த ஹறாத்துலே பொறந்த மஹ்மூது வெலக்கிப் போட்டான். அல்லேனா அது நடக்கும்.”

“நடக்காத்தது போட்டு. நடக்கதெப் பாப்போம்.

“பாப்போமே”

“வடக்குவீட்டு அகமதுக்கண்ணு முதலாளி நெனச்சா நடக்கும், மனசுவக்கணும். நிக்காஹ் நடந்த மறுநாள் பள்ளிக் கூடத்த ஒடைச்சு தகர்த்துத் தாரேன். வாத்தியாரெ ஓடஓட வெரட்டித் தாரேன். மஹ்மூது கையையோ காலெயோ நொண்டியாக்கித் தாரேன் ஒரே ஒரு ஹோமக் குளிதான் வேணும்.”

“எனக்கு மனசில்லேணா தங்ஙள் நெனச்சிருக்கியோ, ஆண்டவனே! நான் எவ்வளவு சிரமப்பட்டேன்.”

“கூடுதல் ஒண்ணும் சொல்லலே, முடிவாச் சொல்லேன்.”

“சொல்லுங்கோ.”

“எதிர் பேசக்கூடாது.”

“தங்ஙள் விஷயத்திலே நான் எதிர் பேசுவேனா?”

“பேஷ்”

வடக்கு வீட்டு அகமதுக்கண்ணு முதலாளி தங்ஙளின் முகத்தைப் பார்த்தார். தங்ஙள் திரும்பினார். பின்பகுதியிலுள்ள ஜன்னல் திறந்து கிடப்பதைக் கண்டார். உடன் ஜன்னலை அடைத்தார். தலையணையைத் தூக்கி மடியில் வைத்தார். தாடியில் விரலை ஓட்டினார்.

"மொதலாளி தங்கச்சி நூஹுபாத்துமாவை எனக்கு நிக்காஹு செய்து தரணும்!"

"ங்ஹே" – அகமதுக்கண்ணு முதலாளி அதிர்ச்சியடைந்தார். தங்ஙளின் முகத்திலிருந்து கண்களை எடுக்கவில்லை. உற்றுப் பார்த்தார். சுற்றிலும் காரிருளின் கூர்மையான புலி நகங்கள் உயர்ந்து நிற்பதாகத் தோன்றியது.

"ஏன் ஒண்ணும் பேசல்ல?"

தங்ஙள் முகத்தில் புன்னகையை வரவழைத்துக் கொண்டு முதலாளியிடம் கேட்டார். பதிலுக்காகக் காத்திருந்தார். முதலாளியின் உதடுகள் அசைகின்றனவா எனக் கூர்ந்து நோக்கினார். உதட்டிலிருந்து விழியை எடுக்கவில்லை. உதடு அசையவில்லை எனத்தெரிந்து கொண்டார். மெத்தை மேல் கிடந்த பீங்கான் எழுதும் கலத்தை எடுத்து முதலாளியின் தொடையில் தட்டினார்.

"ஏன் ஒண்ணும் பேசல்ல?"

முதலாளி தூக்கத்திலிருந்து விழித்தாற்போல் கண்களைத் திறந்தார். தங்ஙளை உற்றுப் பார்த்தார். புன்னகையுடன் உட்கார்ந்திருக்கும் தங்ஙளைக் கண்டார். அந்தப் புன்னகையில், அந்த சிரிப்பில் பாம்பு படமெடுத்து ஆடுவதைக் கண்டார். அதன் கூர்மையான நச்சுப் பற்கள் உடலில் ஆங்காங்கே ஆழமாக இறங்குவது போல் அனுபவப் பட்டது. வலி, காலின் பெருவிரல்களிலிருந்து மேல் நோக்கி ஏறுகின்றது. இரத்த நாளங்களினூடே, இரத்தத்தினூடே, மஜ்ஜையினூடே, தசையினூடே இதயத்தில் ஏறுகின்றது. சிரசில் வீக்கம் ஏற்படுவதாகத் தோன்றியது. வீங்கி வீங்கி வெடித்துச் சிதறிவிடுமோ எனத் தோன்றியது.

"முதலாளி!" – தங்ஙள் கூப்பிட்டார்.

முதலாளி கண்களை மூடித் திறந்தார். தங்ஙளைப் பார்த்தார்.

"சொன்னது கேட்டுதா?"

"கேட்டது"

"சம்மதமா?"

"எனக்கு அசதியாயிருக்கு"

யோசிச்சுப் பிறகு சொன்னா போதும்.

முதலாளி எழுந்தார். கால் தரையில் பதியவில்லை. தடுமாறியது. தடுமாறிக் கீழே விழாமலிருக்க சுவரில் கையை ஊன்றினார். மெல்ல மெல்ல அடியெடுத்து வைத்தார். யானைக்கால் நாற்காலியில் அமர்ந்தார்.

தலையில் கை வைத்துக் கொண்டு சாய்ந்து படுத்துக் கொண்டார்.

தங்ஙள் இவ்வாறு நினைப்பாரென்று ஒரு போதும் கருதவில்லை. தங்ஙளின் சில உரையாடல்களில் இதன் சாயல் இருப்பதாகப் புரிந்தது. ஆனால் அன்று அதைப் பொருட்படுத்தவில்லை. காரணம் தான் புரிந்து கொண்டது தவறாக இருந்தாலோ என நினைத்து ... தங்ஙள் இப்போது அப்பட்டமாகச் சொல்லியிருக்கிறார். இப்போதுதான் அதன் உண்மையான பொருள் தெரிந்தது.

இவ்வளவு நாள் இங்கு விருந்தாளியாக இருந்த முறைக்கு தங்ஙளின் எண்ணம் இந்த வழிக்குத் திரும்பியிருக்கக் கூடாது.

எந்தச் சூழ்நிலையிலும் நூஹுபாத்திமாவை மணமுடித்துக் கொடுக்க முடியாது. தங்ஙள் யார், எந்த ஊரைச் சேர்ந்தவர், தானாக வந்தவர் தங்ஙள் என்று சொன்னார். நம்பப்பட்டது! தங்ஙள் தானா, யாருக்குத் தெரியும்? ஊரும் பேரும் முகவரியும் இல்லாமல் ஏறி வந்த ஒருவருக்குப் பேரும் பெருமையும் நிறைந்த ஒரு குடும்பத்திலுள்ள ஒரு பெண்ணை மணமுடித்துக் கொடுப்பதா? அதுவும் வடக்கு வீட்டு சாஹுல் ஹமீதுப் பிள்ளையின் மகளையா? வடக்கு வீட்டுக் குடும்பத்தில் ஒரு போதும் நடக்காது. நடந்ததுமில்லை.

அவள் ஒத்துக் கொள்வாளா? ஒருபோதும் ஒத்துக் கொள்ள மாட்டாள். பதினாலாவது வயதில் தாலியைக் கழற்றி வைத்தாள். வெள்ளை உடை அணிந்தாள். தங்க நகைகள் கழற்றி வைத்தாள். அவள் உடலில் ஒரு பட்டு நூல் பட்டதிலலை. ஒரு தங்கப் பொடிகூட ஒட்டியதில்லை.

எவ்வளவோ கல்யாண யோசனைகள் வந்தன. இளமை மொட்டு விரிந்து நிற்கும் நாட்களில் அவளை அணுகினோம். எதற்கும் அவள் இசையவில்லை.

“ஒரு தாலியைக் கழத்தியாச்சு, இனி ஒரு தாலி இந்தக் கழுத்துல ஏறாண்டாம்” ஒரே பேச்சில் முடித்து விட்டாள். இங்குத் தோல்வியை ஒத்துக்கொள்ள வேண்டியதாயிற்று. இளமையின் செவ்விதழ்கள் ஒவ்வொன்றாக இளகிக் கழன்று கொண்டிருக்கும் இவ்வேளையில் மீண்டும் மணமுடிக்க வேண்டிக் கொண்டால் அவள் ஏற்றுக் கொள்வாளா? ஒரு போதும் ஏற்றுக் கொள்ள மாட்டாள்.

முதலாளி சுருட்டுகள் பற்ற வைத்து ஊதினார். கைவிரல்களுக் கிடையிலிருந்து கழுத்து நெரிக்கப்பட்ட சுருட்டின் இரத்தக் கண்ணிலிருந்து புகை கிளம்பியது. தட்டின் மேல் முட்டிச் சிதறி உடைந்தது. கண்ணாடித் திண்ணையெங்கும் புகையிலையின் கரிந்த நாற்றம் முட்டி நின்றது.

தங்ஙள் கோபித்துக் கொண்டு போகலாம். அப்படிப் போவது ஆபத்து, சிஹர் செய்வார். அல்லது ஏதாவது ‘ஷைத்தா’னின் கட்டை அவிழ்த்து விட்டுச் செல்வார்.

உயர்ந்து நிற்கும் ஆங்கிலப் பள்ளிக்கூடம் தன்னைப் பார்த்துப் பரிகசிக்கின்றது. மஹ்மூது ஒரு சவாலாக நடந்து திரிகிறான். இங்குத் தோல்வி அடைய வேண்டியதாக இருக்கிறது. மிஞ்சும் வாழ்க்கையில் இனி தோல்வியின் குப்பைக் கூளங்களைச் சுமந்துதான் திரிய வேண்டுமோ? பள்ளிக்கூடத்தின் மணி ஓசை தன் நெஞ்சில் மோதி உண்டாக்கும் ஓசையா? மஹ்மூது நடப்பது தன் தலையில் மிதித்துக் கொண்டா?

இரண்டு கொக்கிகள் வலப்பக்கமும் இடப்பக்கமும் உள்ள விலா எலும்பில் மாட்டப்பட்டிருக்கின்றன. இருபுறமும் திரும்ப முடியவில்லை. இரு கொடியவர்களின் நடுவே வலிமையிழந்த, திக்குத் தெரியாது தவிக்கும் பெண்ணின் நிலைமை. தப்பிச் செல்ல வழிகளில்லை. தப்பிச் செல்லும் வழிகளைத் தேடி அலைந்து திரியும் சிந்தனையின் ஊனமுற்ற பாதங்கள். முதலாளி உரக்கக் கூப்பிட்டார் அவுக்காரை!

வெளித்திண்ணையில் பெஞ்சைக் கலிமா சொல்லிக் கழுவிக்கொண் டிருந்த அவுக்காரு நனைந்த கையோடு ஓடி வந்தான்.

“எனக்க கண்ணுல இருட்டேறுது. எனக்கொரு வழி சொல்லித்தா.”

முதலாளி கண்களை அடைத்துக் கொண்டார்.

அவுக்காரு எதுவும் பேசாமல், முதலாளியின் முன் ஒன்றும் புரியாமல் கைக்கட்டி நின்றான். முதலாளியின் முகத்தை உன்னிப்பாகப் பார்த்தான். வெளிறிய முகம், காய்ந்து வறண்டுபோன உதட்டிலிருந்து வெற்றிலையின் சிகப்பு நிறம் மாய்ந்திருக்கின்றது. யானைக்கால் நாற்காலியைச் சுற்றிலும் சுருட்டின் பிணங்கள்.

முதலாளி மெதுவாகக் கண்களைத் திறந்தார்.

“அவுக்காரு பிள்ளே, நீ ஒரு வழி சொல்லித் தாப்பா”

“என்ன செய்யணும்?”

“தங்கம் இப்படி நெனப்பாருண்ணு நான் நெனக்கவேயில்லை.”

“என்ன சங்கதி?”

“தங்கம் நூவாத்தும்மாவைக் கெட்டிக் கேக்காரு”

“பே!” – அவுக்காரு திகிலடைந்தான். “வடக்கு வூட்ல சாஹுல் ஹமீதுப்பிள்ளை முதலாளிக்க மகளயா? சே . . . சே.! வேண்டாம்.”

“நானும் அதத்தான் தீர்மானிச்சேன். செல சமயம் சிஹர் செய்வாரோ?”

“செய்வாரு”

“ஏதாவது சைத்தானுக்க கட்டையும் அவுத்துட்டார்னா. . . .”

“உடுவாரு?”

அவுக்காரு பதில் சொல்லாமல் நின்றான்.

“செலசமயம், ஏதாவது அஸ்மா வேலை செய்து அவளுக்க மனசை மாத்தி அவளக் கடத்திட்டாலோ?” – முதலாளி சந்தேகப் பட்டார்.

“அதுவுஞ்செய்வாரு”

“எனக்கொரு சந்தேகம், அவளுக்க மனசை மாத்தியிருப்பாரோ?”

“அதுவுஞ் செய்யக் கூடிய ஆள்தான்.”

“நமக்கு அவகிட்டே கேட்டு அவளுக்க மனசு என்னாண்ணு தெரிவோம்.”

“தங்கச்சி சம்மதிச்சா கெட்டிக் கொடுக்கவா உத்தேசம்?”

“அவளுக்குச் சம்மதம்னா நடத்திக் குடுக்கது தானே நல்லது? அல்லது மந்திரமோ, தந்திரமோ செய்து அவளெ கடத்திட்டா நம்ம இன்னும் உயிரோடிருந்து என்ன பலன்?”

“சரிதான்”

“இனி நீ போ”

அவுக்கார் போனான்.

முதலாளி யானைக்கால் நாற்காலியில் இருந்து எழுந்தார். இடுப்பிலிருந்த அவிழ்ந்து விழுந்த துணியை எடுத்து உடுத்துக் கொண்டார். காலில் மிதியடியை மாட்டினார். மிதியடிச் சத்தம் உயர்ந்தது. வாசலில் தலைகீழாகத் தொங்கிக் கிடந்த திரையை நீக்கினார். வீட்டிற்குள் சென்றார்.

நடுத் திண்ணையில் கிடந்த உடம்பறையின் மீது கவலையுற்று முகம் கூனிப்போய் உட்கார்ந்திருந்த பரீது, மாமாவைக் கண்டான். கீழே இறங்கி நின்றான்.

“என்னடா ஒரு மாதிரி.”

“ஒண்ணுமில்லே” – பரீது வெளியே இறங்கி நடந்தான்.

முதலாளி அடுக்களையின் பக்கம் சென்றார்.

“வீயாத்தும்மா!” – முதலாளியின் குரல் நீண்டது.

“வாறேன்” கிணற்றின் பக்கம் ஒளுச் செய்து கொண்டிருந்த மனைவி சொன்னாள்.

“நூவாத்தும்மா எங்கே?”

“இங்க நிக்கியா”

“இஞ்ச வரச் சொல்லு”

முதலாளி உடம்பறையின் மேல் ஏறி உட்கார்ந்தார்.

நூவாத்தும்மா காக்காவின் முன்வந்து நின்றாள்.

“கூப்பிட்டியளா?”

“கூப்புட்டேன்”

“உனக்கட்டெ ஒண்ணு கேக்கணும்.”

நூஹு பாத்தும்மா கையை நொடித்துக் கொண்டாள். காக்கா என்ன கேக்கப்போவுது? அய்ஷாவுக்குக் கல்யாணம் கடன் வாங்கித் தான் செய்யப் போவுது. தேங்காக்காரன் பணம் இல்லைண்ணு சொல்லிட்டான். மூன்று நம்பர் தோப்புக்களை யாருக்கும் தெரியாமல் அடுத்த ஜாதிக்காரனுக்கு வித்துவிட்டார். சில வேளை தனது தோப்பில் ஏதாவதொன்றை விற்க விரலுருட்டச் சொல்லக் கூப்பிட்டாரோ? அல்லது தனது நகைகளைக் கேட்டு வாங்கிப் பணயம் வைக்கத்தானோ?

“உனக்கட்டே ஒரு விசயம் கேப்பேன். நீ தொறந்து சொல்லணும்! வெக்கப் படாதே, உனக்குப் புடிச்சா செய்வோம். இல்லேண்ணா வேண்டாண்ணு வெப்போம்.”

“காக்காக்க மனம்போல என்ன வேணுண்ணாலும் செய்யலாம்.”

“இந்த வெசயத்துல எனக்க மனசில்லே, உனக்க மனசுதான்! நீ பிராயமான ஒரு பையனுக்க உம்மா... அதனால் நீ தான் முடிவு எடுக்கணும்.”

“சொல்லுங்க காக்கா”

“நம்ம வூட்டுலே தங்குற தங்ஙளை உனக்குத் தெரியுமா?”

“தெரியும்”

“அவரை நிக்காஹ் செய்ய உனக்குச் சம்மதமா?”

அவள் முகத்தை வெட்டித் திருப்பிக் கொண்டாள்.

“எனக்கு யாரையும் நிக்காஹ் செய்ய சம்மதமில்லே. செய்தது போதும்! நானும் எனக்க மவனும் காக்காக்குப் பாரம்னா நாங்க ஏதாவது ஆத்துல, கெணத்துல சாடி மவுத்தாவுலாம்!”

நூஹு பாத்தும்மாள் முகத்தைப் பொத்திக்கொண்டு விம்மி, விம்மி அழுதாள். “என்கிட்டே இத கேக்க காக்காக்கு மனசு வந்துதே, நாங்க எங்கயாவது போறோம். மாப்பிள்ளை இல்லாத்த நானும் புத்தியில்லாத எனக்க மவனும் காக்காக்குப் பாரந்தானே? நாங்க எங்க றூஹை விடுவோம்”

“அல்லோ, நீ அப்பிடி நினைக்காதே, நான் சும்மா கேட்டேன். நீ ஸபூர் செய்துக்கோ. யாருக்கும் தெரியாண்டாம்!”

முதலாளி தலையைக் குனிந்து கொண்டு நின்றார்.

தங்ஙள் தங்கும் அறையின் வாசல் திறந்து கிடப்பதைக் கண்டார். நேராக அங்கு நடந்தார். தங்ஙள் ஆவலோடு முதலாளியின் முகத்தைப் பார்த்தார். முதலாளி தங்ஙளைக் கடுமையாகப் பார்த்தார். சிஹர் செய்வதானால் செய்யட்டும்! ஷைத்தானின் கட்டை அவிழ்த்து விடுவதானால் அதுவும் செய்யட்டும்! இவரை விடவும் பெரிய தங்ஙள் உண்டு, மந்திரவாதிகளுமுண்டு, வேண்டியதைச் செய்யலாம். அதற்காக எவ்வளவு வேண்டுமானாலும் செலவு செய்யலாம்.

“உக்காருங்கோ” தங்கள் சொன்னார்.

“வேண்டாம்”

“என்ன, முகம் ஒரு மாதிரி?”

“ஒண்ணுமில்லே, எந்தங்கச்சியை நீங்கோ நிக்காஹ் செய்து கேட்டியோல்லியா?”

“ஆமா”

“அது நடக்காது”

“நடக்காதா?” தங்களின் பார்வையின் நிறம் மாறியது.

“கண்டிப்பாக நடக்காது”

தங்கள் கட்டிலிலிருந்து எழுந்தார்.

இனி எனக்கு இங்கே வேலையில்லே. இண்ணைக்கே நான் போறேன்.’

“உங்களுக்கு எப்ப இஷ்டமோ அப்ப போவலாம்.” முதலாளியின் மிதியடி ஓசை அகன்று அகன்று செல்வதைத் தங்கள் காது கொடுத்துக் கேட்டார்.

19

மணி பத்தாகி விட்டது. பள்ளிக்கூடத்தின் முன் பகுதியில் தூக்குப் போட்டுக் கிடந்த மணி உயிர் பெற்றது.

முற்றத்தில் சட்டை அணியாமல் மணலில் விளையாடிக் கொண்டிருந்த மாணவர்களின் காதுகளுக்குள் மணியோசை முழங்கியது. மாணவர்கள் ஆரவாரங்களோடு வகுப்பறைக்குத் திரும்பினார்கள். அங்குக் கிடந்த பெஞ்சுகளில் ஏறி உட்கார்ந்து கொண்டனர். உட்கார்ந்த பிறகும் ஆரவாரம் ஓய்ந்த பாடில்லை.

ஆசிரியர் வகுப்பறைக்குள் கடந்தார். "ஸலாம் சார்!" மாணவர் களெல்லாரும் பெஞ்சிலிருந்து குதித்திறங்கி உரக்கச் சொன்னார்கள்.

போர்டுக்குப் பின் பக்கம் மறைத்து வைத்திருந்த கம்பை எடுத்து ஆசிரியர் மேஜைமேல் அடித்தார்." சைலன்ஸ்!"

மாணவர்கள் வாய் மூடினார்கள். பெஞ்சில் ஏறி உட்கார்ந்தார்கள். ஆசிரியர் ஆஜர் புத்தகத்தை எடுத்து விரித்தார். பெயர்களை ஒன்றன் பின் ஒன்றாகக் கூப்பிட்டார்.

"அப்புக் குட்டன்"

"ஆசர்"

"கணேசன் ஆசாரி"

"காசர்!"

"சாந்தகுமாரன் நாயர்?"

"ஹாஜர்!"

"வள்ளியம்மா?"

"ஆஜர்!"

"பீர்முஹம்மது?"

"ஆசர்"

பீர் முஹம்மதுவை மற்ற மாணவர்கள் பரிகாசம் செய்தார்கள். 'மொட்டைத் தலையன்!'

"பண்ணிக்க மக்களே, காபிர் கட்டகளே." பீர் முஹம்மதுவும் எதிர்த்தான்.

"பீர்முஹம்மது ஸ்டேண்ட் அப்" ஆசிரியரின் கட்டளை.

பீர்முஹம்மது எழுந்து நின்றான். அவன் அணிந்திருந்தது அவனுடைய வாப்பாவின் மேல் துண்டு. அது அவனுடைய இடுப்பிலிருந்து கழன்று விழுந்தது. வெள்ளைக் கண்ணாடிக்குள்ளிருந்து கடுமையான பார்வையைக் கொட்டும் ஆசிரியரின் கண்களைக் கண்டபோது பீர்முஹம்மது நடுங்கினான். கீழே விழுந்து போன துணியை எடுக்க மறந்து நின்றான்.

"துணியை எடுத்து உடுலே."

"துண்டை எடுத்து அணிந்து கொண்டான்."

"கிளாஸுக்குள்ளே வாய் பேசுவியா?"

"இல்லை" என்று தலையசைத்தபோது சொட்டுப் போட நின்ற கண்களைக் கட்டுப்படுத்தினான்.

"சிடவுண்"

அவன் உட்கார்ந்தான்.

"ஸ்லேட்டும் குச்சும் எடுங்கோ"

பெஞ்சுக்குக் கீழ் சாணம் மொழுகிய தரையில் வைத்திருந்த சிலேட்டை மாணவர்கள் எடுத்தனர்.

"ஸ்லேட்டைத் துடையுங்கோ."

மாணவர்கள் சிலேட்டில் உமிழ்நீரைத் துப்பினார்கள். கையால் அதைச் சிலேட்டில் தேய்த்துக் கொண்டார்கள். பிறகு உடுத்திருந்த துணியைக் கொண்டு துடைத்தனர்.

"ஸ்லேட்டைக் கீழே வையுங்கோ." கீழே வைத்தார்கள்.

"ஸ்டேன்டப்"

"சிட்டவுன்"

எல்லோரும் முறையாகச் செய்தனர்.

"இனி நான் கணக்குப் போடுவேன் சொல்ல வேண்டும்"

"சரி சார்!"

"ஐந்தும் ஐந்தும் எத்தனை?" ஆசிரியர் மாணவர்களின் முகங்களைப் பார்த்தார். ஒரு மாணவனைப் பார்த்துச் சொன்னார் "நாராயணன்!"

நாராயணன் எழுந்து நின்றான். முன்னால் தள்ளிய வயிற்றில் ஒட்டியிருந்த அழுக்கை நகத்தால் சுரண்டினான். பதில் சொல்லத் தெரியாமல் ஆசிரியரைப் பார்த்தான்.

"நெக்ஸ்ட், முருகன்." முருகனாலும் பதில் கூறமுடியவில்லை.

"நெக்ஸ்ட், பீர்முஹம்மது. ஐந்தும் ஐந்தும் எவ்வளவு?"

பீர்முஹம்மது சிறிது நேரம் ஆலோசனை செய்தான். பதில் கண்டுபிடித்த ஆனந்தத்தோடு பட்டாசு வெடித்தது போல் சொன்னான். "யானைத்தலைபோலப் பெரிய ஐந்து."

"உன்வாப்பா தலெ போலே! சிட்டவுண். நெக்ஸ்ட், வள்ளியம்மா?"

வள்ளியம்மாவும் பதில் தெரியாமல் திகைத்து நின்றாள். யாரும் பதில் சொல்லவில்லை!

ஆசிரியர் போர்டில் பதிலை எழுதிக் காட்ட சாக்பீஸ் எடுத்துக் கொண்டு திரும்பியதும் ஒருவர் வாசல் பக்கம் வந்தார். ஆசிரியர் திரும்பிப் பார்த்தார். வந்தவர் எதுவும் பேசாமல் நேரே வகுப்பறைக் குள் நுழைந்தார்.

"இஞ்சவாடா, தொறயிலே போயி மீனு வாங்கி வூட்டுலே கொண்டு கொடுத்திட்டுப் படிச்சா போதும்! மீனு நல்ல மலிவு." வந்தவர் பையனைப் பிடித்துக் கொண்டு சென்றார்.

ஆசிரியர் எதுவும் பேசமுடியாமல் திகைத்து நின்றார். தகப் பனின் பின்னால் செல்லும் மாணவன் வாசல் பக்கம் வந்து ஆசிரியரைப் பார்த்தபடியே நின்றார். மறுத்துப் பேச முடியாத சூழ்நிலை. பையனைத் தகப்பனாருடன் அனுப்ப மறுத்துப் பேசினால் ஒருவேளை அவர் தாக்கினாலும் ஆச்சரியப்படுவதற்கில்லை. எள்ளளவும் கல்வியறிவில்லாத முரட்டு சுபாவமுள்ளவர்கள். முந்திய நாள் ஒரு மாணவனைக் கம்பால் அடித்ததை நினைத்துப் பார்த்தார்.

எத்தனையோ தடவை சொல்லிக் கொடுத்த பின்னும் திருப்பிச் சொல்லாத ஒரு மாணவனின் தொடையில் மெதுவாக ஒரு அடி கொடுக்க நேர்ந்தது. மாணவன் அழுதான்.

மதியம் சாப்பாட்டுக்குச் சென்ற பையன் தகப்பனோடு திரும்பி வந்தான். "நான் பெத்த புள்ளையெ அடிக்க, நீ ஆருவ்வா?" வந்த தகப்பன் ஆவேசத்தோடு கேட்டார். பதில் கூற முடியவில்லை.

"வாலெ! இவன் பள்ளிக்கூடத்திலே அடி கொண்டு படிச்சது போதும்."

வந்தவர் பையனோடு திரும்பிப் போய்விட்டார். பிறகு அவன் வரவேயில்லை.

சேர்ந்திருப்பது சொற்பம்! அதுவும் நாளுக்கு நாள் தேய்ந்து வருகிறது. இன்ஸ்பெக்டர் வரும்போது ஆஜர் குறைவாகயிருந்தால் தனது வேலைக்குக் குந்தகம் ஏற்படும். பள்ளிக்கூடம் தொடங்கி மறுவாரம் இன்ஸ்பெக்ஷன் நடந்தது. அன்று வரையிலும் பத்து மாணவர்கள் தான் சேர்ந்திருந்தார்கள்.

"போதாது குறைந்த பட்சம முப்பது மாணவர்களையாவது சேர்க்க வேண்டும் மாஸ்டர்" இன்ஸ்பெக்டர் எச்சரித்தார்.

அன்று முதலாளியை ஆசிரியர் சந்தித்தார். முதலாளியின் நடவடிக்கையும் பதிலும் சோர்வடையச்செய்தன. இருந்தும் பின்வாங்க வில்லை. ஒவ்வொரு வீடுவீடாக ஏறி இறங்கினார். கல்வி கற்க வேண்டிய அவசியத்தை எடுத்துக்கூறினார். எந்தப் பயனும் இல்லை. வெறுப்பில் தோய்ந்த பார்வையின் கூரிய அம்புகள் ஒன்றன்பின் ஒன்றாக வந்து விழுந்தன. தாங்காமலும் சகித்துக் கொள்ளாமலும்

இருக்க முடியாது. மாலையில் தளர்ந்து பள்ளிக்கூடத்தை வந்தடைந்த போது விம்மி அழத்தோன்றியது. துக்கம் தொங்கிய முகத்தோடு எவ்வளவு நேரமென்று தெரியாமல் அப்படியே இருந்து விட்டார். ஒரேயொரு முஸ்லிம் மாணவனாவது கிடைத்தானே, என்ற திருப்தியில் குளிர் தென்றல் அளித்த சுகத்தில் படுக்கையை அடைந்தார்.

மாணவர்களை அடிக்காமலும் ஏசாமலும் அன்போடு பாடம் கற்பிக்க முடிவு செய்தார். மாணவர்களுக்கு உற்சாகமூட்டும் பல சிரிப்புக் கதைகள் சொல்லிக் கொடுத்துச் சிரிக்க வைத்தார். சில நேரங்களில் இனிப்புக் கொடுத்தும் கவர முயன்றார். மொத்தத்தில் பதினாறு மாணவர்கள் கிடைத்தனர். அதில் ஐந்து பேர் அன்றும் மறுநாளுமாகத் தேய்ந்து போனார்கள். பதினொரு மாணவர்களே எஞ்சினார்கள். அதிலும் பெரும்பாலும் மூன்று பேர் வீதம் தினந் தோறும் ஆஜராக மாட்டார்கள். தண்டிக்கவில்லை, கண்டிக்கவில்லை.

மேஜை மீது கண்ணாடிக்குள் கோடுகளில் சுற்றித் தவழ்ந்து நகர்ந்த மேஜை மணியின் முள்ளை ஆசிரியர் உற்றுப்பார்த்தார். ஆசிரியர் முகபாவனையிலிருந்து மதிய உணவுக்கு நேரம் நெருங்கி விட்டதென மாணவர்கள் புரிந்து கொண்டார்கள்.

ஆசிரியர் மணியை எடுத்தார். மணி கிலுக்கும்முன் மாணவர்கள் வெளியே குதித்தார்கள். “ஸலாம் சார்”

மஹபூப்கான் பள்ளிக்கூடத்தை அடைத்தார். சாவியைத் தூப்புக் காரனின் கையில் கொடுத்தார். பசி எடுத்தது. காலையில் எதுவும் சாப்பிடவில்லை. பள்ளிக்கூடத்திற்கு நேரம் நெருங்கி விட்டதால் சாப்பிட முடியவில்லை. வீட்டிற்குச் செல்ல சற்று நடக்க வேண்டும். வீடு என்றால் ஒரு பழைய கடை, ரொம்ப நாட்களாக அடைத்துக் கிடந்த ஒரு கடை. அதில்தான் குடிபுகுந்தது. கக்கூசோ, குளியலறையோ இல்லை. காலை புலர்வதற்கு முன்னால் அல்லது மாலை இருட்டி யதற்குப் பின்னால்தான் மலஜலம் கழிக்க முடியும். இருளின் மறைவில் ஏதாவது தோப்பில் மரங்களின் மூட்டில். கடையின் பின் பக்கத்தில் தென்னை ஓலையினால் சுற்றி வளைத்த இடம் உண்டு. பகல் வேளைகளில் சிறுநீர் கழிக்க மட்டும்! பக்கத்துத் தோப்பிலுள்ள கிணற்றில்தான் தண்ணீர் எடுக்க வேண்டும்.

கிழங்கு மாவில் செய்த மணிப்புட்டும், மரவள்ளிக்கிழங்கும், தொட்டுக் கொள்ள மிளகாயும், தேங்காய்ப் புண்ணாக்கும் சேர்த்து இடித்த பொடியும் சாப்பிட்டுக் குடல் காய்ந்து விட்டது.

சோற்றைக் கண்ணால் பார்த்து நாட்கள் பல கடந்து விட்டன. அதனால் மஹபூப்கான் ஒரு விடுமுறை நாளில் ஊர் சென்று மனைவியை அழைத்து வந்து இரண்டு ரூபாய் வாடகைக்கு எடுத்தக் கடையில் குடியிருத்தினார்.

மறுநாள் குடத்தை இடுப்பில் வைத்துக் கொண்டு தண்ணீர் எடுக்க கிணற்றைத் தேடிச்சென்றாள் மஹ்பூப்கானின் மனைவி.

வீட்டு வாசற்படியிலும், வேலிப்பக்கமும், தோப்புகளில் ஓலை பொறுக்கி எடுப்பதற்கிடையிலும் பெண்கள் உற்றுப்பார்ப்பதைக் கண்டபோது அவளுக்கு வெட்கமாயிருந்தது. அவள், எவர் முகத்தையும பார்க்காமல் நடந்து சென்று கிணற்றை அடைந்தாள். அங்கு, பெண்கள் கூடி நிற்பதைப் பார்த்தாள். ஒவ்வொருத்தியுடைய கண்களும் அவளைக் கூர்ந்து நோக்குவதை உணர்ந்தாள். முகத்திலும், மார்பிலும், கையிலும், காலிலும்! வெட்கத்தால் மரத்துப் போய் நின்றாள். இடுப்பிலிருந்த குடத்தைக் கீழே வைக்காமல் நகம் கடித்து நின்றாள். ஒருவருடைய முகத்தையும பார்க்காமல் தரையில் பார்வையைச் செலுத்தினாள்.

ஒவ்வொருவரும் முணுமுணுத்தார்கள். மாறி மாறிக் கண்களைச் சிமிட்டிக் கொண்டார்கள். இளம் பெண்கள் வாய்மூடிச் சிரிப்பை அடக்கினார்கள். சிலர் அவளை அற்புதத்தோடு பார்த்தார்கள். அவளுடைய வெள்ளை நிறக் கையைத் தொட்டுப் பார்த்தார்கள். அலுக்கத்து அணியாத காதை உற்றுப் பார்த்தார்கள். ஓட்டை இல்லாத காதைக்கண்டு ஆச்சரியப்பட்டார்கள்.

"நிக்க உம்மாயும் வாப்பாயும் நிக்குக் காது குத்தித் தரயில்லியா உம்மா ?" ஒருத்தி கேட்டாள்.

"இல்லை"

"நிக்கப் பேரெப்புடி ?"

"நூர்ஜஹான்" புன்னகையுடன் மொழிந்தாள்.

"இதெங்கத்தெ பேரும்மா ?"

"இங்கிறீஸ் பேரு." வேறொருத்தி சொன்னாள்.

"நீ புள்ள பெத்தாயா ?"

"இல்லெ." தலையசைத்தாள்.

ஒரு பெண் அவளுடைய அடி வயிற்றில் தொப்பிளுக்குக் கீழ் வெள்ளைக் கோடுகள் கிடக்கின்றனவா என்று ஆராய்ச்சியில் இறங்கினாள்.

"நீ யாரும்மா ?"

"இந்த ஸ்கூல் மாஸ்டருடைய பெஞ்சாதி."

"அல்லா ! எங்களுக்கு ஒண்ணும் தெரியாது. நீ நம்ம பாசையில பேசு. நிக்க இங்கிறீஸ் எங்களுக்குத் தெரியாது. நீ போட்டாபீஸ்காரருக்குப் பொண்டாட்டியா ?"

"இல்லெ"

"ஸ்கூல் மாஸ்டர்"

"புள்ளெ ! அந்தக் கால்சுறா போட்ட தொர வாத்தியாருக்க பெண்டாட்டி."

"உள்ளதா ?"

"நீ இஸ்லாமானவளா?"

"ஆமா."

"நீ நரகத்திலெ போறதுக்கா இந்த மாதிரி காபிரிச்சி போல சேலை சுத்தியிருக்கா"

அவள் பதில் பேசவில்லை.

ஒரு பெண் மற்றொருத்தியை நோண்டினாள். கண்ஜாடை காட்டினாள். நூர்ஜஹானின் ஜம்பருக்குள் தோள் பகுதியில் அடியில் அணிந்திருந்த பாடியின் வார் தெரிந்தது.

"புள்ள! இஞ்சப் பாருங்கோ, சம்பருக்க அடியிலெ ஒரு புள்ளச் சட்டை"

"புள்ள சட்டையில்லெ, வாடி! ஒருத்தி திருத்திச் சொன்னாள்.

"இது என்ன கூத்து? என்னத்துக்குள்ள இந்தவாடிச் சட்டை?" மூக்கில் விரல் வைத்தார்கள்.

"நிக்கு நாணமில்லையா?"

அவள் வெட்கத்துடன் தலை குனிந்தாள்.

மெல்லிசான சேலைக்கடியில் முட்டுக்குக் கீழே தெரிந்த அடிப்பாவாடையின் விளிம்பு ஒரு பெண்ணின் கண்ணுக்குத் தெரிந்தது.

"புள்ளெ! நீங்கல்லாம் வேறெ ஒரு அதிசயம். காணயில்லியா? சேலய்க்க அடீலெ சீலெ உடுத்திருக்கியா."

"பாப்போம்" ஒருத்தி குனிந்து சேலையின அடியைத் தூக்க முயன்றாள். நூர்ஜஹான் அந்தப் பெண்ணின் கையைத் தட்டிவிட்டு திரும்பி நடந்தாள். "வாடிக்காரி போறதெ பாரு, சிமுட்டி சிமுட்டி"

நூர்ஜஹான் கண்களில் கண்ணீர் வலை பின்னியது. அவள் காலிக்குடத்தைக் கணவனின் முன் வைத்தாள். எனக்கு இந்தப் பெண்கள் மத்தியிலெ வாழ முடியாது. என்னை என் வீட்டுல கொண்டு விடுங்க.

"தண்ணி தரல்லியா?"

"அங்கெ கூடிக் கெடக்கிறப் பெண்கள் தேவையில்லாததெல்லாம் கேட்கிறார்கள். இனி நான் தண்ணிக்குப் போகமாட்டேன்" அவள் விம்மி விம்மி அழுதாள்.

"ஆத்திரப்படாதெ! உன் சாரியும் பிளவுஸூம் கண்டு ஏதாவது கேப்பாங்கோ. கிராமத்து பெண்களில்லியா? பார்க்காதது பார்த்தபோது ஆச்சரியமாயிருக்கும்! நான் தண்ணி எடுத்துத் தாறேன்."

மஹபூப்கான் குடம் எடுத்து தண்ணீர் எடுக்கக் கிணற்றைப் பார்த்து நடந்தார்.

கிணற்றின் கரையில் அப்போதும் கூட்டம் ஓயவில்லை. மஹபூப் கானைக் கண்டதும் பெண்கள் நாலுபக்கமும் ஓடி ஒளிந்தார்கள்.

மஹபூப்கான் குடத்தைத் தரையில் வைத்தார். தண்ணீர் எடுக்க வாளியைக் கையில் எடுத்தார். வேலியின் பின் பக்கத்திலிருந்து ஒரு பெண்ணின் குரல் உயர்ந்தது.

“பெண்புள்ளயோ தண்ணி எடுக்காண்டாமா? ஆம்புள்ளகளுக்கு இஞ்ச என்ன வேலெ? தண்ணி வேணுமென்னா ஓம்ம பெண்டாட்டியெ அனுப்பும்.”

மஹபூப்கான் கையில் எடுத்த வாளியை மெதுவாகத் தரையில் வைத்தார். எதுவும் பேசாமல் காலிக்குடத்தையும் தூக்கிக்கொண்டு வீடு நோக்கி நடந்தார்.

மனதில் கட்டிப் பிடித்து வரும் துக்கத்தின் பாரத்தை எங்கு இறக்கி வைக்க முடியும்? யாரிடம் கூறிக் கரைத்து இல்லாமல் செய்ய முடியும்?

வெயிலுக்கு மூச்சு வந்தபோது பள்ளிக்கூடத்தின் பசுமையான நினைவில் எல்லாம் மறந்து நின்றார்.

20

"மோளே, இதெல்லாம் தலவிதி! பெண்ணானா இதெல்லாம் தாங்கணும். நீ ஸபூர் செய்மோளே. படைச்சவன் எல்லாம் காணவும் கேக்கவும் செய்யான்" – நூஹுபாத்திமா மருமகளின் சுருண்ட தலை முடியைத் தடவிக் கொண்டே ஆறுதல் கூறினாள்.

கட்டில் கையின் மேல் கை வைத்து அதன் மேல் நாடியைச் சாய்த்துக் கொண்டு குனிந்து இருந்த ஆயிஷாவின் முகத்தை உயர்த்த நூஹுபாத்திமா முயற்சித்தாள். ஆயிஷா முகத்தை உயர்த்தவேயில்லை.

"நீ வந்து ஏதாவது திண்ணு. இப்படி ஒரே இருப்பு இருந்தாலோ?" நூஹுபாத்திமா ஆயிஷாவை அவளது இருப்பிடத்திலிருந்து எழுப்ப முயற்சி செய்தாள்.

"எனக்கு வேண்டாம்"

"அப்படிச் சொன்னா முடியுமா, நீ திண்ணாம இருந்தா?"

"எனக்குத் தானே ரேடு"

"நீ அதுமிதும் சொல்லாதே! நேரத்துக்கு நேரம் திண்ணுட்டுக் குளிச்சு, நனைச்சி மனுசனுக்க முன்னே நில்லு! வந்த நாளை லேருந்து யாருகிட்டேயும் ஒண்ணும் பேசாம இப்படியே இருந்தாலோ?"

"எனக்கச் செல்ல மாமி, என்ன எம்பாட்டுக்கு வுடுங்க."

நூஹு பாத்திமா பிறகு அவளை வற்புறுத்தவில்லை. வற்புறுத்து வதால் எந்தப் பயனுமில்லை என்பது அவளுக்குத் தெரியும். அவள் சின்னவயதிலிருந்தே பிடிவாதக்காரி! பருவமடைந்த பின்பும் அந்தக் குணத்தில் எந்த மாற்றமும் இல்லை. நூஹுபாத்திமா அறையை விட்டு வெளியே வந்தாள். சோர்ந்த முகத்தோடு உடம்பறைமேல் உட்கார்ந்திருக்கும் பரீதைக் கண்டாள். அவனுடைய வாடிய முகத்தில் படர்ந்திருக்கும் துக்கத்தின் ஆடை அவள் மனதை நோகச் செய்தது. ஆயிஷா வீட்டிற்குத் திரும்பி வந்த பின் அவன் எப்போதும் இப்படியே தான் இருந்து வருகிறான், எதிலும் உற்சாகம் இல்லை, யாரிடமும் அதிகம் பேசுவதில்லை, வேலை செய்வதிலும் பெரிய மந்தம். நூஹு பாத்திமா அவனைக் கொஞ்ச நேரம் பார்த்து நின்றாள். ஆனால் அவன் உம்மாவைக் கண்டதாக பாவனை செய்துகொள்ள வில்லை. உம்மா தன்னைத் தான் பார்த்துக் கொண்டு நிற்கிறாள் என்பதை அவன் புரிந்து கொண்டான். உடன் அவன் அங்கிருந்து நகர்ந்தான். தாடியும் தலையும் சவரம் செய்யவில்லை. முடி

அடர்த்தியாக வளர்ந்து கிடந்தது. அவன் குளித்து நாட்கள் கழிந்து விட்டன.

திடீரென்று இந்த மாற்றம் இவனிடம் உண்டாவதற்குக் காரணம் தான் என்ன? எவ்வளவு சிந்தனை செய்தும் நூஹுபாத்திமாவுக்கு ஒரு பிடிப்பும் கிடைக்கவில்லை. சுறுசுறுப்பாக ஓடித்திரிந்தவனிடம் திடீரென்று ஏற்பட்ட மாறுதல், ஆயிஷா கணவன் வீட்டிலிருந்து திரும்பி வந்ததிலிருந்து துவங்கியது. அவள் அவளுடைய கதையை அவனிடம் சொல்லியிருப்பாளோ? சொன்னால் அது அவனுக்குப் புரியுமா? புரிந்து கொள்ளும் அளவிற்குப் புத்திக் கூர்மை உண்டா?

"நீ ஏண்டா ஒரு மாதிரி பைத்தியக்காரனெப்போல நடக்கா?" தாயார் அவனிடம் ஒரு தடவை கேட்டாள்.

"நான் பைத்தியாரன். எனக்குப் பைத்தியம்."

பிறகு எதுவும் பேசவில்லை. வெளியே சென்று விட்டான்.

அவள் ஏதாவது அவனிடம் சொல்லியிருப்பாள். அது அவனுக்குப் புரிந்திருக்கக் கூடும். அது அவன் மனதில் வேதனையாகச் சுடர் விட்டு எரிந்து கொண்டிருக்கும்.

"ஆயிஷாம்மா, நீ பரீதுகிட்டே உனக்க மாப்பிள்ளை விஷயம் ஏதாவது சொன்னியா" ஆயிஷாவிடம் நூஹுபாத்திமா கேட்டாள். அதற்கு அவள் பதில் ஏதும் சொல்லவில்லை. மௌனமாக இருந்து விட்டாள்.

ஆயிஷா திரும்பி வந்த நாள் முதல் வடக்கு வீட்டில் மௌனம் சிலந்தி வலை பின்னியது. எங்கும் எவர் முகத்திலும் சோர்வு! முதலாளி யாரிடமும் அதிகமாகப் பேசுவதில்லை. ஆயிஷாவின் தாயார் எப்போதும் படுக்கையில்! அவள் கணவன் மேல் குற்றம் சாட்டினாள். மகளைத் தொலைவான இடத்தில் கல்யாணம் பண்ணிக் கொடுத்தற்கும்; குடும்ப நிலையும் பொருள் வசதியும் அந்தஸ்த்தையும் பார்த்ததல்லாமல் புது மாப்பிள்ளையைப் பற்றிக் கூடுதல் விசாரிக்காமல் திடீரெனக் கல்யாண முடிவு செய்ததற்கும்.

எல்லாக் குற்றச்சாட்டுகளையும் சொந்தத் தலையில் ஏற்றுக் கொண்டு யானைக்கால் நாற்காலியில் சாய்ந்து கிடந்தார் முதலாளி. சுருட்டுகளைப் பற்ற வைத்து இழுத்தார். துண்டுகளை முற்றத்தில் வீசியெறிந்தார்.

"வந்தாச்சு!" அவுக்காரு யானைக்கால் நாற்காலியின் பக்கம் வந்து அடக்கமாகச் சொன்னான்.

"யாரு"

"லைத்தரு"

முதலாளி சாய்வு நாற்காலியிலிருந்து எழுந்து உட்கார்ந்தார்.

"எழுத்துக்காரனெக் கூப்பிடு"

"கோவிந்தப் பிள்ளை...!" அவுக்கார் உரக்கக் கூப்பட்டார். கோவிந்தப்பிள்ளை பத்திரக்கட்டுகளுடன் முதலாளியின் முன் வந்து நின்றார். தோளில் கிடந்த துண்டை எடுத்து இடுப்பில் கட்டிக் கொண்டார். இரண்டு கையையும் எடுத்துக் கும்பிட்டார்.

"எத்தரை நம்பர் தோப்பு கோவிந்தப் பிள்ளே?"

"மூணு நம்பர்"

முதலாளி எழும்பினார்.

ரெஜிஸ்ட்ராரின் முன் வந்து உட்கார்ந்தார்.

"குட்டி நாடார் மகன் முத்தையன் நாடாருக்கு இரண்டாயிரம் பணத்துக்கு மூணு நம்பர் தோப்பு கிரயம் செய்து கொடுக்கறீர்களா?" ரெஜிஸ்ட்ரார் கேட்டார்.

"ஆமாம்"

"பணம் பற்றினீர்களா"

"ஆமாம்"

ஒரு நீண்ட பலகையில் தேய்த்த கறுத்த மையை முதலாளியின் இடது கைப் பெருவிரலில் சிப்பாய் தேய்த்தான். ஸ்ரீமூலம் திருநாள் ராமவர்ம மகாராஜாவின் படமுள்ள முத்திரைப் பத்திரத்தில் முதலாளியின் விரலிலிருந்த மையை அழுத்தி உருட்டினான்.

சர்வே 2693, 2320, 2241 நம்பர் தோப்புகள் வடக்கு வீட்டு அகமதுக்கண்ணு முதலாளியிடமிருந்து குட்டி நாடார் மகன் முத்தையா நாடாருக்குப் பாத்தியப்பட்டு விட்டன.

இதனால் மட்டும் கடப்பாத்தியதைத் தீர்ந்துவிடவில்லை. இன்னும் எவ்வளவோ கிரயப்பத்திரங்கள் நடக்கவிருக்கின்றன.

முதலாளி யானைக்கால் நாற்காலியில் வந்து உட்கார்ந்தார். சுருட்டைப் பற்ற வைத்தார்.

ஆயிஷாவின் திருமணம் சிறப்பாக நடத்தியதற்கு வாங்கிய பணம், பணத்திற்காகச் செய்த கிரயப் பத்திரம்.

இனியும் சில தோப்புகள் கிரயம் செய்து கொடுக்க வேண்டிய திருக்கிறது. எல்லாம் கல்யாணச் செலவிற்காக வாங்கிய பணம். கல்யாணம் சிறப்பாக நடந்தேறியது. ஏழு நாள் விருந்து. அறுபது ஆட்டுக்கிடா அறுத்தார். கல்யாணம் நடந்த நாள் முதல், பெண், கணவன் வீட்டிற்குச் செல்லும் நாள்வரையிலும் பெரிய விருந்துகள் நடந்தன. கேட்டவர்களும் சாப்பிட்டவர்களும் மூக்கில் விரல் வைத்து நின்றார்கள். மேற்கு வீட்டு முதலாளிக்கு அது ஒரு பெரும் பதிலடியாக இருந்தது. முன்னால் யாரும் நடத்தாத அளவிற்குக் கம்பீரமாகத் திருமணத்தை நடத்தி வைத்தார். உச்சி முதல் உள்ளங்கால் வரை நகையால் பெண்ணைப் பொதிந்தார். எல்லோரும் வெள்ளியில்தான் கொலுசு செய்வது வழக்கம். முதலாளி தங்கத்தில் கொலுசு செய்து

ஒரு கடலோர கிராமத்தின் கதை

மகளின் காலில் அணிவித்தார். பொன்னாலான அரைஞாணில் சொர்ணக் கூம்பு தொங்கியது.

பட்டுத்திரையிட்ட குதிரை வண்டியில் பெண்ணும் புதுமாப்பிள்ளையும் ஏறினார்கள். கணவன் வீட்டுக்குச் செல்லும்போது மகளைக் கட்டி அணைத்து முத்தமிட்டுத் தாயார் அழுதாள். மாமியும் அழுதாள். ஆயிஷாவின் நீர் ததும்பிய விழிகள் ஜரிகைக் கவணியின் இடையினூடே கொஞ்சம் விலகி நிற்கும் பரீதின் முகத்தில் ஊன்றி நின்றது. அவளுடைய கண்ணின் ஈரத்தை அவன் கண்ணிற்கும் அவள் பகிர்ந்து கொடுத்தாள். நனைந்த விழிகள் மழைபோல் பெய்து விழாமலிருக்கச் சிரமப் பட்டுக் கொண்டு கசவுக்கவணியின் இடுக்குக்குள் மினுங்கிய கன்னத்தை அவன் உற்றுப் பார்த்தான். ஆவலால் சிவந்தது அவன் மூக்கின் நுனி. அந்தக் கன்னம் வழியாக இற்று விழுந்த விழி நீர்மணிகளில் அவன் விழி நட்டு நின்றான். அவனுடைய பார்வையில் அவன் உதடுகளைக் கடித்து அமர்த்துவதில் அவனுடைய இதயத்தின் சம்பாஷணையை அவள் புரிந்து கொண்டாள்.

குடமணி கிலுக்கிக் கொண்டு, சிரத்தில் குத்திய பூவை அசைத்துக் கொண்டு குதிரை முன்னால் குதித்தபோது பரீதின் இதயத்தில் ஒரு பகுதி நஷ்டப்பட்டுப் போவதாகத் தோன்றியது. கலங்கிய அவனது கண்கள் பெய்யத் தொடங்கின. பார்வையிலிருந்து விலகிச் செல்லும் வண்டியின் பின்னால் தொங்கிய பட்டுத் திரை காற்றில் அசைந்தது. அந்த இடையினூடே அந்தப் பட்டுக் கன்னம் தெரியாதா என்று ஆசையோடு நின்றான். வண்டி பார்வையிலிருந்து மாய்ந்ததும் அவன் இதயம் சொல்லியது. 'ஆயிஷா நீ என்ன மறந்திடு! நான் பைத்தியக்காரன், ஆனா நான் உன்னெ மறக்க மாட்டேன். இந்தச் சங்கில் உயிருள்ள வரை உன்னெ நான் என்னைக்கும் நினைச்சுக் கொண்டேயிருப்பேன்.'

அன்று அந்தக் கன்னத்தில் ததும்பி நின்ற கண்ணீருக்கும், இன்று அந்தக் கன்னம் வழியாக இற்று ஒழுகும் கண்ணீருக்கும் எவ்வளவு மாற்றம்? அந்தக் கன்னத்தின் சிவந்த நிறத்திற்கும் இந்தக் கன்னத்தின் சிவந்த நிறத்திற்கும் எவ்வளவு வித்தியாசம்? எவ்வளவு பொருள் வித்தியாசம்.

ஆயிஷா ஒரு மாதம் கூடக் கணவன் வீட்டில் தங்கவில்லை. யாரும் நினைத்துக் கூடப்பார்க்காத ஒரு மாலை சாய்ந்த வேளையில் ஒரு வில்லு வண்டி வடக்கு வீட்டு வாசலில் வந்து நின்றது, அதி லிருந்து ஆயிஷா இறங்கினாள். அதில் அவளுடைய மறவணைப் பெட்டியும் இருந்தது.

யாருக்கும் ஒன்றும் புரியவில்லை. முகத்துக்கு முகம் பார்த்தனர். உம்மா விசாரித்தாள். ஆயிஷா விம்மி விம்மி அழுதாள். வாப்பா விசாரித்தார். அப்போதும் முகத்தைப் பொத்தி அழுதாள். கட்டிலில் கவிழ்ந்து கிடந்தாள். அப்படியே மூன்று நாள் உணவு எதுவும்

அருந்தவில்லை. எவருக்கும் ஒன்றும் புரியவில்லை. அவள் ஒன்றும் சொல்லவுமில்லை. முதலாளிக்கு நிம்மதியில்லை. அவுக்காரைக் கூப்பிட்டார்.

"நாளெ காலத்தெப் போகணும்"

"எங்கெ போவணும்?"

"ஆயிஷாவின் சம்மந்த வூட்டுக்கு"

"போலாம்"

"ஆயிஷா இங்கே வந்த காரியம் ஒண்ணும் தெரியல்லே, அங்கே போயி விசாரிச்சுட்டு வா, உடனே வரணும்"

"வாறேன்"

மறு நாள் கீழ்த்திசையில் வெள்ளை தெரியும் முன் அவுக்கார் குதிரை வண்டியில் ஏறினான்.

இரவு மணி ஒன்பது ஆகியும் அவுக்கார் திரும்பி வரவில்லை, ஊரும் காலும் அடங்கி விட்டது. கும்மிருட்டின் கர்ப்பப் பைக்குள் சுருண்டு கிடந்தது கிராமம். வண்ணான் குளத்துப்பாறையில் நரி ஊளையிடுவதைக் கேட்டுக் கொண்டு முதலாளி யானைக்கால் நாற்காலியில் தூங்காமல் கிடந்தார். நுளக்குடியில் நாய் குரைக்கும் சத்தத்தைத் தவிரக் குதிரையின் மணியோசையும் குளம்போசையும் கேட்கவில்லை. முதலாளிக்கு நிம்மதியில்லை. சுவர் மணியின் விரல் நுனிகள் நீங்கி நீங்கிச் செல்கின்றன. தெற்கிலிருந்து கடல் அலைகளின் முழக்கம் கேட்கின்றது. முதலாளியின் மனத்திற்குள் அந்த அலை முழக்கம் எதிரொலித்தது. நீண்டு நீண்டு நேரம் செல்லும் தோறும் முதலாளி நடுங்கினார். மன நிம்மதிக்காகத் தங்களைச் சென்று பார்க்க நினைத்தார். தங்கள் தங்கியிருக்கும் அறைக்குச் சென்று பார்த்தார். அறை அடைத்துக் கிடக்கிறது. அங்கு வெளிச்சமில்லை. அப்போதுதான் தங்கள் ஊரை விட்டுப்போய் பல நாட்கள் ஆகியது நினைவிற்கு வந்தது.

தொலைவிலிருந்து மிதந்துவரும் காற்றில் குதிரை மணியின் சத்தம் வருகிறதா என்று கேட்கத் தோன்றியது. காதை அந்தப் பக்கமாக வைத்தார். கேட்கிறது, மணிச் சத்தம் நெருங்கி வருகிறது. முதலாளி எழும்பினார். தலைவாசல் பக்கம் அரிக்கன் விளக்குடன் சென்றார். வண்டியிலிருந்து அவுக்கார் இறங்கினான். சந்தேகம் தீர்க்க முதலாளி விளக்கை உயர்த்தி அவுக்காரின் முகத்திற்கு நேர் பிடித்தார். அவுக்காரின் முகம் பிரேதத்தின் முகம் போல் வெளிறியிருப்பதைக் கவனித்தார்.

"போனியா?"

"போனேன்"

"என்ன ஆச்சு?"

"வாருங்கோ, சொல்லேன்"

முதலாளி கண்ணாடித் திண்ணையில் ஏறினார். தூக்கு விளக்கின் திரியை நீட்டினார். சாய்வு நாற்காலியில் உட்கார்ந்தார்.

"சொல்லு"

"எனக்கு மன்னிப்பு தாருங்கோ, நாந்தான் இந்தக் கல்யாணத்தை நடத்தி வெச்சுது."

"என்ன?"

"இந்தப் பாவிதான் இந்தக் கல்யாணத்தை நடத்தி வெச்சது" அவுக்காரின் தொண்டை கரகரத்தது. வாசலில் தொங்கிய திரைக்குப் பின்னால் வியாத்தும்மாள். ஆயிஷாவின் உம்மா! அவுக்கார் சொல்லு வதைக் கேட்க வந்து நின்றாள்.

கரகரத்த குரலோடு அவுக்கார் தடுமாறியவனாகச் சொன்னான். "புதுமாப்பிள்ளைக்குப் பைத்தியம்."

"ஹே? என்னப் படைச்ச ரப்பே!"

முதலாளி நெஞ்சிலடித்துக் கொண்டு சாய்வு நாற்காலியில் மல்லாந்து விழுந்தார்.

"பத்ரீன்களே!" திரைக்குப் பின்னாலிருந்தும் நெஞ்சிலடிக்கும் ஓசை கேட்டது.

21

“தலையைக் கிராப்பு எவன்பிலே செய்வான்?” அசனாரு லெப்பை ஒரு மாணவனுக்கு நேராக் கம்பைச் சுட்டிக் காட்டிக்கொண்டு கேட்டார்.

“காபிரு”

“பேஷ்! எவலெ சேல சுற்றி நடக்கீது?” வேறு ஒரு மாணவனிடம் கேட்டார்.

“காபிரு”

“பேஷ்! அப்போ இங்கிலீஸ் பள்ளிக் கூடத்திலே கோண எழுத்து சொல்லிக் கொடுக்கானெ அந்த தொர வாத்தியாரோ?”

“காபிர்” மாணவர்கள் உரத்த குரலில் சொன்னார்கள். லெப்பை கம்பால் தரையில அடித்தார்.

உடன் நிசப்தம் நிலவியது.

“அப்படியானா காபிர் பையன் சொல்லிக் கொடுக்கானெ, அந்தப் பள்ளிக் கொடத்திலே போயி படிக்கலாமா?”

“படிக்கப்படாது. பாவம்! அல்லா தீயிலே போட்டு எரிப்பான். ஜஹன்னம் என்ன நரகத்திலே”

“நல்ல புள்ளகளுவோ நீங்க, ஆராவது கோண எழுத்துப் படிக்கப் போவீளோ?”

“போவமாட்டோம் எலப்பே” மாணவர்கள் ஒரு மனதாகச் சொன்னார்கள்.

லெப்பை சிரித்தார்.

காவி நிறம் படித்திருந்த பற்களைக் காட்டி வெடுக்கென்று சிரித்தார்.

லெப்பை சிரித்த போது வாயிலிருந்து எச்சில் தெறித்தது. இதைக் கண்ட ஒரு மாணவன் தன் குரலைக் கண்டு பிடிக்க முடியாத அளவு மாற்றிக் கூச்சல் போட்டான்.

“மழையோ மழை”

“எந்த ஹராம் குட்டிலே அது?”

யாரும் மூச்சு விடவில்லை.

"அடிச்சுத் தொலியெ உரிச்சு எடுப்பேன். படுவாக்களெ! லெப்பை கண்ணை உருட்டிப் பார்த்தார். மாணவர்கள் மௌனம் சாதித்தனர்.

"நாளை நேரமே வரணும், எல்லாரும் போங்க" மாணவர்கள் "ஹோய்" என்று கூப்பாடு போட்டுக் கொண்டு மடை திறந்த வெள்ளம் போல் இறங்கி ஓடினார்கள்.

"எலப்பே எலப்பே – ஹை –" ஒரு பையன் உரத்த குரலில் பாடத் தொடங்கினான்.

"எந்த ஹராம் குட்டீடா அது" லெப்பை கம்பை ஓங்கினார். மாணவர்கள் நாலு திசையிலும் ஓடி மறைந்தனர்.

போர்டுக்குப்பின் பக்கம் சுருட்டி வைத்திருந்த காலர் இல்லாத சட்டையை எடுத்து மாட்டினார் அசனார் லெப்பை. அழுக்குப் படிந்த வீச்சம் அடிக்கும் தொப்பியை எடுத்துத் தலையில் கவிழ்த்தி னார். கிழிந்து போன கறுப்பு பார்டர் போட்ட நேரியலை எடுத்துத் தொப்பியைச் சுற்றிக் கொண்டார்.

கோழி அறுக்கும் கத்தியை எடுத்துச் சுத்தமாகத் துடைத்த பின் பெல்டில் குத்தி வைத்தார்.

நேராக நடந்தார். உசன் பிள்ளையின் கடையின் பக்கம் வந்தார். உசன் பிள்ளை மூக்குக் கண்ணாடியை உயர்த்தி லெப்பையைப் பார்த்தார்.

"ஒண்ணு தா" லெப்பை கேட்டார்.

கேட்டது என்ன வென்று உசன் பிள்ளைக்குப் புரிந்தது. இருந்தும் காது கேளாதது போல் பீடித்தட்டில் பார்வை செலுத்திக் கொண்டிருந்தார்.

"வாயெல்லாம் ஒரு மாதிரி வருதுவ்வா, ஒரு தம்மடிக்க ஒண்ணு தா. ஒரு ரகசியம் இருக்கு"

ரகசியம் என்று கேட்டதும் காதிடுக்கிலிருந்த துண்டு பீடியை எடுத்து நீட்டினார் உசன்பிள்ளை.

"ஒரு முழுபீடி தரப்படாதாவ்வா" லெப்பை பீடியை உதட்டில் வைத்துக் கொண்டார். கயிற்றிலிருந்து தீ பற்றவைத்தார். புகை ஊதினார்.

"துண்டை எறியாதேங்கோ எனக்கு வேணும்" உசன்பிள்ளை இரண்டு விரல்களை நீட்டினார். லெப்பை பலமாக ஒரு வலி வலித்தார். மூக்கு வழியாகவும் வாய்வழியாகவும் புகை விட்டார். நூல் கட்டிய இடம் வரை நெருப்பு வந்ததும் உசன் பிள்ளையிடம் கொடுத்தார். உசன்பிள்ளை அதை உதட்டில் வைத்தார். இரு கன்னங்களும் உட் குழிந்து ஒன்றோடொன்று ஒட்டியது.

லெப்பை இருமிச் சளியைத் துப்பினார்.

"நான் இப்பொ பழைய எலப்ப இல்லே"

"பின்னே"

"புதிய எலப்பே."

லெப்பை கடைக்கு முன் பகுதியிலிருக்கும் பலகை மேல் உட்கார்ந்து கொண்டார்.

"உசன் பிள்ளே, நிங்கோ நம்ம தங்ஙளப் பற்றி என்ன நெனக்கியோ?"

"வலிய தங்ஙொ"

"இல்லே அவுலியா! நானாக்கும் சொல்லீது, தெரிஞ்சதனாலெ சொல்லேன். கறாமத்துள்ள அவுலியா. ஒன் மண்டேலே ஏறிச்சா? பீடி சுத்தினா போதாது, இதெல்லாம் தெரியிதுக்குள்ள மூளவேணும்."

உசன்பிள்ளை பீடித்தட்டைக் கீழே வைத்தார். லெப்பையை ஏறிட்டுப் பார்த்தார்.

"எனக்குத் தெரியும்! நா தங்ஙளுக்கெ முரீதாக்கும்! எனக்கட்டெ தங்ஙொ சத்தியம் வேண்டீரிக்கி. நா இந்த ஊரெ விட்டுப் போன பெறவுதான் என்னெப் பற்றியுள்ள ரகசியத்தை வெளியிலே சொல்லணுண்ணு! தங்ஙள் போயாச்சி, அதினாலெ தான் இப்போ சொல்லுதன்."

தங்ஙளைப் பற்றிய இரகசியத்தைக் கேட்க உசன்பிள்ளை சுறுசுறுப்புக் காண்பித்தார். கண்ணிலிருந்து கண்ணாடியை எடுத்தார். மல்லியில் நாட்டிவைத்தார்.

"தங்ஙளுக்கெ மனசை மொதலாளி நோவ வச்சாரு ...! பாத்தீரா? கையோடெ பலம் கிட்டிச்சு. மொதாளிக்க மொவளெ கெட்டினானெ, அவனுக்குப் பைத்தியம். இதுதான் கறாமத்து.! ஒளலியாக்களுக்கெ மனசெ நோவ வைக்கப்படாது."

"சரிதான் எலப்பெ."

உசன்பிள்ளை இருக்கையில் குத்தியிருந்தார். இரு கைகளையும் தொடைக்குள் திணித்துக் கொண்டு லெப்பை பேசுவதை உன்னிப் பாகக் கவனித்தார் ...

லெப்பை தொடர்ந்தார்.

"ஒருநா பூவாத்திலே இருந்து ஒராளு பே புடிச்ச மோவளெயும் கூட்டீட்டு வந்தார். நா அப்பொ அங்கெ உண்டு! வந்தவருக்க கையிலெ ஒரு கோழிமுட்டை இருந்தது.

"என்ன அது" தங்ஙொ கேட்டார்.

"முட்டை"

தங்ஙொ முட்டையெ வாங்கினாரு. திருப்பியும் மறிச்சும் பாத்தாரு.

“இந்த முட்டையெப் போட்ட கோழி எங்கே?”

“தெரியாது! இது எங்க ஊட்டுக்கெ பெறக்கெ பூத்தி வெச்சிருந்தது. சும்மா இருந்த புள்ளெ! ஆரோ செஹர் செய்து இந்த முட்டையை பூத்தி வெச்சிருக்கிது.”

“இந்த முட்டையெப் போட்ட கோழி வேணும்.”

“அதெப்படிக் கண்டு பிடிக்க முடியும் தங்ஙளெ” அவர் திகைத்து நின்றார்.

“கண்டு புடிக்கணும்.”

அவர்கள் ஒன்றும் புரியாமல் கை கட்டிப் பணிவாக நின்றார்கள்.

“என்ன சொல்லியோ?”

“என்ன சொல்ல? அதெப்படி முடியும்? ஏது கோழிண்ணு ஆருக்குத் தெரியும்?”

“தெரியும் பாரு”

தங்ஙம் முட்டையிலெ கை வச்சிட்டு கண்ணடச்சார். உடனே கண்ணத் திறந்தார்.

“ஓஹோ ...! அவனுக்கெ வீட்டிலெ அடுக்களயில சட்டியிலே கெடந்து வெந்துக்கிட்டு இருக்கா” தங்ஙொ சொன்னாரு. ஒடனே கண்ணெ அடச்சாரு. கண்ணெ அடச்சதும் தொறந்தாரு. எங்களுக் கிட்டே கண்ணெ அடைக்கச் சொன்னாரு, எல்லாரும் கண்ணெ அடச்சோம், நான் இறுக்க அடச்சேன். ‘தொறயுங்கோ’ தங்ஙம் சொன்னதும் தொறந்தோம். படச்சவனே! என்ன அதிசயம்? ஒரு பெட்டக் கோழி நிக்குது ‘கூவுலெ’ தங்ஙம் சொன்னாரு.

“என்ன குதறத்து, பொடக் கோழி கூவிச்சுது. பாத்தீளா? சட்டிலெ வெந்திட்டிருந்த பெடக்கோழியெ வருத்திக் கூவச் சொன்னது.”

“உள்ளதா எலப்பெ பாத்தீளா? பெடக்கோழியா கூவினது”

உசன்பிள்ளைக்கு நம்பமுடியவில்லை.

“என்னாணெ, என்னெ படச்சறப்பாணே, எனக்கெரண்டு திருட்டி கொண்டு கண்டது. நான் இஞ்செ இருந்து போறது, வர்ரது, இதொண் ணும் ஆரிட்டயும் சொல்லப்படாதுண்ணு எனக்கட்ட கையடிச்சி சத்தியம் வாங்கியிருக்கு. அதாக்கும் ஆரிட்டயும் சொல்லாத்தது.”

“சொல்லியிருந்தா?” உசன்பிள்ளை கேட்டார்.

“எனக்கெ நாக்கு எளவாது”

“உள்ளது தான்”

“சொல்ல வந்தது மறந்து போச்சு” லெப்பை தொடர்ந்து சொன்னார்

“நேற்று நா பள்ளியிலெ கெடந்தாக்கெல அப்படியே உறங்கிப் போனேன். ராத்திரி ரண்டு மணியிருக்கும். பைஜாமாயும், நீள குப்பாயவும், கோட்டும், போட்டு சுன்னத்து தலப்பாயும் கெட்டீட்டு ஓராளு வந்து என்னெத் தட்டி எழுப்பினாரு. ‘அசனாரே, அசனாரே’னு முளிச்சுப் பார்த்தேன் தங்ஙொ!”

“தங்ஙளே!” நான் கூப்பிட்டேன்.

தங்ஙொ சலாம் சொன்னாரு.

நான் சலாம் மடக்கினேன்.

“வெள்ளியாட்சை ராவும் திங்களாட்ச ராவும் நான் ஹாழிராவேன். ஒனக்கெ வூட்டுக்கெ முன்னெ உள்ள அறையைத் துப்பரவாக்கிப் போடணும். ஆனா நான் ஆரு கண்ணுக்கும் தெரியாமெ வந்து போவேன். நான் மௌத்தான பிறவும் வந்து போயிருப்பேன். என்னெத் தேடி வரவங்களுக்குத் தக்க பலன் கிடைக்கும்.”

“ஹாழிறாவுக்கு அடயாளம்?” நான் கேட்டேன்.

“சந்தன வாசம்” பதிலைச்சொன்னது தான் தெரியும். ஒடன் கண்ணிலெயிருந்து மறஞ்சுட்டாங்கொ.

“சுபுஹானல்லாஹி ஜல்ல ஜலாலுஹூ! எலப்பைக்கெக் கண்ணுக்குத் தெரிஞ்சுதா?”

“தெரிஞ்சது மட்டுமா? இனி கோழி அறுக்கப்படாதெண்ணும் கோழி அறுக்கும் கத்தியை எதாவது இபாகத்தாளி கிட்டெ குடுக்கணும் எண்ணும் சொன்னாரு”

லெப்பை இருப்பிலிருந்த கத்தியை உருவினார். “இதெ ஒசன் பிள்ளே வெச்சிக்கோ” கத்தியை நீட்டினார்.

உசன்பிள்ளை தொடை இடுக்கிலிருந்து இரண்டு கையும் எடுத்தார். பெரட்டத்திற்கு அடியில் கிடந்த துண்டை எடுத்தார். தலையில் போட்டுக் கொண்டார்.

“பிஸ்மில்லா” என்று கூறிக் கொண்டு இரு கையும் நீட்டிக் கத்தியைப் பெற்றுக் கொண்டார்.

“பணப்பெட்டிக்குள்ளே வெய்யப்பா. எல்லா பர்க்கத்தும் நிஃமத்தும் உண்டாவும்.” லெப்பை உபதேசம் செய்தார்.

உசன்பிள்ளை ஒரு பத்தி பற்ற வைத்தார். பணப்பெட்டிக்குள் புகையைக் காண்பித்தார். பெரும் மதிப்போடும் பக்தியோடும் கத்தியைத் தம் கண்ணில் வைத்துக் கொண்டார். மெதுவாகப் பெட்டிக்குள் கத்தியை வைத்துப் பெட்டியை மூடினார்.

“லெப்பை ஒரு பீடி அடியுங்கோ”.

“ஒண்ணு கொண்டா, அடிப்போம்”

லெப்பை பீடி பற்ற வைத்தார்.

உடன் எழுந்தார்.

“நான் போயி அந்த அறயெத் துப்புரவாக்கி, வெளக்கு பற்றி வைக்கட்டு”

“நல்ல போல தண்ணி விட்டுக் கழுவணும் எலப்பே. நான் வரட்டா ஒத்தாசக்கு”

“வேண்டாம், வேண்டாம்! கெழவனானாலும் தங்கக்கொ பர்க்கத்து கொண்டு நான் தனிச்சு செய்வேன்.”

லெப்பை கருள் சுருளாகப் புகை விட்டுக் கொண்டு நேராக நடந்தார்.

22

கல்யாணமாகிப் பத்துப் பன்னிரண்டு வருடங்களாகியும் கர்ப்பம் தரிக்காதிருந்த பாத்தும்மா, தங்ஙளுடைய கறாமத்தினால் கர்ப்பவதி யான மகிழ்வைப் பாத்துமாவின் உற்றார் உறவினர் சந்தோஷத்தோடு வெளிப்படுத்தினார்கள்.

தலைப் பிரசவமானதால் கஞ்சி பாத்திஹா ஓத முடிவெடுத்தனர். நீண்ட காலமாகக் குழந்தைக்கால் காணாதிருந்த அந்தக் குடும்பத்தில் ஒரு சின்னக் குழந்தைக் காலைக் காணப் போவதையும் அதனுடைய அழுகை சத்தம் கேட்கப் போவதையும் நினைத்து நினைத்து அந்தக் குடும்பத்தினர் புளகாங்கிதமடைந்தனர். அந்த நேரத்தில் மிடாலம் போய் விட்டுக் கடற்கரையோரம் நடந்து வரும்போது வழியில் தங்ஙள் திங்கள் இரவும் வெள்ளி இரவும் அஸனார் லெப்பையின் அறையில் ஹாழிராகின்ற விஷயம் மம்மூனு அறிந்தார். அவர் அதைப் பாத்திமாவின் பந்தத்திலுள்ள ஒருவரிடம் தெரிவித்தார். அவளுடைய உம்மா அறிந்தாள். தங்கள் போனதை அறிந்த நாள் முதலாய்த் துக்கத்தை வெளியில் காட்டாது மனதில் கடித்தொதுக்கிக் கொண்டிருந்தாள். இச்செய்தியை அறிந்ததும் அவள் தன்னை மறந்தாள். வயிற்றில் முத்தமிடக் குனிந்தாள். முத்தமிட முடியாதபோது வயிற்றைத் தடவினாள். விரிந்த விழிகளைச் சூன்யத்தில் பாய்ச்சினாள். நினைவில் மதுரம் நிரம்பிய நிமிஷங்களை அசைபோட்டாள். விரிந்த அவருடைய மார்பகத்தில் கறுத்துச் சுருண்ட முடிகளினூடே விரலோட்டியபோது உண்டான மெய்சிலிர்ப்பின் இன்ப உணர்வில் சரீரம் முழுவதும் புளகாங்கிதமடைந்தது.

ஒரு வார்த்தையும் சொல்லாமல், ஒரு பார்வையும் செலுத்தாமல் போன தங்ஙளோடு ஊடல் ஏற்பட்ட போதிலும் அவையெல்லாம் ஒரு நிமிடத்தில் மறைந்தன. பயத்தின் ஆழத்தில், இன்பநுகர்வில் எல்லாம் மறந்தன. உற்சாகமானாள். முடியைக் கோதி ஒதுக்கினாள். அடிக்கடிக் கண்ணாடியில் முகம் பார்த்தாள். உதடுகளை நனைத்துக் கடித்து நிறம் பார்த்தாள்.

"நமக்குத் தங்ஙளுக்கெ பள்ளியிலெ போவுமாம்மா?" பாத்தும்மா ஒரு ஞாயிற்றுக்கிழமை உம்மாவிடம் கேட்டாள்.

"இன்று திங்களாழ்ச்செ ராவு தானே? தங்ஙள் ஹாழிராவும். நமக்குப் போவோம்."

பாத்தும்மா குளித்து முடித்தாள். தலைமயிரை வாரி, கிளிமூக்குக் கொண்டை கட்டினாள். சிவப்புச் சாரம் உடுத்து பச்சைச் சட்டை அணிந்தாள். அகலமுள்ள கசவு நேரியல் எடுத்து மார்போடு சுற்றி ஒரு முனையால் தலையை மறைத்தாள். முன்புறம் தொங்கிய இன்னொரு முனையால் தள்ளியிருந்த வயிற்றை மறைத்தாள்.

அன்று அதிகாலை நேரம் உம்மாவும் மகளும் படகுத் துறையை அடைந்தார்கள். ஒரு படகில் ஏறி, குத்தியிருந்தார்கள். ஆற்றுத்துறையில் கோவணத்தோடு குளித்துக் கொண்டிருந்த முக்குவர்கள் முகம் பார்க்காதிருக்க குடைபிடித்து முகம் மறைத்தனர். படகு முள்ளியை அடைந்தபோது ஆற்றுப்பள்ளியிலிருந்து அஸரின் பாங்கு சப்தம் கேட்டது. அலை எழுப்பாது கிடக்கின்ற காயலில் மீன்கள் துள்ளிச் சாடியதைக் கண்டபோது வயிற்றுக்குள் ஏதோ ஒன்று துள்ளிச் சாடுகின்ற சலனம் தோன்றிற்று. இந்தச் சலனத்தைத் தங்ஙள் அறிவாரா, இனி தங்ஙளைக் கண்ணால் காணமுடியுமா, கண்டால் அந்த மெய்ச்சிலிர்ப்பின் நிமிஷங்களை மன்னிப் பார்ப்பாரா, தன்னை எப்படிப் பார்ப்பார், அந்தக் கண்களில் குறும்புத்தனம் இருக்குமா, தன்னைக் கண்டால் சிரிப்பாரா?

'படச்ச தம்புரானே! எனக்கக் கண்ணுக்குத் தங்ஙளெ காட்டித் தாயேன்". அவள் உள்ளத்துக்குள் பிரார்த்தித்தாள்.

படகு, துறையை எட்டியது குடையை மடக்கினர். நேராகத் தங்ஙளுடைய பள்ளியை நோக்கி நடந்தனர். துறையிலிருந்து வெகு தூரத்தில் பள்ளி இருந்தது. பள்ளியை நெருங்கும்போது காற்றில் ஊதுபத்தியின் மணம்.

ஜனங்கள் ஒவ்வொருவராய்த் தங்ஙளுடைய பள்ளியை நோக்கிச் செல்வதைப் பார்த்தனர். தங்ஙள் முட்டையிட்ட கோழியை வரவழைத்ததும், சட்டியில் வெந்து கொண்டிருந்த பெட்டைக் கோழி வந்ததும், வந்த பெட்டைக் கோழி கூவியதும், முதலாளியின் மருமகனுக்குப் பைத்தியம் பிடித்ததும் எல்லோருடைய உதடுகளிலிருந்தும் உதிரத் தொடங்கின. காதுகளில் ஏந்திச் சென்று அச்செய்தியை ஊர் ஊராகப் பரப்பினர். நாளுக்கு நாள் கூட்டம் அதிகரித்தது.

பாத்தும்மாவும் உம்மாவும் போய்ச் சேருவதற்கு முன்னாலேயே ஆட்கள் பள்ளியைச் சுற்றி வெளியில் விரித்திருந்த சார ஓலைப் பாயில் இடம் பிடித்தனர்.

"பெத்தெழும்புனா தங்ஙளுக்கெப் பள்ளிக்கு வரணும், கொளந்தய்க்கு இஞ்ச வந்துதான் பேரு வய்க்கணும். ஆணானா தங்ஙளுடெ பேரு வய்க்கணும்" உம்மா சொன்னாள் இதைக் கேட்டு பாத்திமா அதிர்ந்தாள்.

ஆணானா தங்ஙளுடெ பேருவைக்கணுமா, அது எப்படி? இல்லை! ஒருக்காலும் இல்லை.

“பெண்ணானா பீமாத்தாயோட பேரு வய்க்கலாம்” பாத்திமா சொன்னாள்.

“ஆணானா?”

“தங்களுக்கெ பேரு வய்க்கண்டாம்”

“அதெப்படி? தங்களுக்கெக் கராமத்துக் கொண்டில்லியா உனக்குக் கர்ப்பம் உண்டாச்சு. நன்னி வேண்டாமா? தங்களுக்கே பேருதான் வய்க்கணும்”

“இல்லே . . . வைக்கவே படாது”

உம்மா மகளைக் கூர்ந்து பார்த்தாள். மகள் தலையைக் குனிந்தாள். இருவரும் பரஸ்பரம் பேசாமல் நடந்தனர். தங்ஙளின் பள்ளியைச் சுற்றி விரித்திருந்த பாயில் அமர்ந்தனர். ஒவ்வொருவருடைய உதடும் அசைந்தது. சிலர் தஸ்பீஹ் மணிகளை உருட்டினர்.

பள்ளியின் வாயில்களிலும் ஜன்னல்களிலும் சந்தனம் பூசப்பட்டிருந்தது. பள்ளிக்குள் ஒரு பச்சைத்துணி விரித்து அதன் மேல் ஒரு குத்து விளக்கு வைத்திருந்தனர். விளக்கின் அருகில் பச்சைத் துணியால் வாயை மூடிக் கட்டிய ஒரு குடம் வைக்கப்பட்டது. மக்ரிபு முதல் இஷாவரை திங்கள் இரவும் வெள்ளி இரவும் பள்ளியின் வாயில் திறந்திருக்கும். மற்ற தினங்களில் திறக்கப்பட மாட்டாது. என்றாலும் ஆட்கள் வந்து போவதுண்டு. விளக்கு எரிப்பதற்குத் தேங்கா எண்ணெய் தான் வேண்டும். அதனால் அஸனார் லெப்பை பிரத்யேகமாக ஒரு போர்டு வைக்க மறக்கவில்லை. ‘பக்தர்கள் விளக்கில் தேங்காய் எண்ணெய் மாத்திரமே ஊற்ற வேண்டும்’ இப்படிக்கு நிர்வாகக் குழு.

தேங்காய் எண்ணெய் ஊற்றி வைக்க வைத்திருந்த பாத்திரத்தின மேலே கரும் பலகையில் வெள்ளை எழுத்துக்கள் பளிச்சிட்டன. தேங்கா எண்ணெய் நேர்ச்சையாகக் கொண்டு வருபவர் எண்ணையைப் பாத்திரத்தில் விடவேண்டும்.’ அதற்குப் பகரமாக விளக்கிலிருந்து கொஞ்சம் எண்ணெயை விரலில் முக்கி வருபவரின் புறங்கையில் தேய்த்துக் கொடுப்பார். பக்தர்கள் அதனை நக்குவார்கள். சிலருக்கு, ஊதுபத்தி எரிந்து விழுந்த சாம்பலைக் கையில் கொடுப்பார். அல்லது வாடிவிழுந்த முல்லைப் பூவைக் கொடுப்பார்.

பாத்தும்மாவும் உம்மாவும் இஷா வரை இருந்தனர். தங்ஙள் எப்படியும் தன்னுடைய கண்ணில் தெரிவார் என பாத்திமா எதிர்பார்த்திருந்தாள். அவள் பள்ளிக்குள்ளே உற்று நோக்கினாள். குத்துவிளக்கு உமிழ்ந்த மங்கிய வெளிச்சத்தில் படாமல் ஆங்காங்கே பதுங்கி நின்ற இருட்டில் விழிகளைத் துளாவி தங்ஙளைத் தேடினாள். தங்ஙளுண்டா? இல்லை. இருந்து சோர்வுற்றபின் எழுந்தாள்.

“நமக்குப் போலாம்” பாத்தும்மா சொன்னாள். அவளுடைய உம்மாவும் எழுந்தாள். தாவணித்தும்பில் கட்டியிருந்த பைசாவை

அவிழ்த்துக் காணிக்கையிட்டனர். "நீ காணிக்கையிடு!" பாத்தும்மா விடம் சொன்னாள். பாத்தும்மா சிறிது நேரம் ஐயப்பாட்டோடு நின்றாள். தான் காணிக்கை போட வேண்டுமா? காணிக்கை போடா விட்டால் அவருடைய ஆசீர்வாதம் கிடைக்காமல் போய்விடுமா?

உம்மாவுக்காக, உம்மாவைத் திருப்தி படுத்துவதற்காக அவள் காணிக்கை இட்டாள்.

அஸனார் லெப்பை ஒரு நுள்ளு சாம்பலும் கொஞ்சம் பூவும் கொடுத்தார். இரு கையையும் ஏந்தி வாங்கினார்கள்.

"தின்னு மோளே!"

"தின்னுலாம்" பாத்துமா சொன்னாள்.

தின்னத்தான் வேண்டுமா? தின்னாவிட்டால்?... தின்ன வேண்டாம். மனத்தால் எவ்வளவு கெஞ்சியும் தன்னுடைய கண்களில் தங்ஙள் காட்சி தரவில்லையே! அவளுக்கு வேதனை தோன்றியது. அவள் நேர்ச்சையைச் சாப்பிடாமல் தாவணித்தும்பில் முடிந்தாள்.

பள்ளியில் அடிக்கடி பாங்கு சொல்வது தடைபட்டது, ஹவுளில் தண்ணீர் குறைந்தது. பள்ளிப்பாயிலெல்லாம் பல்லி எச்சமிட்டது. முதலாளியிடம் புகார் சொல்லப்பட்டது. முதலாளி அஸனார் லெப்பையை ஆள் அனுப்பிக் கூப்பிட்டார்.

"உன்னெ இப்ப இந்த துனியாவிலெ காணலியே?"

"... ... ..."

"ஏன் ஓய், ஒண்ணும் பேசாம நிக்கிறே?"

"கொஞ்சம் வேலையிருந்தது"

"என்ன வேலெ ஒனக்கு?"

"சொந்த வேலெ"

"அப்படியானா சொந்த வேலெயப்பாரு! இன்னிலேர்ந்து ஒனக்கு வேலையில்லே" எவ்விதச் சலனமும் இல்லாமல் நிற்கும் லெப்பையைக் கண்டபோது முதலாளிக்கு ஆச்சரியமாக இருந்தது.

மீண்டும் அலறினார். "போ வெளியே!"

"ஓ!" லெப்பை திரும்பி நடந்தார்.

'வேண்டாம், இனி அந்த பாங்கு ஜோலி வேண்டாம். தங்ஙளுக்கெ பள்ளியிலெ ஜோலி போதும்! எதிர்பார்த்ததை விட அதிக வருமானம் உண்டு. நாளுக்கு நாள் கூட்டம் அதிகமாகிறது. தங்ஙளுக்கெ மரணத்துக் குப் பிறகு இன்னும் அதிகக் கூட்டம் வரும். படச்சவனே! தங்ஙளெ சீக்கிரம் மௌத்தாக்கிடு. மோதீன் பணி விட்டாச்சப்பா.' லெப்பை நேராக நடந்தார்.

'ஒரு புதிய ஜுப்பா தைக்கணும். ஒரு புதிய தொப்பி வாங்கணும். தோளில் இனி எப்போதும் பச்சைத் துண்டுதான் போடணும்!' அன்றே தங்ஙளுடைய பள்ளிக்கு முன் புறம் ஒரு போர்டும் தொங்கியது."

மஸ்ஜிதுல் ஸையிதினா முஹம்மது முஸ்தபா இம்பிச்சி கோயா தங்ஙள்.

23

அதிகமான எதிர்ப்புகளுக்கிடையில் மஹ்மூதின் மகளுடைய திருமணம் நடைபெற்றது. பள்ளியிலுள்ள கத்தீபோ, மோதீனோ கல்யாணத்திற்கு வரவில்லை. மஹ்மூதுடைய மகளின் 'நிக்காஹ்' பள்ளிப் புத்தகத்தில் பதிவாகவில்லை. அதனாலெல்லாம் மஹ்மூது நிலை குலையவில்லை. பலரும் மிரட்டினார்கள். எதையும் மஹ்மூது பொருட்படுத்தவில்லை.

"நாளை மஹ்ஷரில் பள்ளியுடைய நிக்காஹ் புஸ்தகம் வருமாடா?" அதற்கு யாரும் பதில் சொல்லவில்லை.

நிக்காஹ் நடைபெறுவதற்கு ஒரு வாரத்திற்கு முன்னால் கல்யாணத்தை நடத்தும் விவரத்தை முதலாளியை வீட்டில் போய்ப் பார்த்துச் சொல்ல வேண்டும். அதுதான் ஊர் மரபு.

"சீதனம் எம்புடு?" முதலாளி கேட்பார்.

"கொடுக்கின்ற, வாங்குகின்ற நகைகளின் எடையும் வஸ்துக்களின் விஸ்தீரணமும், சர்வே நம்பரும் எந்தத் தாலுகாவில் எந்தப் பகுதியில் எந்த இடத்தில் என்ற விபரங்களும் தெரிவிக்க வேண்டும்".

முதலாளி எல்லாவற்றையும் 'உம்' போட்டுக் கேட்பார். கேட்டு விட்டுச் சொல்வார். "பள்ளிக்குப் பத்துப் பணம் கொடு."

"ஓ... கொடுக்கேன்"

முதலாளி விதிக்கின்ற பள்ளிப் பணத்தை அன்றோ, மறுநாளோ முதலாளியின் முன்னிலையில் இரு கையும் நீட்டி வைக்க வேண்டும். கூடுதலென்றோ, குறைவென்றோ சொல்லக் கூடாது. கொடுக்கின்ற பணத்திற்கு ரஸீதும் கிடையாது. முதலாளியையும் கல்யாணத்திற்கு அழைக்க வேண்டும்.

"முதலாளி வந்து நின்னு மங்களமாய் நடத்தித் தரணும்"

"வருவேன்"

மஹ்மூது மகளுடைய கல்யாணம் நிச்சயித்த விவரத்தையோ, கல்யாணம் நடத்தப் படவிருக்கின்ற பிறையையோ முதலாளிக்குத் தெரிவிக்கவில்லை. முதலாளியைக் கல்யாணத்திற்கு அழைக்கவும் இல்லை, பள்ளிப் பணமும் செலுத்தவில்லை.

பாங்கு சொல்லவும் மதரஸா நடத்தவும் ஹவுளில் தண்ணீர் கோரி நிறைக்கவும் புதிதாய் நியமித்த ஆட்டுக்குட்டி மோதீன்,

மஹ்மூதுடைய மகளின் கல்யாண விவரத்தைக் கல்யாணத்திற்கு முதல்நாள் முதலாளியிடம் சொன்னார்.

"உள்ளதா?"

"உள்ளது."

"பள்ளிப்பணம் தரலியே?"

"தந்துருக்கும்ணு நெனச்சேன்"

"தரல்லே, கிடாய் அறுக்க அவன் வீட்டுக்குப் போவாண்டாம்"?

"உத்தரவு"

"கிடாய் வெட்ட ஒஸாமாரும் போவாண்டாம்."

"உத்தரவு"

"பொண்ணுக்கு முகம் மினுக்க ஒசாத்தியும் போவாண்டாம்?"

"உத்தரவு"

"நேரத்தே எல்லார்ட்டையும் போய்ச் சொல்லு"

"சொல்றேன்"

மோதீன் திரும்பி நடந்தார். முதலாளியின் திடீர் உத்தரவுகள் மோதீனை மிகவும் தளர்த்தின. மோதீனின் தலைக்குள் இருள் பரவும் போல் தோன்றியது. நடந்து வரும்போது வழியில் அடைக்கப்பட்டிருந்த ஒரு கடையில் ஏறி அமர்ந்தார். ஒரு காலை மடக்கி வைத்து முட்டைத் தடவினார்.

நாளைய கல்யாணத்தில் செம்புக்குட்டி வெட்ட முடியாத துக்கத்தில் முகம் சோர்ந்தது. கை மடக்கு நஷ்டப் பட்டுப்போன துக்கம் எல்லாவற்றையும் இழந்த உணர்வைக் கொடுத்தது. அந்த உணர்வில் தாடியில் கை கொடுத்து இருந்தார்.

மோதீனுடைய உம்மாவும் வாப்பாவும் பாங்கும் இகாமத்தும் சொல்லிச் சூட்டிய எதார்த்தப் பெயர் ஊரில் யாருக்கும் தெரியாது. ஆட்டுக்குட்டி மோதீன் என்றாலே எல்லோருக்கும் தெரியும். மகத்தான இந்த நாமத்தை அவருக்குச் சூட்டியவர் கண்ணூர் முஸ்லியார்.

எனையம் பள்ளியில் கண்ணூர் முஸ்லியார் மதரஸா நடத்திக் கொண்டிருந்தபோது ஆட்டுக்குட்டி மோதீன் அங்கே பாங்கு சொல்லிக் கொண்டிருந்தார்.

மோதீனுடைய வாப்பா இறந்து முப்பது நாட்களாயின. "வாப்பா வுக்குக் கத்தம் பாத்திஹா ஓதலியா?" பலரும் விசாரித்தார்கள்.

"ஓதணும்".

"நாற்பதுக்கு முன்னால் கத்தம் ஓதணும். அல்லது மானக்கேடாகி விடும். இறைச்சிக்குப் பணம் வேண்டும், நாலுபேரைக் கூப்பிடணும். மோதீன் பல வழிகளிலும் ஆலோசித்தார். ஒரு பிடியும் கிட்டவில்லை. துணி துவைத்து பள்ளிக்குப் பின் பக்கம் உலர்த்திக் கொண்டு போனபோது பள்ளி வளாகத்தில் வெள்ளைப் புள்ளிகளுள்ள கறுத்த

ஓர் ஆட்டுக்குட்டி மேய்வதைக் கண்டார். மோதீன் கொஞ்ச நேரம் ஆலோசித்து நின்றார். வேணுமா, வேண்டாமா?' வாப்பாக்குக் கத்தம் ஓதணுமென்ற நிர்ப்பந்த உணர்வு அரித்து ஏறியபோது அந்தப் பாவகாரியம் செய்ய அவர் தயங்கவில்லை.

தை மாவிலிருந்து இலைபறித்தார். இலைகளைக் காட்டி ஆட்டுக் குட்டியைச் சீக்கிரத்தில் பிடித்தார். கயிற்றில் பிணைத்து யாரும் பார்க்காத இடத்தில் மறைவாகக் கட்டினார். இருளின் மந்துக்காலடி ஓசை கேட்பதற்காகப் பள்ளி நடையில் குத்தியிருந்தார். இருளின் வரவைக் கண்டபோது மோதீனின் முகம் பிரகாசமானது. இருள் கறுத்த மேனி குலுக்கி வந்தது. மோதீன் தயங்கி நடந்தார். ஆட்டுக்குட்டியைப் பிடித்தார்.

கால்களைச் சேர்த்துக் கட்டினார். தோளில் தூக்கி எடுத்தார். அங்குமிங்கும் பார்த்துக்கொண்டே நடந்தார்.

மனைவி கேட்டாள். "இதென்ன கூத்து?"

"நிக்க உம்மாக்கக் கூத்து. போட்டீ அப்புறத்துல! இவன் நடக் கானில்லே, அதனாலெ சந்தையிலேருந்தே தூக்கீட்டு வாறேன்."

"அஸருக்கு நீங்க இல்லியா பாங்கு இட்டது?"

"நானில்லே மம்மது."

"நிங்க சத்தமில்லியா கேட்டது?"

"அதுதான் எனக்க மகத்துவம். நான் 'வாங்கு' விளிக்கிற இடத்தி லிருந்து யாரு 'வாங்கு' விளிச்சாலும் நம்ம சத்தம்தான் கேக்கும். நாளை எனக்க வாப்பாக்குக் கத்தம்."

"அப்ப சந்தைலேருந்து மலக்கறி வாங்கலியா?"

"இந்த ஆட்டிக்குட்டி வந்த சந்தையிலெ மலக்கறி வரலே."

"மலக்கறி இல்லாத்தச் சந்தையா?"

"இஞ்சப்பாரு, அதும் இதும் கேட்டா நிக்க அடிவயித்துலெ இடிப்பேன். போ! மரியாதைக்கு."

அதிகாலையில் கிடாய் அறுத்தார். கிடாயை மோதீனே தோல் உரித்துத் தூக்கித் துண்டுகளாக்கினார். அதன் பின்னரே சமையற் காரனை அழைத்தார். அக்கம் பக்கத்திலுள்ள நாலைந்து பேர்களை அழைத்தார். கண்ணூர் முஸ்லியாரும் வந்தார். மௌலூது ஓதப்பட்டது. சாப்பிட்டுக் கொண்டிருந்தபோது ஒரு ஆள் ஓடிவந்தார். உரித்து வைக்கப்பட்ட கிடாயின் தோலைத் தூக்கினார்.

"மோதீனே! இதென்ன வேலெ? எனக்க ஆட்டுக்குட்டி அறுத்தா வாப்பாக்குக் கத்தம் ஓதறது? ஏன் வோய்?"

மோதீன் சிரித்தார்.

"வா, ஒருபிடி சோறு தின்னு!" மோதீன் ஆட்டின் உரிமையாளனை அழைத்தார்.

இந்தச் சம்பவத்தின் போது கண்ணூர் முஸ்லியார் வழங்கிய பெயர்தான் 'ஆட்டுக்குட்டி மோதீன்.'

மஹ்மூது கிடாய் அறுக்க பள்ளியில் போய் மோதீனைக் கூப்பிட்டார். மோதீன் பேசவில்லை. மஹ்மூதைத் தயவோடு நோக்கினார். "மொதலாளி, எனக்க வயித்திலெ அடிச்சிட்டாரு" மோதீன் சொன்னார்.

"என்ன மோதீனே?"

"நிங்கொ வீட்டுலெ கிடாய் அறுக்க வரக்கூடாதின்னு மொதலாளி விலக்கியிருக்கு."

"உள்ளதா?"

"நிக்காஹ் செய்ய கத்தீபையும் வரப்புடாதுன்னு விலக்கியிருக்கு."

"உள்ளதா"

"முகம் மினுக்க ஒசாத்தியும் வரப்புடாதுன்னு வெலக்கியிருக்கு"

"விலக்குனா போட்டு மோதீன் கிடாய் அறுக்காதெயும், கத்தீபு நிக்காஹ் எழுதாதெயும், ஒஸாத்தி முகம் மினுக்காதெயும் எனக்க மகளுக்க நிக்காஹ் நடக்கும்."

"எனக்கிட்டெ கோவப்படாதீங்கோ. முதலாளிக்க உத்தரவு! எனக்கு ஒருபிடி சோறும் கைமடக்கும் நஷ்டப்பட்டு பாழாப் போச்சு."

"மோதீனுக்கு நான் கை மடக்கு தருவேன்."

"அப்போ நீங்க, மொதலாளியெக் கண்டு மாப்பு சொன்னா, நானும் கத்தீபும் வருவோம்."

"அவன்கிட்டெ மாப்பு கேக்க நான் ஒரு குத்தமும் செய்யல்லெ."

"பள்ளிப் பணம் குடுக்காதது குத்தம் தானே?"

"குடுத்தப் பள்ளிப் பணத்துக்கக் கணக்கை ஊருக்குக் காணிச்சானா?"

"அல்லாஹ்! முதலாளிட்டயா கணக்குக் கேக்கது? முதலாளிட்ட கணக்குக் கேக்கது பாவமில்லியா?"

"ஊர்ப் பணத்தை மோட்டிச்சுத் தின்னூது பாவமில்லையா? கணக்குக் கேக்கதா பாவம், ஏன் மோதீன்? இந்த மொதலாளிமாருக்கு கொம்பு முளச்சாயிருக்கு?"

முதலாளியைக் கல்யாணத்திற்கு அழைக்காத விவரம் எல்லோர்க்கும் தெரிந்தது. மஹ்மூது செய்தது குற்றமென்று ஊர் முழுக்க விதி எழுதியது. அதற்குத் தகுந்த தண்டனை கொடுத்தே தீரவேண்டுமென்ற வாதம் உயர்ந்து கேட்டது.

வெள்ளிக்கிழமை குத்பாவிற்குப் பிறகு பள்ளித் தூணில் மஹ்மூதைக் கட்டி வைத்து நாற்பது அடி கொடுக்க வேண்டுமென ஊர் ஜனங்கள் அபிப்ராயப்பட்டார்கள்.

முன்பு கத்தி உயர்த்திக் காட்டியது நினைவுக்கு வந்தது. அதனால் மஹ்மூதைப் பிடித்துக் கட்ட பூத்துறையிலிருந்து நாலைந்து சீனா அடி ஆசாமிகளைக் கொண்டு வர வேண்டுமென்றும் தீர்மானித் தார்கள்.

"மஹ்மூதுக்கத் தரையிலெ கெட்டுன காபிர் பள்ளிக் கூடத்தை தீ வச்சுக் கொளுத்தணும்"!

ஜனங்கள் மொட்டைத் தலையிலிருந்த துவர்த்தை அவிழ்த்து உதறி ஆவேசத்தோடு சத்தமிட்டார்கள்.

மஹ்மூதின் சொந்தத்திலுள்ள ஒன்றிரண்டு பேர்களைத் தவிர மஹ்மூது வீட்டுக் கல்யாணத்தில் யாரும் கலந்து கொள்ளவில்லை.

"ஊரு பள்ளிப் பொஸ்தவமும் இல்லாத கல்யாணமா?" மஹ்மூதின் மனைவி தலையிலறைந்து அழுதாள்.

மஹ்மூது கத்தியைத் தீட்டினார். கிடாயைப் பிடித்தார். கத்தியின் கூர்மையைப் பார்த்தார்.

"நான் அறுத்தா ஹலாலாவுமா, இல்லையான்னு பார்ப்போம்! கிடாய் அறுப்பதற்காகக் குனிந்தார்."

"நில்லு!"

மஹ்மூது தலை உயர்த்தி நோக்கினார். அஸனார் லெப்பை.

"நான் அறுத்துத் தாறேன் உவ்வா."

மஹ்மூது கத்தியை அஸனார் லெப்பையிடம் கொடுத்தார். அஸனார் லெப்பை கிடாய் அறுத்தார். தொண்டை வெடித்து ரத்தம் சீறிப்பாய்ந்தது. காலிட்டடித்துத் துடித்தடங்கி கிடந்த ஆட்டைப் பார்த்தபோது முதலாளி துடிப்பது நினைவிற்கு வந்தது.

மாப்பிள்ளையும் மாப்பிள்ளை வீட்டாரும் வந்து விட்டார்கள். ஜரிகை வைத்து முடைந்த பாயில் மாப்பிள்ளை அமர்ந்தார். மாப் பிள்ளையின் முன்னால் குத்து விளக்கு இருந்தது. குத்து விளக்கின் வெளிச்சத்தில் மாப்பிள்ளையின் முகம் பிரகாசித்தது. ஆனால் மாப்பிள்ளையுடைய ஆட்களின் முகங்களில் நிறைந்திருந்த மௌனத் தின் சாயலை மஹ்மூது கவனிக்காமலிருக்கவில்லை. என்றாலும் அதைக் காட்டிக் கொள்ளாமல் ஓடி நடந்தார்.

மாப்பிள்ளை வீட்டார் பரஸ்பரம் குசுகுசுத்தார்கள். மாப்பிள்ளையின் வாப்பா மஹ்மூதை அருகில் அழைத்தார்.

"பள்ளிலெ கத்தீபு வந்து நிக்காஹ் செய்து பள்ளிப் பொஸ்தகத்துலெ நிக்காஹ் பதிக்கலேண்ணா இந்தக் கல்யாணம் நடக்காது."

"அப்படியா?"

"ஆமாம்." கூடியிருந்த மாப்பிள்ளை வீட்டார் உரத்துச் சொன்னார்கள்.

மஹ்மூது அமைதியாக மாப்பிள்ளையின் வாப்பாவை நோக்கி நின்றார். நெஞ்சு கொஞ்சமும் அசையவில்லை. மனசு பதறாமல் நின்றார். மனசில் இழைந்தோடிய விகாரத்தின் ஆயிரங்காலட்டைகளை அடக்கிப் பிடித்துக் கொண்டு நின்றார். ஆழ்ந்த அமைதியோடு கூட்டத்தைச் சுற்றிலும் பார்த்தார். அந்த முகத்தில், அந்தக் கண்ணில் நிரம்பி நின்ற சாந்த பாவம் மாப்பிள்ளை வீட்டாரை வினோதப் படுத்திற்று. மஹ்மூது, மாப்பிள்ளையுடைய வாப்பாவின் தோளில் கை வைத்துச் சொன்னார்.

“சொல்றேன்னு வருத்தப்படக்கூடாது. ராப்பகலாய் தீ கக்குகின்ற வெயிலில், பொரிகின்ற கடற்புறத்து மணலில் நடந்து இரத்தத்தை வியர்வையாக்கியாக்கும் நான் என் மக்களை வளர்த்தேன். அவர்கள் என்னுடைய உயிர். அதிலொரு பாகத்தைத்தான் உங்க மகனுடைய கையில் உங்க மகனை நம்பி நான் பிடித்துக் கொடுக்கத் தீர்மானித்தேன். பள்ளியிலெ கத்தீபும் நிக்ககாஹ் பொஸ்தகவும் வராத்ததினால் இந்த நிக்காஹ் நடக்காமற் போகுமானால் அதில் நான் சந்தோஷமே கொள்வேன். பள்ளிப் பொஸ்தகவும் வராது, கத்தீபும் வரமாட்டார். இப்போ நீங்க என்ன சொல்றீங்கோ?

அவர் பதிலுக்காகக் காத்து நின்றார்.

“நாங்க மாப்பிள்ளையைக் கூட்டிக்கொண்டு போறோம்.”

“போங்கோ!”

எல்லோரும் எழுந்தார்கள்.

“வாடா போவோம்” மாப்பிள்ளையைத் தகப்பனார் அழைத்தார்.

“எல்லோரும் போங்கோ! நான் வரமாட்டேன். நான் இந்தப் பெண்ணைத்தான் கட்டுவேன்” மாப்பிள்ளை உரத்த குரலில் சொன்னான்.

“எடா துரோகி” வாப்பா மகனை நோக்கிச் சொன்னார் “நீ எனக்கு மொவனேயில்ல.”

“நான் வாப்பாக்க மொவன்தான்! வாப்பா வாக்குக் கொடுத்த பெண்ணைத்தான் கட்டுவேன்.”

“நீ கட்டு, ஆனா எனக்க வீட்டு நடையை மிதிக்கக் கூடாது.”

மாப்பிள்ளையின் வாப்பா இறங்கி நடந்தார். பின்னால் மற்றவர்களும் இறங்கினார்கள்.

“மோனே! எனக்கு அவங்க யாரும் வேண்டாம். எனக்கெ மொவளெ நான் உனக்கு ஹலாலாக்கித் தந்தேன்.” மஹ்மூது மாப்பிள்ளையின் கையைப்பிடித்தார்.

24

தம்மை அழைக்காமல் பள்ளிப் பணம் கொடுக்காமல் பள்ளிப் புத்தகத்தில் நிக்காஹ் பதிவு செய்யாமல் லெப்பையும், கத்தீபும் இல்லாமல் மஹ்மூது மகளைக் கல்யாணம் செய்து கொடுத்த நிகழ்ச்சி நினைவில் ஓடி வரும்போதெல்லாம் முதலாளியின் தலைக் குள்ளே இடி மின்னல் வெட்டுவதுண்டு. அப்பொதெல்லாம் சுவரைப் பிடித்தவாறு மெல்ல மெல்ல நடந்து நாற்காலியில் வந்து உட்காருவார். தலையில் கையை வைத்தவாறு பலமணி நேரம் யாரிடமும் எதுவும் பேசாமல் கண்ணை மூடிக்கொண்டு அப்படியே இருந்து விடுவார்.

மனத்திற்குள்ளே கொந்தளிக்கும் உணர்ச்சிகளைப் பல்லால் கடித்து நெரித்து அமுக்கி விடுவதோடு தாம் எதையும் பார்க்கவில்லை, தமக்கு எதுவும் தெரியாது என்ற பாவனையில் இருந்து விடுவார்.

தமது காதருகில் அறையின் தனிமையிலிருந்து உயரும் மகளின் விம்மல் காதிற்குள் ஒப்பாரியாக உருவெடுக்கும்போது முதலாளிக்கு நடுங்காமல் இருக்க முடியவில்லை. தாம் நடுங்கவில்லையென்று பிறரைத் திருப்திப்படுத்த கூடியவரையிலும் முயற்சித்தார். இருந்தாலும், அவளது முகபாவனையிலிருந்து அவளது உள்ளத்தைப் படிக்க முயலும் முகத்தைப் பார்க்காமல் நடக்க முயற்சிக்கும்போது இதோ மீண்டும் நினைத்திருக்காமல் இதயத்திற்குள் வேறொரு அடி விழுந்திருக்கிறது.

நான் சோதனைக்குள்ளாகிறேனோ? இவ்வாறான சோதனைகளை முன்னோர்கள் சந்தித்திருக்கிறார்களா? இல்லையானால் அவர்கள் நன்மை செய்தவர்கள். அவர்களின் பின் தலைமுறையான எனக்கு இது வரக் காரணம்? இளமையும் கனவும் ஒன்று சேரும் சந்திப்பில் வைத்து ஒரு சகோதரியின் இளமையும் கனவும் வாடி, காம்பறுந்து விழுவதைப் பார்க்க நேர்ந்த துக்கதினம். கனவு பூத்துநிற்கும் ஒரு மகளின் கண்ணிலிருந்து உதிர்ந்து விழும் கண்ணீர்த் துளிகளைக் காண நேர்ந்த துர்விதி! சொல்வலிமை புயலிலும் கூட ஒடிந்து விழவில்லை. இதோ தென்றலில் சாய்ந்து விழ நிற்கும் காலத்தின் கெட்ட கோலம்! இனி எனக்குச் சொல் வலிமையுண்டா? சொல்வதற் கும் அடிப்பதற்கும் அதிகாரம் குவிந்திருந்த இந்தக் கைகளின் சக்தி நாளுக்கு நாள் கரைந்து போகிறதா? அதைமீட்டுக் கொள்ள இனி முடியுமா? அன்று எவரும் எனக்கெதிராக ஒரு வார்த்தை கூடச் சொல்லத் துணியவில்லை. இன்று எனக்கெதிராக ஒரு குரல்

உயர்ந்திருக்கிறது, எதிர்ப்பு தோன்றியிருக்கிறது. தனிப்பட்ட எதிர்ப்பா? அல்லது பலம் வாய்ந்த பக்கபலத்தின் பிரேரணையால் உயர்ந்துவரும் எதிர்ப்பா?

இந்த ஊரில் ஒரு பள்ளிக்கூடம் வருவதை நான் ஆமோதிக்க வில்லை. பலன்? ஒரு சவாலாகப் பள்ளிக்கூடம் முன்னால் உயர்ந்து நிற்கிறது. அங்கு முதன்முதலாகத் தலை குனிய வேண்டியது வந்தது. வெள்ளிக்கிழமை ஜும்ஆவில் வைத்து, ஊர் மக்கள் முன்னிலையில் இழிவு படுத்தப்பட்டேன். உருவிய கத்தியுடன் மஹ்மூது நடந்து செல்லும்போது அங்கேயும் தலைகுனிய வேண்டியதாகி விட்டது. மஹ்மூதின் மகள் கல்யாணத்தை முடக்கி வஞ்சம் தீர்க்க நினைத்தேன். மணமகன், மணமகளை ஏற்றுக்கொள்ள முன்வந்ததோடு அங்கேயும் தலைகுனிய வேண்டிய நிலை ஏற்பட்டது. மொத்தமாக தம் உடலிலிருந்து தலை வேறுபட்டுள்ளதாக ஒரு நினைப்பு.

அசனார் லெப்பை என் தடையை மீறிக் கடா அறுக்கச் சென்றது, எனக்கெதிரான ஒரு சவாலல்லவா? மஹ்மூதின் மகள் கல்யாண தினத்தில் மிஞ்சியிருந்தவர்கள் உணவு அருந்தியது எனக்கெதிராக நீங்குவதன் கெட்ட அறிகுறியல்லவா?

எல்லோரும் எனக்கெதிராகப் போர்க்கவசம் அணிகிறார்கள். மேற்கு வீட்டு முதலாளியின் பக்கதுணை இல்லாமலிருக்காது அவர் வீட்டின் முகப்புக்கு எதிரே கக்கூஸ் தோண்டிய வஞ்சத்தைத் தீர்த்துக் கொண்டதாக இருக்கும். என் பலத்தைக் குன்ற வைத்து ஊர்த் தலைமைப் பதவியைக் கைப்பற்றுவதற்கான சூழ்ச்சியாக இருக்கும். எதுவாக இருந்தாலும் இந்த வடக்கு வீட்டு அகமதுக்கண்ணு முதலாளி எதைக் கண்டும் அசரப்போவதில்லை. எதிர்த்து நிற்கத்தான் முடிவு! எவ்வளவு நம்பர் தோப்புகளைக் கிரயம் செய்தாலும் சரி, தமக்கெதிராகச் சூழ்ச்சி செய்யும் சக்திகளுக்கு ஒரு பாடம் புகட்டியே தீருவேன்.

"அவுக்காரே . . .!" முதலாளி உரக்கக் கூப்பிட்டார்.

நிசப்தமாக இருந்த வடக்கு வீட்டு சுற்றுப்புறங்களில் அந்தச் சப்தம் எதிரொலித்தது. காலை முதல் மாலை வரை யாரிடமும் எதுவும் பேசாமல் மௌனமாகத் தூணோடு சாய்ந்திருந்த அவுக்காரு நடுங்கினான். செய்வதற்கு தங்க நகையில்லாமல் முட்டில் கை கட்டியிருந்த ஆசாரி நடுங்கினான். நெல் குத்த வழியில்லாமல் உரல் கொட்டகையில் தலைமுடியை அவிழ்த்துக்கொண்டு பேன் பார்த்துக் கொண்டிருந்த மீனாட்சி நடுங்கினாள்.

அவுக்காரு முதலாளியின் முன்னால் வந்து நின்றான்.

"வந்தேன்..."

"கொஞ்சவும் சுணங்காண்டாம், ஒடனே போயி கறுப்பனைக் கூட்டிட்டு வா."

"கூட்டிட்டு வாறேன்."

நேரம் இருட்டத் தொடங்கியதால் அவுக்காரு அரிக்கன் விளக்கைக் கையில் எடுத்துக்கொண்டான். கறுப்பனின் வீடு கொஞ்சம் தொலை வில்! மரச்சீனிக் குன்றுகளும், பனைமரங்கள் நிறைந்த தோப்புக்களும், பாறைக் கூட்டங்களும் ஏறி இறங்கிச் செல்ல வேண்டும். இரவானதால் கறுப்பனைத் தூக்கத்திலிருந்து எழுப்புவது மிகவும் கடினம். மூக்குவரைக் குடித்துக் கொண்டு கிடப்பான். இல்லையானால் குடித்துக் கொண்டு எவரையாது வசைமாரி பொழிந்து கொண்டிருப்பான்.

பரீது கண்ணாடித் திண்ணையில் தொங்கவிட்டிருந்த தூக்கு விளக்கில் பின்னக்காய் எண்ணெயை ஊற்றினான். மஹரிபு நெருங்கி வருவதைக் கண்டு திரியைப் பற்ற வைத்தான். திரும்பும்போது மாமாவின் முகத்தைக் கண்டான். மாமா அவனைக் கூர்ந்து நோக்குவதைக் கவனித்தான். மரியாதையோடு ஒதுங்கி நின்றான்.

“பசுவுக்கு வைக்கோலு வச்சாயா?”

“வச்சேன்”

‘பசுவெ தொளுவத்துல புடிச்சுக் கெட்டினியா?’

“கெட்டினேன்”

“கண்ணுக்குட்டியெ நீக்கிக் கட்டினாயா?”

‘ஓ...’

பிறகு எதுவும் கேட்கவில்லை. வாசல் திரையை நீக்கிக் கொண்டு வீட்டிற்குள் சென்றார். உடம்பறையின் பக்கம் நெருங்கியபோது தம்மை அறியாமல் வலதுபக்கமுள்ள அறையில் கண் சென்றது. தலைமுடியை அவிழ்த்திட்டவாறு மெத்தை மீது தலையை மறுபக்க மாகத் திருப்பிக் கொண்டு கிடக்கும் மகளைக் கண்டார். ஒரு நிமிடம் அசைவற்று நின்றார். மனதிற்குள்ளிருந்து கிளர்ந்தெழுந்த உணர்ச்சியைக் கட்டுப் படுத்திக் கொண்டு மெல்லிய குரலில் அழைத்தார்.

“மக்கா!”

அவள் கேட்க வில்லை.

“நேரம் மஹரிபாச்சு. கெடக்காதே.”

அதையும் அவள் கேட்கவில்லை.

சொன்னதை அவள் கேட்கவில்லையென்பது முதலாளிக்கும் தெரியும். இருந்தும் முதலாளி தலை குனிந்தவாறு நடந்தார்.

மிதியடியின் ஓசை கேட்டுத் தொழுகைப் பாயிலிருந்த நூஹு பாத்தும்மாள் திரும்பிப் பார்த்தாள்.

“நீ ஆயிஷாட்டே கேட்டியா?” முதலாளி சகோதரியிடம் கேட்டார்.

“கேட்டேன்”

“மாப்புளை வூட்டுக்குப் போவ மாட்டாளா?”

“போவ மாட்டாளாம்!”

"நம்ம வடக்கு வூட்டுக் குடும்பத்துக்கு அது குறைச்சல்"

"எல்லாஞ் சொன்னேன்"

"மருமோனுக்குப் பைத்தியமானா என்னா? நல்லகுடும்பம்! வேணாட்டு மகாராஜாவுக்குத் தலையிலே கிரீடம் வெச்சுக் கொடுத்த குடும்பம். சொத்துண்டு, அரபிக் குதிரை யுண்டு, பல்லாக்குண்டு."

"எல்லாம் நான் அவகிட்டே சொன்னேன்" நூஹு பாத்தும்மாள் கொஞ்சம் தயக்கத்தோடு தொடர்ந்தாள். "எல்லாம் உண்டு காக்கா, அதுக்கப் பருவத்தோட என்ன சொல்ல முடியும் அதுக்குக் காதில்லயே."

நூஹு பாத்தும்மாவின் பொருள் நிறைந்த குரலில் சிலவற்றை முதலாளி ஊகித்துக் கொண்டார். ஒன்றும் புரியாதவனைப் போல் திரும்பி நடந்தார். வரும்போது உடம்பறைக்குப் பக்கத்திலுள்ள அறையில் கண்கள் திரும்பாதவாறு முன்னெச்சரிக்கையாகத் தலையைக் குனிந்து கொண்டார். கண்ணாடித் திண்ணையை அடைந்தார். தூக்கு விளக்கின் சுடர் நாளத்தோடு காற்று கொஞ்சி விளையாடியது. காற்றின் கைகள் அதன் கழுத்தை நெரிக்கவில்லை. படிப்புரையில் தொங்கவிட்ட விளக்கு காற்றில் அணைந்து போய்விட்டது. பரீது மீண்டும் அதைப் பற்றவைத்தான். தென்பக்கத்தில் களத்திலுள்ள குதிரை லாயத்திலிருந்து குதிரையின் குடமணி ஓசை கேட்டது. களத்தில் நிற்கும் வருக்க மாமரம் காற்றில் தலை தூக்கு வதைப் பார்க்க முடியவில்லை. அதன் மீது இருள் கரும் கம்பளமிட்டு மூடியது. முதலாளி வராந்தாவில் இறங்கி நின்றார். சிந்தனையின் பிடியில் அங்குமிங்கும் நடந்தார். அடிக்கடி சுவர்மணியைப் பார்த்தார். மெல்ல ஒழுகி வந்த தென்றல் கழுத்தில் ஒட்டியிருந்த வியர்வை மணிகளை நக்கித் துடைத்தது.

அரண்மனை ஆசாரியைக் கொண்டு வேலை செய்த சித்திர வேலைப்பாடுகள் நிறைந்த தலைவாசலின் கைப்பிடி வளையத்தில் தட்டிய சப்தம் கேட்டது. விளக்கைப் பற்ற வைத்துக் கொண்டு திரும்பிய பரீது, வாசலைத் திறந்தான். அவுக்காரும் கறுப்பனும் நிற்பதைக் கண்டான்.

கறுப்பன் தோளிலிருந்து துண்டை எடுத்து இடுப்பில் கட்டிக் கொண்டான். முற்றத்தில் வந்து முதலாளியை வணங்கி நின்றான்.

"அவுக்காருப் புள்ளே, நீ போ!'

"ஓவ்...!"

அவுக்காரு வாசலை அடைத்துக் கொண்டு புறப்பட்டான்.

கறுப்பன் ஒருகையால் வாயைப் பொத்தினான். மற்ற கையைத் தாழ்மையாக நெஞ்சோடு சேர்த்து வைத்துக் கொண்டான்.

"என்னடா கறுப்பா, வாய் பொத்தியிருக்கா?"

பொன்னுநாயனே, அலுப்பா இருந்தது, சுண்ணாம்பு இல்லாத பதனி கொஞ்சம் குடிச்சேன்.'

'வா!' – முதலாளி நடந்தார். கறுப்பன் அவர் பின்னால் சென்றான்.

இருவரும் களத்தை அடைந்தனர். முதலாளி களத்தைப் பார்த்துப் போவதைக் கண்டதும் பரீது தென்பக்கமுள்ள வராந்தாவில் விளக்கைக் கொண்டுவந்து வைத்தான். முதலாளி மாமரத்திலிருந்து ஒரு இலையைக் கிள்ளி எடுத்தார். கையில் வைத்துச் சுற்றினார்.

"ஒன்னெ விளிச்சது எதுக்குண்ணு தெரியுமா?"

"தெரியப்புடாது."

"இரு செவியும் அறியாண்டாம்."

"ஓ"

"மூக்கு முட்ட குடிச்சுக்கோ."

"வேண்டாம்"

"குடிக்கணும். நல்ல தம்மானம் தருவேன்."

"வேண்டாம்"

"தருவேன். வாங்கணும்"

"மொய்லாளிக்க அம்பு மதி"

"ஒரு குப்பி மண்ணெண்ணெய் வாங்கிக்கோ, ஒரு தீப்பெட்டி வாங்கிக்கோ."

"ஓங்"

"எரிச்சுப் போடு"

"எதை?"

"வெளங்கலியா?"

"இல்லே"

"இங்கிரீசு பள்ளிக்கூடத்தை"

"மொய்லாளி" கறுப்பனின் குரலில் பதற்றம் முழங்கிக் கேட்டது. "அது சரசுவதிக் கோயிலு!"

"எனக்கறியாண்டாம், வடக்கு வூட்டு அகமதுக்கண்ணு மொதலாளியாக்கும் சொல்லூது."

"மொய்லாளி சொன்னதெல்லாம் நான் செஞ்சுட்டுண்டு"

"நன்னி உண்டு. இத நீ செய்யணும்"

"இல்லே, மொய்லாளி கொல்லச் சொன்னதையெல்லாம் கொண்ணேன். குத்தச் சொன்னதயெல்லாம் குத்துனேன். அடிக்கச் சொன்னவங்களையெல்லாம் அடிச்சேன். ஒண்ணும் நாஞ்செய்யாம இருந்ததில்லை. இத மட்டும் நான் செய்யமாட்டேன்."

"நீ இதக் கட்டாயம் செய்யணும்."

"நான் வெவரங்கெட்டவன், கொடூரமானவன், எல்லாம் எனக்குத் தெரியும். ஆனா நம்ம புள்ளைகளுக்குக் கண்ணைத் தொறக்குற இந்த சரசுவதிக் கோயிலை நான் தீவைக்க மாட்டேன்."

"வெக்க மாட்டாயா?" – முதலாளியின் குரல் ஒரு அதட்டலாக இருந்தது.

"எனக்குத் தெரியும், என்ன வேற ஆளுகளெ வெச்சு அடிச்சுக் கொல்லுவியோ, நல்லதுதான்! முதலாளிக்கு வேண்டி நான் செய்த பாவங்களுக்கு நான் புளுத்துச் சாவணும். எனக்குச் சட்டுனு மரணம் கிட்டுமானா நான் ஏதாவது நன்மை செய்திருக்கணும்."

"நீ, தீ வைக்க மாட்டே?"

"மன்னிக்கணும்"

"நீ, தீ வைக்க மாட்டே இல்லியா?"

கறுப்பன் பேசாமல் கைகட்டி நின்றான்.

"நீ குடிச்சிருக்கா, போ...!"

"குடிச்சாலும் நல்லதும் கெட்டதும் தெரியும்" கறுப்பன் போகவில்லை.

'நிக்கட்டப் போவச் சொன்னேன்.'

கறுப்பன் தயங்கி நின்றான்.

முதலாளி விர்ரென்று நடந்தார். கறுப்பன், பின்னால் தலை சொறிந்தவாறே நடந்தான்.

முதலாளி திண்ணையில் ஏறினார். யானைக்கால் நாற்காலியில் சாய்ந்தார். நாற்காலியின் காலில் காலைத் தூக்கி வைத்தார்.

தம்மை அணுகி நின்ற கறுப்பனும் தம்மைவிட்டு அகலுகின்றான்.

நேரம் நடு நிசி ஆகியது. முதலாளி சுருட்டைப் பற்ற வைத்து காலாட்டிக் கொண்டே கிடந்தார்.

நான் தனித்தவனா? நாளுக்கு நாள் நான் தனிமைப் படுத்தப் படுகிறேனா? இல்லை! தனிமைப்பட மாட்டேன். நான் வலிமை வாய்ந்தவன்! நானே பற்ற வைப்பேன், எனக்கு யார் உதவியும் தேவையில்லை. முதலாளி நாற்காலியிருந்து குதித்தெழுந்தார்.

ஒரு கடலோர கிராமத்தின் கதை

25

ஆயிஷா தங்கும் அறையின் தெற்குப் பகுதியில் கிணற்றிற்குப் போக ஒரு வாசல் உண்டு. யாரோ அந்த வாசலைத் தட்டும் சத்தம் அவள் காதில் கேட்டது. அவள் நடுங்கவில்லை. காது கொடுத்துக் கேட்டாள். மீண்டும் தட்டும் சத்தம் கேட்டது. வாசலைத்திறக்கத் தயங்கினாள். படுக்கையில் எழுந்து உட்கார்ந்தாள்.

"ஆயிஷா!" – மெல்லிய குரல்.

அவள் வாசலைத் திறக்கவில்லை. பரீதாகத்தான் இருப்பான் என்பது அவளுக்கு உறுதி. இருந்தும் சந்தேகத்தை நிவர்த்தி செய்ய ஜன்னல் பக்கம் வந்தாள்.

"யாரது?" – அவள் கேட்டாள்.

"நாந்தான்."

ஓசை உண்டாக்காமல் வாசலைத் திறந்தாள்.

பரீது! தாடி வளர்ந்திருக்கிறது. அவன் ஆயிஷாவை மெல்ல விழி உயர்த்தி பரிதாபமாகப் பார்த்தான். மூலையில் முணுமுணுத்துக் கொண்டு எரியும் தூக்கு விளக்கின் திரியை உயர்த்த ஆயிஷா எத்தனித்தாள்.

"வேண்டாம், திரியை உயர்த்தாண்டாம்"

"வெளிச்சமில்லியே"

"உள்ளது போதும், எதுக்கு வெளிச்சம்?"

இருவரும் ஒருவரோடொருவர் முகத்தை நோக்கினர்.

"மச்சான் தாடி எடுக்காதது ஏன்?" – ஆயிஷா மௌனத்தைக் குலைத்தாள்.

"நீ உன் மாப்ளெ ஊட்டுக்குப் போவாதது என்ன?"

"அது ஒரு கதை"

"அதுக்கத் தொடர்ச்சியிலே உள்ள கதைதான் இதும்"

ஆயிஷா மெத்தையின் மீது உட்கார்ந்தாள். கட்டிலின் கையில் தன் கை முட்டை ஊன்றித் தலைக்குக் கை கொடுத்தாள்.

"மச்சான் இரியுங்கோ"

"நான் நிக்கேன். இந்தப் பாதி ராத்திரிலே நான் அறெயைத் தட்டித் தொறந்து உள்ளே வந்தது தப்புண்ணு எனெக்குத் தோணுது."

"எனெக்கு அது தப்புண்ணு தோணலெ! மச்சான் உறங்கல்லியா"

"இல்லே, தூக்கமே இல்லே."

"என்ன ?"

"நீ இந்த அறெக்குள்ளே உறங்காமெ இருக்குதுனாலே."

"நா உறங்குதுண்டு"

"நீ பொய் சொல்லுதே! ஒவ்வொரு ராத்திரிலேயும் உனக்க ஏக்கத்தை நான் கேக்கேன்."

"அது எனெக்கு விதிச்சது."

தாவணியின் நுனியைக் கொண்டு முகத்தை மறைந்தாள். மௌனம் ஊர்ந்து நீங்கிய நிமிடங்கள். ஒருவருக்கொருவர் எதையும் பேசவில்லை.

பரீது அவளையே உற்றுப் பார்த்தான். என்ன செய்ய வேண்டும் என்றோ, என்ன சொல்ல வேண்டும் என்றோ தெரியாமல் மருதாணியின் சிவப்பு நிறம் மாறாத கை விரல்களிலும் கால் விரல்களிலும் பார்வையைச் செலுத்தி நின்றான். அந்த மங்கல நாளில் தடவிய மருதாணியின் மாறாத சிவப்பு நிறம், அவன் இதயத்தில் தலைக்குள் உணர்ச்சியாக எழுந்தது. அவன் வாசலைப் பிடித்தான். பலமாகப் பிடித்துக் கொண்டான். வெடித்துச் சிதறிய அழுகை தொண்டையில் ஒட்டி நின்றது. அணை உடைத்துப் பாய நின்ற கண்ணீர், கன்ன தடத்தில் பாய வழி முட்டி நின்றது.

பரீது இடது கையால் கண்களைத் தடவினான்.

"ஆயிஷா" – அந்தச் சப்தத்தின் ஆழத்தில் துடிக்கும் வேதனையின் எதிரொலி அவள் காதுகளில் எட்டியது. அவள் முகத்தில் இருந்த தாவணியை நீக்கினாள். பரீதைப் பார்த்தாள். பரீது முகத்தைத் திருப்பிக் கொண்டதைப் பார்த்தாள். அவள் எழுந்தாள். அவன் அருகே வந்தாள்.

"எதுக்கு கரயுயோ ?"

"இல்ல, நாங் கரயல்ல" அவன் பாவனையை மாற்ற முயற்சித்தான். உணர்ச்சிகளைக் கட்டுப்படுத்த முயன்றான்.

"என்னெ நினெச்சா?" அவள் அவன் முகத்தை உற்றுப் பார்த்தாள். அவன் முகம் வெளிறுவதையும் அந்தக் கண்ணில் முன்னைவிட அதிகம் துக்கத்தின் அலை ஓசை முழங்குவதையும் அவன் கேட்ட போது கண்களைப் பின் வாங்கினான்.

"இனி நீ மாப்புள்ளே வூட்டுக்குப் போமாட்டியா ?"

"இல்லெ" – முடிவாகச் சொல்லி விட்டாள்.

"உம் மாப்புள்ளேக்குக் குணப்பட்டாலோ ?"

“எனெக்கு இனி அவரோட வாழ முடியாது”

“அப்போ . . .”

“ஒரு ஆயுசு காலத்தை இப்படியே கடத்திவிடப் போறேன்.”

“அது தப்பு”

“தப்பாக எனக்குத் தெரியல்லெ. மனசுக்குப் புடிக்காத வாழ்க்கை யிலே வெந்து வெந்து வாளுவதைவிட இப்படி தனியா இருந்துடலாம்.”

“நீ கொஞ்சம் பொறுத்திரு.”

“எதுக்கு?” – ஆயிஷா ஆவலாகக் கேட்டாள்.

“நான் போறேன்”

“எங்க?”

“எங்கயாவது! எனக்கு இனி சாணியும் வாரி, தண்ணியும் கோரி இங்க வாள முடியாது”

“மச்சான் எங்கப் போறியோ?”

“கொளும்புக்கு”

“நானும் வரட்டா”

“நீ அடுத்தாளு பெண்டாட்டி”

அவள் முகம் சுருங்கியது. பரீது தொடர்ந்தான்.

“நான் போன பிறகு ஒரு நாள் திரும்பி வருவேன். மணக்கும் சோப்பும் கூடுன துணியும் கொண்டு வருவேன். மாமாக்கு ஒரு பெல்ட்டும் ஒரு கொடையும் கொண்டு வருவேன்.”

“எனெக்கு என்ன தருவேன்னு” கேட்க நினைத்தாள். கேட்கவில்லை. தான் அடுத்தவன் மனைவி.

“நான் ஒருநாளும் ஆயிஷாவை மறக்கவே மாட்டேன். கொழும்புலே வெச்சு ஒவ்வொரு நிமிஷமும் உன்னே நெனப்பேன்.’

“எதுக்கு? நான் அடுத்தவன் பெண்டாட்டில்லியா.”

“மன்னிச்சுக்கோ, சொன்னது தப்பு.”

“தப்பு இல்லே.”

“நான் வாறேன். சுபுஹுக்கு நான் போயிருவேன். மாமாகிட்டேயும் உம்மாகிட்டேயும் நான் சொல்லயில்லே. சொன்னா இடைஞ்சல் பண்ணுவாங்கோ! நான் போனதுக்கப்புறம் ஆயிஷா சொன்னா போதும்”

“மச்சான் எனக்கொரு நௌலாக இருந்தியோ.”

“நான் திரும்பி வருவேன். கரையாதே” பரீது கண்ணைத் துடைத்துக் கொண்டு இறங்கி நடந்தான். ஆயிஷா வாசலை அடைத்தாள். மெத்தை மீது விழுந்தாள். குப்புறப்படுத்து அழுதாள்.

குளுகுளுத்த காற்று முதுகில் சுபுஹின் பாங்கோசையை ஏற்றி வந்தது.

'சுபுஹுக்கு நான் போவேன்' பரீது சொன்னது ஆயிஷா குதித் தெழுந்தாள். வாசலைத் திறந்தாள். வாசலைப் பிடித்துக்கொண்டே நின்றாள். பார்வையைத் தலைவாசல் பக்கம் செலுத்திக் கொண்டிருந் தாள்.

பரீது தலைவாசலைத் திறக்கும் சத்தம் கேட்டது. முதலாளியின் கனத்த குரல் "யாரது?"

வாப்பா தூங்கல்லியா, வாப்பாவுக்கு இப்பக் கொஞ்சம் கூடத் தூக்கமில்லே.

"நாந்தான் பரீது"

"இந்த நேரம் எங்கலெ போறே"

"தொளப் போறேன்"

"எப்ப இருந்துடா தொளுவை எடுத்தா"

"இன்னைலேருந்து"

"தொளுதுட்டுச் சீக்கிரம் வாலே"

வாசலை அடைக்கும் போது அவன் கண்களிலிருந்து கண்ணீர் அடர்ந்து விழுந்தது.

ஆயிஷா! உனக்கு வேண்டித்தான் இந்த நீண்ட பயணம். அலைகடலை வெட்டிப் பிளந்து கொண்டு செல்லும் இந்த நீண்ட பயணம். அவன் இருளில் கை வீசி நடந்தான்.

26

முந்தைய இரவு தூங்காததால், முதலாளியின் கண்களில் தூக்கம் பாரமாகத் தொங்கியது. அண்டாவில் குளிர்ந்த நீர் இறைத்து, வெயில் பேயாட்டம் ஆடுமுன் முதலாளி குளிக்க எண்ணினார்.

அண்டாவில் தண்ணீர் எடுத்து நிரப்பும் வகைக்காக பரீதைக் கூப்பிட்டார். பரீதிடமிருந்து பதில் சப்தம் கேட்காததால் மீண்டும் உரக்கக் கூப்பிட்டார். பதிலில்லை. முதலாளிக்குக் கோபம் வந்தது. நாற்காலியிலிருந்து குதித்து எழுந்தார். உடன் வாசலில் திரை விலகுவதைக் கண்டார். அழுது சிவந்த இரு கண்கள் திரைக்குப்பின் தெரிந்தன.

"எதுக்குக் கரையா?" –முதலாளி கேட்டார்.

"அவன் போய்ட்டான்" –நூஹு பாத்தும்மா கூறினாள்.

"யாரு?"

"பரீது. கொளும்புக்குப் போயிட்டான்"

"எப்போ?"

"இண்ணு சுபஹுக்கு பாங்கு சொல்லும்போ! போற விஷயம் ஆயிஷாட்டெ மட்டும்தான் சொன்னான்.

"அவனும் என்னைக் கை விட்டானா?" தொடர்ந்து எதுவும் பேசத் தோன்றாததால் யானைக்கால் சாய்வு நாற்காலியில் வந்தமர்ந்தார்.

"அவனெ கூப்பிட்டது எதுக்கு?"

"சும்மா"

அதிகமாக எதுவும் பேச அவர் விரும்பவில்லை. மனதிற்குள் எழுந்த உணர்ச்சிகளின் கொந்தளிப்புகளை மனதிற்குள்ளேயே அடக்கிக் கொண்டு ஒரு சுருட்டைப் பற்ற வைத்தார். சித்திர வேலைப் பாடுகள் நிறைந்த மச்சின் மீது தட்டிச் சிதறியது புகை! மூக்கைத் துளைத்து ஏறிய அதன் அருவருப்பான வாடை, அந்த இடமெங்கும் பரவியது.

முதலாளி மிகவும் தளர்ந்து விட்டார். நாட்கள் செல்லும் தோறும் அதிகமாகத் தளர்ந்து வருகிறார். யாரிடமும் அதிகமாகப் பேசுவதில்லை. வெளியே நடமாடுவதையும் விட்டு விட்டார். பள்ளி வாசல் சமாச்சாரங்களில் ரொம்பவும் அக்கறை காட்டுவதில்லை.

முன்னை விடக் கோபம் அதிகம்! மன நிம்மதியின்றி வீட்டிற்குள்ளேயே அடங்கிவிட்டார்.

நேரம் வழக்கம்போல் புலர்ந்தது. பால் கறக்க மீராஸா வரவில்லை. குதிரை லாயத்தையும் மாட்டுத் தொழுவத்தையும் சுத்தம் செய்ய ராயப்பன் வந்து சேரவில்லை. முதலாளி களத்தை நோக்கி நடந்தார். தை மாவிலிருந்து பழுத்த இலைகள் சுற்றிலும் விழுந்து கிடப்பதைப் பார்த்தார். குளிர்காற்றை ஊதிவிட்டுக் கொண்டு தை மாவு நின்றது. மாமரத்தின் பக்கம் வந்தபோது கறுப்பனை நினைத்தார். இங்கு வைத்துத்தான் கறுப்பனிடம் பல நீசச்செயல்கள் செய்ய உத்தரவிடப் பட்டது.

இப்போது அந்தக் கறுப்பனும் தன்னை வெறுக்கிறான். பொருள் தேய்ந்ததோடு அதிகாரமும் தேய்ந்து செல்வதைப் பற்றிச் சிந்தனை செய்தபோது அவரது நெற்றியில் துளிர்த்த வியர்வைத் துளிகள் காலைச் செங்கதிரில் மின்னின.

முதலாளி, குதிரை லாயத்தைப் பார்த்தார். எல்லாக் குணாதிசயங் களும் ஒருங்கே அமையப் பெற்ற குதிரை! மணலில் மிதித்தால் கொடுங்காற்றின் வேகத்தில் குதித்தோடும் குதிரை! நாலு தலைமுறை காலமாக இந்த லாயத்திலிருந்து குதிரையின் அழுகைச் சத்தம் உயர்ந்து வருகிறது. அதன் விட்டை நாற்றம் காற்றை அசுத்தப்படுத்து கிறது. அது தின்றுவிட்டுப் போடும் எஞ்சிய புல்லும் உரமும் நிரம்பிக் கிடக்கிறது.

குதிரை இல்லாத இந்த லாயத்தை எப்படிப் பார்க்க முடியும்? குடும்பத்தின் கௌரவத்தை அதுதான் இப்போது பாதுகாத்து வருகிறது. இந்தப் பல்லக்கும், இந்த இரண்டு கராச்சிக் காளைகளும், இந்தக் குதிரையும் சாவும் வரையில் வடக்கு வீட்டுக் குடும்பத்தில் தான் நிற்கப் போகின்றன. விற்கப் போவதில்லை. எல்லாவற்றையும் இழந்தாலும் இந்தக் குதிரையை இழக்கப் போவதில்லை. ‘அகமதுக் கண்ணு முதலாளியின் காலத்தில் வடக்கு வீட்டுக் குடும்பத்திற்குச் சொந்தமான குதிரையை அவன் அன்னிய குடும்பத்திற்கு விற்று விட்டான்’ என்ற அவப்பெயருக்குத் தாம் ஆளாகப்போவதில்லை. நாளைய தலைமுறை தம்மைப் பார்த்து கை கொட்டிச் சிரிக்கக் கூடாது.

முதலாளி நடந்தார். வீட்டு முற்றத்துக்கு வந்தார். எப்போதும் வருவதைவிட முன்னதாகவே அவுக்காரு வந்திருப்பதைக் கண்டார்.

“என்னப்பா நேரமே?”

“இன்னு தேங்கா வெட்டு! வருமானமுள்ள தோப்பெல்லாம் வேறெ போச்சு. இது சில்லீடு. வெட்டுக் கூலிக்குக் கூடத் தேங்கா கெடைக்காது.”

முதலாளி எதுவும் பேசவில்லை. களத்தில் பார்வை பதித்து நின்றார். வாப்பாவின் காலத்தில் மலைபோல் குவிந்து கிடக்கும்

தேங்காய்கள். இதன் பேர்தான் தேங்காய்க் களம்... பத்தும் இருபதுமாய் ஆட்கள் இரவு பகலாக நான்கைந்து நாட்களுக்குத் தேங்காயின் மட்டை உரிப்பார்கள். மட்டையுரித்த தேங்காயை மாட்டுவண்டியில் ஏற்றிச் செல்லும்போது இரு கை விரல்களையும் விரித்து மடக்கி வண்டிகளை எண்ணும்போதெல்லாம் எண்ணம் தப்பிவிடும். அப்படி எண்ணிக்கைக்கும் எண்ணங்களுக்கும் பிடிபடாமல் செழித்துக் கிடந்த குடும்பத்தில் இன்று வெட்டுக் கூலிக்குக் கூடத் தேங்காய் கிடைக்காதாம், வெட்கம்!

"தேங்காக்காரன் பணத்தைத் திருப்பிக் கேட்டான்." அவுக்காரு நேற்றுச் சொன்னதை மீண்டும் நினைவுபடுத்தினான்.

"அவனுக்குக் கொடுக்கப் பணம் இல்லை."

"ஏதாவது வழி செய்தாக வேண்டும்"

"பணத்திற்கு ஈடு எழுதிக் கொடுப்போம்."

"அது நான் சொன்னேன். அவன் ஒப்புக் கொள்ளவில்லை."

"பிறகு?..."

"நேற்றுச் சொன்ன மாதிரி குதிரையும் வண்டியும்..."

"அவுக்காரு" முதலாளி அலறினார்.

"வடக்கு வீட்டுக் குடும்பத்திலுள்ள லாயத்தில் குதிரை இல்லாத நாளே இல்லை. வடக்கு வீட்டு முதலாளிகள் ஏறிச்சவாரி செய்த குதிரை வண்டியில் வேறு எந்த ஒரு புதுப்பணக்காரனும் ஏறிச் சவாரி செய்யப்படாது. பணத்துக்காக அவனுக்கு ஒரு நம்பர் தோப்பு எழுதிக் கொடுக்கலாம். அல்லேன்னா ரெண்டு நம்பர்..."

"தோப்பு எழுதிக் கொடுத்தால் வடக்கு வீட்டுக் குடும்பத்துக்கு வேற வருமானமில்லெ, செலவு நடத்த முடியாது.

"எனக்கெக் குடும்பச் செலவு நடக்காமெ நானும் எனக்கெ குடும்பமும் பட்டினி கிடந்தாலும் நான் கடன் காரனாக மாட்டேன். நாளையே ரைத்தருக்குப் படி கட்டிக்கோ."

அவுக்காரு தலைகுனிந்து நின்றான். முதலாளி ஒவ்வொரு நம்பர் தோப்புகளையும் விற்பனை செய்து வருவதில் உண்மையில் அவுக்காருக்குத் தாங்க முடியாத வருத்தம் உண்டு. எட்டாவது வயதில் அங்கு வேலைக்கு வந்து சேர்ந்தது. இப்போது அறுபத்தி நாலு வயதாகிறது. ஐம்பத்து ஆறு நீண்ட வருடங்கள் செய்த சேவை. எலும்போடு ஒட்டியிருக்கும் சதையும் தோலுக்குக் கீழே நரம்புகளில் ஓடும் இரத்தமும் இந்தக் குடும்பத்தின் சாப்பாடுதான். அந்தக் குடும்பத்தின் வீழ்ச்சியில் சொல்லுக்கடங்கா மனவேதனை உண்டாயிற்று. சாகும் வரை அந்தக் குடும்பத்தின் சாப்பாடு சாப்பிட வேண்டும் என்ற எண்ணம். ஆனால்...!

அவுக்காரு திரும்பி நடந்தான்.

முதலாளி யானைக்கால் சாய்வு நாற்காலியில் உட்கார்ந்தார். பீங்கானில் மனைவி சாயா கொண்டு வைத்தாள். சாயாவிலிருந்து ஆவி உயர்ந்தது. தனது கொதிப்பேறிய மனத்திற்குள்ளிருந்தும் இப்படித் தான் ஆவி உயருமோ?

ஓஸா ஏறிவந்த போதுதான் வெள்ளிக்கிழமை காலை என்பதை உணர்ந்தார். தாடியும் தலைமயிரும் வளர்ந்திருக்கிறது. தலையை மொட்டையடித்தார். முகச்சவரம் செய்து கொண்டார். குளிப்பதற் காகக் கிணற்றின் கரைக்குச் சென்றார். வாளியை எடுத்துக் கிணற்றுக்குள் போட்டதும் தங்கை நூஹு பாத்தும்மா ஓடி வந்தாள்.

"நான் தண்ணி கோரி தாறேன்"

முதலாளி கயிற்றை அவள் கையில் கொடுத்தார். குளித்த பின் மீண்டும் யானைக்கால் நாற்காலியில் வந்து உட்கார்ந்தார். சுவரில் தொங்கவிட்டிருக்கும் மணியைப் பார்த்தார். பதினொண்ணு முப்பது. கொத்துபாவுக்கு இன்னும் நேரம் இருக்கிறது. கொத்துபா நேரம் நெருங்கும்போது மோதினார் வந்து கூப்பிடுவார். நாற்காலி யின் காலில் காலைத் தூக்கிவைத்து சாய்ந்து படுத்துக் கொண்டார். ஆயிரமாயிரம் கனவுகள் கண்டு நடுங்கினார்.

முகம் தெரியமுடியாத ஒரு பெண்ணின் மஞ்சள் தேய்ந்த இரு கைகள் முதலாளியின் கழுத்தை நெரித்தன. மூச்சுத் திணறி முதலாளி கையையும் காலையும் அடித்தார். கண்கள் வெளியில் தள்ளின, நாக்கு நீண்டு வருகிறது.

"பத்ரீங்களே! காப்பாத்துங்கோ!" முதலாளி அலறிக்கொண்டு விழித்தார். நாலு பக்கமும் பார்த்தார். யாருமேயில்லை. அலறல் கேட்டு வீட்டுக்குள்ளிருந்து பெண்கள் ஓடி வந்தனர். களத்தில் நின்றிருந்தவர்கள் ஓடிவந்தனர். வெளியே போய்க்கொண்டிருந்தவர் கள் ஓடிவந்தனர்.

"என்ன?..."

"இல்லெ ஒரு முனாபியத்துக் கண்டேன்"

எல்லோரும் கலைந்து சென்ற பின் முதலாளி சுவர் மணியைப் பார்த்தார். மூணு.

நேரம் அஸரோடு நெருங்கி வருகிறது. இன்னும் குத்துபா துவங்கியிருக்காது. பள்ளியில் எல்லோரும் தம்மை எதிர்பார்த்துக் கொண்டிருப்பார்கள். மோதினார் தம்மை அழைத்துச் செல்ல வந்திருக்கக்கூடும். தூங்கிக் கொண்டிருப்பதைக் கண்டு எழுப்ப அச்சப்பட்டுத் திரும்பிப் போயிருப்பார்.

மோதினார் இப்போது வந்து விடுவார். எப்போதும் மோதினாரின் பக்க துணையோடுதான் ஜும்ஆவுக்குச் செல்வது வழக்கம்.

முதலாளி சலவை செய்த வேட்டியை எடுத்து உடுத்துக் கொண்டார். வாயில் பாடியும் அதன்மீது காலரில்லாத கையுள்ள சட்டையும்

மாட்டினார். யானைக் கொம்பில் செய்யப்பட்ட பொத்தானைப் பூட்டினார். ரத்னமாலா கம்பெனியின் மெல்லிசான வாயில் கொண்டு தலைப்பாகை கட்டினார். மருக்கொளுந்து அத்தரைச் சட்டையிலும் வேட்டியிலும் தலைப்பாகையிலும் தேய்த்தார். மோதினாரின் வருகையை எதிர்நோக்கியிருந்தார். சுவர் மணியை அடிக்கடிப் பார்த்த வண்ணமேயிருந்தார். மணியின் கூர்மையான விரல் அசைந்து கொண்டிருக்கிறது. சின்னவிரல் மூன்றுக்கும் நாலுக்கும் மத்தியிலும் பெரியவிரல் ஆறிலும் தொட்டு நின்றபோது ஒரு காற்று ஊதியது. அந்தக் காற்றில் ஆட்டுக்குட்டி மோதினாரின் பாங்கு ஒலி ஒழுகி வந்தது.

"அல்லாஹுஅக்பர்"

முதலாளி நடுங்கினார். அஸருக்கான பாங்கு?

தம்மைக் கூடாமல் தம் அறிவு கூடாமல் இன்று ஜும்ஆ தொழுகை நடந்திருக்கிறது.

'சூரியன் கிழக்கேயா அஸ்தமிக்கிறது?" என்று வானத்தை உற்றுப் பார்த்தார். இல்லை! மேற்குத் திசையில் தான் அஸ்தமிக்கிறது.

முதலாளியின் தலை சுற்றியது. முதலாளி நாற்காலியில் விழுந்தார். "அல்லாஹ்!"

திண்ணையில் தரை இரண்டாகப் பிளந்தது. முதலாளியுடன் நாற்காலி அந்தப் பிளவில் தாழ்ந்து, தாழ்ந்து பாதாளத்திற்குள் இறங்குகிறது. முடிவில்லாத இறக்கம். பூமியை இரண்டு கொம்பால் தாங்கி நிற்கும் காளையை அங்கு காணவில்லை. அதைக் காணமுடிந் திருந்தால் மேலும் இறங்கிப் போகாமல் அந்தக் கொம்புகளைப் பிடித்துக் கொண்டு தொங்கி நிற்கலாம்.

27

ஆங்கிலப் பள்ளியில் வந்த துரை வாத்தியார் தான் மஹ்மூதைத் தப்பான பாதைக்குத் திருப்பி விட்டாரென்று வலிய பள்ளியின் முன்பகுதியிலுள்ள கல்லில் உட்கார்ந்திருந்தவர்கள் கூறினார்கள். ஒஸன்பிள்ளையின் நியாயவிலைக் கடையில் அது எதிரொலித்தது ...! ஆசானின் சுக்கு வென்னீர்க் கடையில் எதிரொலித்தது ...! அந்திக்கடையிலிருந்து மீன் வாங்கி விட்டுத் திரும்பியவர்கள் கேள்விப்பட்டனர். ஊரெங்கும் செய்தி பரவியது. மக்களுக்கு மஹ்மூதோடு வெறுப்பில்லை. துரை வாத்தியாரோடுதான் கடும் வெறுப்பு. ஏனென்றால் முஸ்லிம்களை வழிகெடுக்க வந்தவன் அவன். முதலில் மஹ்மூதின் மகனை, பிறகு மஹ்மூதை. கால் முட்டுக்கு மேல்பகுதி தெரியும்படி நிக்கர் போட்டுக்கொண்டு பையன் திரிகிறான். காபிர்களின் உடை! புதுக்கடைச் சந்தையிலிருந்து ஒரு புதன் கிழமையன்று வாங்கியது ஒரு துண்டுக் காகிதத்தில் சுற்றிப் பனைநாரில் கட்டிக் கையிடுக்கில் வைத்துக் கொண்டு மஹ்மூது வந்ததைச் சிலர் பார்த்தனர். நிக்கர் வாங்கும்போது ஒஸன்பிள்ளை பார்த்தது உண்மை.

"மாமூதே! இது நமக்கு ஹலாலா?"

"ஆமா! ..." மஹ்மூது திட்டவட்டமாகச் சொல்லி விட்டார்.

ஒஸன்பிள்ளை எதுவும் பேசவில்லை. திரும்பி நடக்கும் போது தொர வந்து எல்லாம் ஹலாக்காக்குறான்" என்று சொல்ல மறக்கவில்லை.

"போ, முஸீபத்தே! எனக்கப் புள்ள கால் சட்ட போட்டுப் பாக்க எனக்கு ஹாஜத்துடா" மஹ்மூது ஒஸன்பிள்ளையைப் பார்த்துச் சொன்னார்.

ஒஸன்பிள்ளை, சந்தையிலிருந்து திரும்பி வந்ததும் மஹ்மூது மூன்று சக்கரம் கொடுத்துப் பையனுக்காகக் கால்சட்டை வாங்கி வந்த செய்தியை அஸனார் லெப்பையின் காதில் எட்ட வைத்தார். இதைக் கேட்டதும் அஸனார் லெப்பை நீட்டித் துப்பினார்.

"போஉவ்வா, அவன் பேச்சே எனக்கிட்டச் சொல்லாதே, இண்ணு மோனுக்கு நிக்கர் கொடுப்பான். நாளெ காபிருக்கெ பார்பர் சாப்பிலே கொண்டுபோயி கிறாப்பு வெட்டிக் கொடுப்பான். இதெல்லாம் கியாமத்தின் அடையாளம்."

லெப்பை தலையிலிருந்து தொப்பியை எடுத்தார். ஜெயக்கொடி போட்ட துண்டைக் கொண்டு தலையைத் துடைத்தார்.

அன்றைய வெள்ளிக்கிழமை ஜும்ஆ தொழுகைக்குப் பின் மக்களின் கோபம் ஆங்கிலப் பள்ளிக்கூடத்திலுள்ள துரை வாத்தியார் பக்கம் திரும்பியது. துரை வாத்தியார் கிருஸ்துவர்களான வெள்ளையர் களின் ஏவலாளாகச் செயல்படுகிறார் என்றும், இங்கு வாழும் முஸ்லிம்களை வழி கெடுக்கிறார் என்றும் மக்கள் நம்பினர். அந்த நம்பிக்கை அந்த வெள்ளிக்கிழமை நிகழ்ச்சியோடு உறுதியாகி விட்டது.

மஹ்மூதைத் துரை வாத்தியார் இதற்காகப் பயன்படுத்தி வருவதாக மக்கள் காதுக்குக் காது சொல்லிப் பரப்பினார்கள். மேக்கு வீட்டு முதலாளியின் ஆதரவு மஹ்மூதுக்கு உண்டென்றும் மக்கள் புரிந்து கொண்டார்கள்.

வடக்கு வீட்டு அகமதுக்கண்ணு முதலாளி வராமலும் அவருடைய உத்தரவின் அடையாளம் இல்லாமலும் ஜும்ஆ தொழுகை நடத்த மஹ்மூது கட்டாயப்படுத்தியபோது மேக்கு வீட்டு முதலாளி மஹ்மூதை ஆதரித்தார்.

பாங்கு சொல்லி முடிந்தது. முதலாளியை அழைத்துவர ஆட்டுக் குட்டி மோதினார் வெளியே இறங்கினார்.

"தூரமா?" மஹ்மூது, மோதினாரைப் பார்த்துக் கேட்டார்.

குர்ஆன் ஓதிக் கொண்டிருந்தவர்களும் திக்ரு செய்து கொண்டிருந் தவர்களும் சத்தம்கேட்ட பகுதியைப் பார்த்தனர்.

"மொதலாளியெக் கூட்டி வர."

"வேண்டாம்"

மக்கள் நடுங்கினார்கள். மஹ்மூது உரக்கக் கூறினார். "வாங்கு கேட்டு பள்ளிக்குத் தொழ வறவங்க வந்தா போதும். வராதவங்க வேண்டாம்."

"ரப்பே! முதலாளி . . . ?"

"என்ன ரப்பே? . . . மோண்டாளி வரலேன்னா, இந்த மாலிக் இப்னு தீனார் பள்ளி இடிஞ்சி விளுந்திடுமா? இங்கெ தொழுவோங்க தொழுவெச் சரியாவாதா? இந்தப் பள்ளியிலெ தொளுவெ தொடங்க ஆருக்க உத்தரவும் வேண்டாம்."

"வடக்கு வூட்டுக் குடும்பக்காரங்கோ வந்தாதான் தொழனுமுண்ணு வல்ல கிதாபிலும் சொல்லியிருக்கா எலப்பே" மேக்குவீட்டு முதலாளி கையில் தஸ்பீஹ் மணியைத் தேய்த்து முத்தமிட்டுக் கொண்டு கேட்டார்.

மோதினார் பதிலில்லாமல் தடுமாறினார்.

"பள்ளியிலே வெளக்குக்கு எண்ணெயும் எலப்பைக்குச் சம்பளமும் தாறது அவருக்கெ கீசையிலிருந்தா?" மஹ்மூது கேட்டார்.

"படச்சவனே!" லெப்பை நெஞ்சில் கைவைத்தார்.

"எலப்பே உள்ளெ ஏறி இருங்கோ. அவரு வேணுமெண்ணா வரட்டு. சரியா ஒண்ணேகாலுக்குத் தொழணும்." மேக்கு வீட்டு முதலாளி சொன்னார்.

"வடக்கு வீட்டு முதலாளி வந்தாதான் தொழனுமுண்ணா அடுத்த வெள்ளிக்கிழமை கொத்துபா கொளத்து பள்ளிலெ, குத்துக் கல்லுக்குக் கெளக்கே உள்ள நாங்க தொடங்குவோம்." மஹ்மூது எச்சரிக்கை செய்தார்.

மோதினார் கால்களைச் சுத்தம் செய்து கொண்டு பள்ளிவாசலுக் குள் ஏறினார்.

"ஒருத்தனுக்க வாப்பாவும் கெட்டினதல்ல இந்தப் பள்ளி. இது மாலிக் இப்னு தீனார் கட்டுன பள்ளி. ஊருக்காறருக்கப் பணம் கொண்டாக்கும் பள்ளிக்குள்ள செலவு நடக்குது தெரியுமா?"

மஹ்மூதின் குரல் உயர்ந்தது. அவருடைய நியாயமான வாதாட் டத்தில் எல்லாரும் தலைகுனிந்தனர். இருந்தாலும் மனதிற்குள் முதலாளி வந்த பின் துவங்குவது என்ற எண்ணம். ஆனால் அதை வெளியிடுவதற்கான மனத்திடம் இல்லை. சொற்களில்லை. மௌனம் சாதித்தனர்.

சுவர் மணியின் கூர்மையான விரல் நுனி அசைந்தது.

"மணி ஒண்ணேகால்" மஹ்மூது நினைவுபடுத்தினார்.

கரண்டையைத் தொடக்கூடிய நீளச் சட்டையை எடுத்து கத்தீப் மாட்டிக் கொண்டார். மிம்பரில் ஏறினார். மோதினார் மரியாதை யோடு கொடுத்த வாளை இரு கை நீட்டிப பெற்றுக் கொண்டார். அந்த வாளை ஊன்றி நின்று கொண்டு சபையினரைப் பார்த்து ஸலாம் சொன்னார். "அஸ்ஸலாமு அலைக்கும்!"

ஒன்று நாற்பதுக்குத் தொழுகை முடிந்தது. மக்கள் வெளியே கிளம்பினர். மஹ்மூதைப் பார்த்து மக்கள் விலகி நின்றனர். யாரும் எதுவும் பேசவில்லை. மஹ்மூது அவர்களைக் கடந்து போனபின் ஒருவருக்கொருவர் பேசிக் கொண்டார்கள்.

ஜும்ஆ தொழுகை முடிந்ததும் ஆட்டுக்குட்டி மோதின் சாப்பாட்டிற்காக வீட்டுக்குச் செல்லவில்லை. வடக்கு வீட்டைப் பார்த்து நடந்தார். வாசல் அடைத்திருப்பதைப் பார்த்தார். தள்ளித் திறந்தார். யானைக்கால் நாற்காலியில் முதலாளியிருப்பதைக் கண்டார். மோதீன் அங்கேயே உட்கார்ந்து விட்டார். நேரம் அதிகம் கடந்து சென்றது. முதலாளி விழிக்கவில்லை. சூரியன் மேற்குப் பக்கமாகச் சாய்ந்து செல்வதை நடுமுற்றத்தில் பார்க்க முடியும். மோதீன் எழுந்தார். சூரியனை உற்றுப் பார்த்தார். நேரம் அஸரை நெருங்கியது. சூரியனுக்கு எதிராகப் பின்பக்கம் திரும்பி நின்றார். தமது நிழலின் நீளத்தைக் கணக்கிட்டார். நிழலின் தலைப்பக்கம் தொட்டு நின்ற இடத்தில் ஓர் அடையாளம் வைத்துக் கொண்டு, நின்றிருந்த இடம் முதல் தலைப்பாகம் நின்ற இடம்வரை காலால் அளந்தார்.

நேரம் அஸராகிவிட்டது. முதலாளி இன்னும் உணரவில்லை. மோதினார் மெதுவாகப் படிப்புரை வாசலை அடைத்துக் கொண்டு இறங்கி நடந்தார். பிறகு மோதினார் முதலாளியை வந்து பார்த்தது. அஸர் தொழுகைக்குப்பின்.

மோதினார் வரும்போது முதலாளி நாற்காலியில் உட்கார்ந் திருப்பதைக் கண்டார். மோதினார் வாசல் பக்கமே பயத்தோடு நின்றார். முதலாளியைப் பார்த்ததும் கால் அசையவில்லை. முதலாளி மோதினாரைக் கொடூரமாகப் பார்த்தார். அந்தப் பார்வையின் கொடூரம் மோதினாரின் இதயத்தைக் கிள்ளி எறிந்தது. இரத்தக் குழாய்கள் இரத்த ஓட்டத்தை நிறுத்திவிட்டன. மோதினாரின் முகம் வெள்ளைக் காகிதம் போல் வெளிறியது. முதலாளியின் பாவனையில் எந்த மாற்றமும் ஏற்படவில்லை.

"வா!" – ஒரு கொலையாளியின் கொடூரமான ஓசை.

மோதினார் அடி வைத்து நடந்தார்.

"சூரியன் எங்கடா உதிக்குது?"

"கிளக்கெ."

"அடையுதோ?"

"மேக்கே"

"அது நேத்து வரெ! இண்ணு முதல் சூரியன் மேக்கெ உதிச்சுக்கிழக்கெ அடையுது."

"நான் ஒரு குத்தமும் செய்யலே"

"தெரியும். எல்லாம் தெரியும்."

"நான் கூப்பிட வந்தேன்."

"மஹ்மூது தடுத்தது தெரியும். வடக்கு வீட்டு முதலாளி அஹமதுக் கண்ணு தளர்ந்து போவலெ. அடுத்த வெள்ளிக்கிழம எனக்கு ஜூம்ஆ தொளுவெ மிடாலம் பள்ளியிலெ! எனக்க வாப்பாக்கக் காலத்துலெ குத்துக் கல்லுக்கெ கிளக்கெ உள்ளவன் குத்துக் கல்லுக்கெ மேக்கே வழி நடக்கமாட்டான். ஸமான் மாறிப்போச்சு. இன்னைக்கு ஜூம்மா பள்ளியிலெ அவனுக்க சத்தம் உயருது. அவனுக்க சத்தம் கேட்ட பள்ளியிலே இனி நான் ஜூம்மா தொளமாட்டேன்" – முதலாளி காலசைத்தார்.

"நான் தப்பு செய்யலே"

"உனக்குப் போகலாம். இனி சம்பளம் மேக்கு வூட்டுக்காரன் கிட்டேயோ மஹ்மூது கிட்டயோ கேட்டு வாங்கிக்கோ."

மோதினார் நெருங்கிய உறவினர் இறந்தது போல், கவலையோடு இறங்கி நடந்தார்.

முதலாளி இருளின் வரவை எதிர் நோக்கினார். மனத்தில் ஓராயிரம் சிந்தனைகள், ஒன்றுக்குப்பின் ஒன்றாக. எதிலும் ஊன்றி

நிற்கவில்லை. சிதறித்திரியும் சிந்தனைகள். குடும்பத்தின் சுமை, செலவுகளின் குறைவின்மை, வருவாயின் வசதிக் குறைவு. இடதுகைப் பெருவிரலில் தேய்த்த கொஞ்சம் 'மை' வெள்ளைக் காகிதத்தில் பதியும் நிமிடம் முதல் நம்மைவிட்டுப் போகும் பல நம்பர் தோப்புகள். ஏராளம் தேங்காய் வெட்டிக் கொண்டிருந்த 2639 – ஒரு ஏக்கர் பத்து சென்ட், தைப்பனை விளாகம், கொச்சுப் புரையிலே மைமூனின் வகை. மிடாலத்திலிருந்து பல்லக்கில் வருவது தைப்பனை விளாகம் வழி. அதிலுள்ள தென்னைகளின் தலைக் கொழுப்புச் செழிப்பு கண்டு பல தடவை ஆவல் பூண்டதுண்டு. அந்த அளவுக்குத் தேங்காய் காய்க்கும் தென்னைகள். யார் தோப்பென்று விசாரித்துத் தெரிந்து கொண்டார்.

ஒரு நாள் பல்லக்கில் அதுவழி வரும்போது "அகமதுக்கண்ணு" என்று யாரோ கூப்பிடுவது காதில் விழுந்தது. சப்தம் கேட்டதும் முதலாளி அதிர்ச்சி அடைந்தார். யாரும் இதுவரையில் தமது பெயரைச் சொன்னதில்லை. அதுவும் ஒரு பெண்! பல்லக்கை இறக்கச் சொன்னார், இறக்கப்பட்டது. அந்தப் பெண் யாரென்று பார்த்துவர ஆள் அனுப்பினார்.

"கொச்சுப் புரையிலே மைமூனு" – வந்தவர் சொன்னார்.

அந்தப் பெண்ணை அழைத்து வரச் சொன்னார், அந்தப் பெண் வந்தாள்.

"எனக்குப் பேரெ தெருலெ வெச்சு நீயேன் கூப்பிட்டே?"

"நான் மொதலாளி பேரெச் சொல்லலே."

"பின்னே யாருக்கப் பேரு."

"எனக்க மவனுக்கப் பேரு"

"உனக்க மொவனுக்கு எனக்கப் பேரா?"

"ஓங்"

"இந்தக் கிராமத்திலெ வடக்குவூட்டு மொதலாளிமாருக்கப் பேரெ வெற யாருக்கும் போடக் கூடாதுண்ணது தெரியுமில்லா?"

"தெரியாது."

"உனக்கு எந்த ஊரு?"

"குளச்சை . . . அவனெ குளச்சைலெ வச்சுப் பெத்தது. அங்க வச்சுத்தான் பேரு போட்டது."

"எங்க வச்சுப் பேரு போட்டாலும் குத்தந்தான்! எனக்கப் பேரெ உனக்க மவனுக்குப் போட்டது ஒரு குத்தம். நான் வரும்போ எனக்கச் செவி கேக்க எனக்கப் பேரெ சொன்னது வேற ஒரு குத்தம்."

"சபூர் செய்யுங்கோ மொதலாளி, மொதலாளிக்கப் பல்லக்கு வரும்போ காட்டித் தரணும்னு எனக்க மொவன் சொல்லியிருந்தான்.

மொவனுக்கு உங்க பல்லக்கைக் காட்டிக் கொடுக்கத் தான் நான் அவனெ விளிச்சேன்."

"சபூர் செய்ய முடியாது. நீ செய்த ரண்டு குத்தத்துக்கு உனக்கப் பேர்ல உள்ள சர்வே 2639 – ஒரு ஏக்கர் பத்து சென்ட் – தைப்பனை விளாகம் தோப்பை நாளைக்கு எழுதிக்கொடுத்துடு. நாளெ லைத்தரு உனக்க வூட்டுக்கு வருவாரு. ஒண்ணுஞ் சொல்லப்படாது."

"நான் அறுதலி மொதலாளி, ஊட்லே கொமரு இருக்கு. வேற ஒரு கதியும் இல்லே. இந்த ஒரு தடவையும் சபூர் செய்யுங்கோ"

"இல்லே"

அந்தப் பெண்ணின் கண்ணிலிருந்து நீர் கன்னம் வழியாக அருவி போல் பாய்ந்தது. மறுநாள் ரிஜிஸ்ட்ராரின் முன்னிலையில் இடதுகைப் பெருவிரல் உருட்டினாள். அந்தவிரல் காகிதத்தில் பதியும் போது அவள் நினைவிழந்தாள்.

அந்தத் தைப்பனை விளாகம் தோப்புத்தான் முதலாளி கடைசியாக விற்றது.

எல்லோரும் தூக்கத்தில்! முதலாளி தூங்கவில்லை. எழுந்தார். திண்ணையில் எரிந்து கொண்டிருந்த தூக்கு விளக்கின் திரியைத் தாழ்த்தி வைத்தார். இருள் பரவியது. முற்றத்தில் இறங்கினார். வானம் நிறையக் கண்சிமிட்டும் நட்சத்திரங்கள். நாற்காலியின் கால்பக்கம் வைத்திருந்த ஆறு கட்டையுள்ள டார்ச்சு விளக்கை எடுத்தார். கக்கத்தில் வைத்துக் கொண்டார். சத்தம் எதுவும் உண்டாக்காமல் வாசலைத் திறந்தார். உறைந்து கிடக்கும் இருளை முறைத்துப் பார்த்தார். கால்கள் கொஞ்சம் விறைத்தன. இருந்தாலும் தைரியத்தை இழக்கவில்லை. இருளைக் கிழித்துக் கொண்டு முன்னே நடந்தார். எங்கோ கோழி கூவும் ஓசை கேட்டது. சாமக்கோழி. கால் பக்கம் பெருச்சாளி ஒன்று குதித்தோடியது.

கக்கத்திலிருந்த டார்ச்சை எடுக்கவில்லை. ஒரு வெள்ளைப் பூனை குறுக்கே ஓடியது. எதுவும் காணாத பாவனையில் எதையுமே தெரிந்து கொள்ளாத பாவனையில் இருளின் பாதாளப் பாதைவழிப் பதுங்கி நடந்தார். ஆங்கிலப் பள்ளிக்கூடம் நிலை கொள்ளும் திசையை நோக்கி ... !

28

பற்றி எரிந்து ஓய்ந்த பகல் – கொஞ்சம்கூடக் காற்றோ, வெளிச்சமோ கடந்து செல்ல முடியாத சின்ன அறை. அதற்குள்ளே மஹபூப்கானும் மனைவி நூர்ஜஹானும் மாதக்கணக்கில் சிரமத்தோடுதான் வாழ்ந்து வந்தார்கள்.

மரச்சட்டத்தில் தோண்டி எடுத்த குழிக்குள் பலகைகளை அடுக்கி வைத்து அறையை அடைக்க வேண்டும். காரணம், அது முன்னால் வியாபாரக் கடையாக இருந்த இடம்.

அறையை அடைத்துவிட்டால் அங்கு கும்மிருட்டு. பின்னக்காய் எண்ணெய் ஊற்றி விளக்கு ஏற்றினால்தான் பகல் நேரங்களில்கூட அதற்குள் இருக்க முடியும்.

கணவன் மதியம் சாப்பிட வரும் நேரம் நூர்ஜஹானுக்குத் தெரியும். விரலால் மூன்று தடவை பலகை மேல் தட்டுவார். அந்த ஓசை கேட்டு உள்பக்கம் கொண்டியெடுத்து விடுவாள்.

அன்று மாலையில் ரொம்ப நேரம் சென்றபின் தான் மஹ்பூப்கான் வீட்டை அடைந்தார். பள்ளிக்கூடத்தில் அன்று நெருக்கடியான வேலை. மாணவர்களின் ஹாஜர் நிலை கூடவில்லை. 21 மாணவர்கள் உண்டு. பள்ளிக்கு வருபவர்கள் எட்டு அல்லது ஒன்பது பேர்களே!

ஊரில் ஏதாவது கல்யாண அவசரமாவது 'கத்த' அவசரமாவது இருந்தால் ஒரு மாணவனையும் பார்க்க முடியாது. கடற்கரையில் நிறைய மீனுள்ள நாட்களிலும் ஒரு மாணவனும் வரமாட்டான். அப்போதெல்லாம் ஆசிரியர் கக்கத்தில் கம்பை இடுக்கிக் கொண்டு தெருவில் பார்வை செலுத்தி நிற்பார்.

மாணவர்கள் வரவில்லையானாலும் ஹாஜர் புத்தகத்தின் சின்னக் கோடுகளுக்குள் அவர்கள் ஹாஜராவதுண்டு. இன்ஸ்பெக்டர் திடீரென வரக்கூடும். எனவே ரிக்கார்டுகளை முறையாக வைத்திருக்க வேண்டும். அந்த வேலையில் நேரம் நீண்டு விட்டது.

வீட்டை அடையும்போது மக்ரிபு பாங்கு கேட்டது. தாங்கமுடியாத வெப்பம். உடல் முழுவதும் வியர்வை.

துண்டை எடுத்து மஹ்பூப்கான் முகத்தையும் உடம்பையும் துடைத்துக் கொண்டே சொன்னார். "இதுக்குள்ளே இன்னும் ஆறுமாசம் இருந்தா மனுசன் செத்தே போவான்"

"இப்போதாவது சொல்லத் தோணிச்சே, அண்ணக்கே சொன்னேனே இந்த வீடு வேண்டாண்ணு."

"வேறு எங்கே போவ?"

"எனக்கு இதுக்குள்ளே தங்க முடியாது. என்னெ வீட்டில் கொண்டு விட்டுடுங்க"

"நீ ஊருக்குப் போனா நான் பசித்துச் செத்தே போவேன். இங்க நல்ல சாயாக் கூடக் கெடைக்காது"

"பிறகு எதுக்கு இந்த ஊரு? வேறு எடம் மாற்றிக் கேட்டுப் போவோம்."

"எடம் மாற்றிக் கேட்டால் கெடைக்கும். ஆனா இந்தக் கிராமத்திலே படிப்பறிவு இல்லாத குழந்தைகளின் கண்ணு திறந்து வைக்க முடியாது. கல்வி அறிவு இல்லாமல், குடும்பப் பெருமை சொல்லி, நாளக்குநாள் அழிந்து கொண்டிருக்குது நம் சமுதாயம். ஏழைகளைப் பணபலமுள்ளவர்கள் சுரண்டுகிறார்கள். இந்த நிலை மாற வேண்டுமானால் கல்வி தேவை! அதற்கு என்னால் முடிந்ததை நான் செய்தே தீர வேண்டும். நீ வீட்டுக்குப் போனாலும் நான் தனியாக இங்கு வாழ்வேன்."

நூர்ஜஹான் கணவனோடு கூடுதலாக எதுவும் பேச விரும்பவில்லை.

இஷாவுக்கான பாங்கு ஆட்டுக்குட்டி மோதினாரின் தொண்டையிலிருந்து குதித்துச் சாடியது. சாப்பிட்டுவிட்டுத் தாழம் பாய் விரித்து மஹ்பூப்கான் படுத்துக் கொண்டார். மண் விளக்கின் திரியைத் தாழ்த்தி வைத்துவிட்டு நூர்ஜஹானும் படுத்துக் கொண்டாள்.

மஹ்பூப்கானுக்குத் தூக்கம் வரவில்லை. மங்கிய ஒளியில் மேற்கூரையில் பாலம் கட்டிப் பாயும் சிலந்திப் பூச்சியை மனத்தால் பார்த்தார். இதைப்போல் இருளின் பத்தாயத்திற்குள் வாழ்வைத் துவங்கி வாழ்ந்து முடியும் கொஞ்சம் மனிதப் பூச்சிகள்! அவர்களைக் கை நகங்களுக்கிடையில் வைத்து அமுக்கி, வடியும் ரத்தத்தை உறிஞ்சிக் குடிக்கும் நிலச் சொந்தக்காரர்கள்! அவர்களது வலிமை வாய்ந்த கட்டளையின் கூரிய அம்புகளுக்குப் பயந்து நடுங்கி வாழும் வாழ்க்கை!

சூளையில் வேகும் செங்கற்களைப் போன்று நிமிடா நிமிடம் அணு அணுவாக வெந்து கொண்டிருக்கும் மனித அப்பிராணிகள்!

நடுநிசியின் பற்களில் நேரம் மெல்லப்படுவது கேட்டது. தெருநாய்கள் குரைத்தன.

நூர்ஜஹான் ஆழ்ந்த நித்திரையில்! மஹ்பூப்கான் கண்ணை மூடிக்கொண்டு கிடந்தார். மனத்தின் வீதியெங்கும் சிந்தனை ஆலமரம் போல் படர்ந்தோங்கி நின்றது.

திடீரெனக் கேட்ட ஒரு சத்தத்தில் மஹ்பூப்கான் நடுங்கினார். செவி சாய்த்துக் கிடந்தார். மீண்டும் மேற்கூரையில் படபடவெனக் கற்கள் வந்து விழுந்தன. அவர் படுக்கையை விட்டு எழுந்தார். மனைவி பயந்து விடாமலிருக்க மெல்ல மனைவியைக் கூப்பிட்டு விழிக்க வைத்தார். "சத்தம் போடாதே! வீட்டுக் கூரையிலே யாரோ கல் வீசுறாங்க."

நூர்ஜஹான் பயந்து நடுங்கினாள். கணவன் பக்கம் நெருங்கி உட்கார்ந்தாள். கண்களில் பயம் ததும்பி நின்றது. மஹ்பூப்கான் மண் விளக்கின் திரியை உயர்த்தினார். கொஞ்ச நேரம் எந்தவிதச் சலனமும் இல்லை.

மீண்டும் வாசல் பலகை மீது கற்கள் சரமாரியாக வந்து விழுந்தன.

நூர்ஜஹான் கணவனைக் கட்டிப்பிடித்துக் கொண்டு பயத்தால் அழுதாள்.

"அழாதே, இதெல்லாம் சோதனை. பேயுமில்லே, பிசாசுமில்லெ, எல்லாம் இந்தக் கிராமத்து மக்கள்தான்."

மீண்டும் கற்கள் வேகவேகமாய் விழுந்தன. பொறுமையின் சங்கிலி அற்றுச் சிதறியபோது மஹ்பூப்கான் அலறினார்.

"யாருடா அது?"

சில காலடி ஓசைகள் அகன்றகன்று போவதை உணர முடிந்தது. மஹ்பூப்கான் வெளியில் இறங்கி வந்தார். கும்மிருட்டின் மதயானைக் கூட்டம். எதுவும் தெரியமுடியவில்லை. மனைவியிடம் விளக்கை எடுத்து வரச் சொன்னார். பெரிய பெரிய கற்கள் முற்றத்தில் சிதறிக் கிடப்பதைக் கண்டார். பலா மரத்தின் சிறு கிளைகளிலிருந்து தவறி விழுந்த காற்றில் விளக்கு செத்தது. மீண்டும் அறைக்குள் பிரவேசித்தார்.

பீதியால் துடிக்கும் நூர்ஜஹானை மஹ்பூப்கான் அணைத்துக் கொண்டார்.

"எனக்கு வீட்டுக்குப் போகணும்"

"உன்னை அனுப்புகிறேன்"

"உங்களெ அவங்க கொண்ணுப் போடுவாங்க"

"ஒரு நன்மையான விஷயத்துக்கு வந்தேன். அதில் நான் இறந்து விட்டாலும் எனக்கு நன்மையுண்டு."

இதைக் கேட்டபோது நூர்ஜஹான் மீண்டும் அழுதாள்.

மஹ்பூப்கான் பாயில் முட்டுக் கட்டி உட்கார்ந்திருந்தார்.

ஆட்டுக்குட்டி மோதீன் வலிய பள்ளி பாங்கு மேடையில் ஏறி, இரண்டு விரல்களை இரு காதுகளுக்குள்ளே நுழைத்துக்கொண்டு வாயைப் பிளந்தார். சத்தம் பாங்காக உருவெடுத்துக் காலை நிசப்தத்தின் இறகில் உட்கார்ந்து வந்தது.

ஆசானின் சுக்குக் காப்பிக்கடை சுப்ஹுக்குத் திறப்பது வழக்கம். காலை எட்டு மணி வரை சாயாவும் மணிப் புட்டும் கிடைக்கும். ஒரு கடும் சாய அருந்தி அலுப்புத் தீர்க்கலாமென்று மஹ்பூப்கான் நினைத்தார். எழுந்து கொண்டியை நீக்கினார். பலகையைத் தூக்கி ஓரமாக வைத்தார். கீழே இறங்கினார். மிதித்தது மெல்லிசான ஏதோ பொருள்மீது. கெட்ட வாடை குமிழ் குமிழாக உயர்ந்தது. அது மூக்கின் தடுப்புச் சுவர்களை இடித்துத் தள்ளி விட்டுச் சிரசில் ஏறியது. மஹபூப்கானுக்குத் தலை சுற்றுவதாகத் தோன்றியது. மூக்கைப் பொத்தினார்.

"வெளக்கு எடு."

மனைவி மண் விளக்கை எடுத்து வந்தாள். திரி உயர்த்தப்பட்டது. தரையில் குனிந்து பார்த்தார். முற்றமெங்கும் அலங்கோலமாக மலம் கழித்து வைத்திருப்பது தென்பட்டது. காலூன்ற இடம் இல்லை.

மஹ்பூப்கான் நின்ற நிலையில் அழுது விட்டார். தமக்கு இவ்வளவு சோதனையா? மனைவியைக் காணாமல் புறங்கையால் கண்களைத் துடைத்துக் கொண்டார். வெளிச்சம் சிந்தாத முற்றம். இருளின் யானைக்கால் அசைவற்று நின்றது. விடிவெள்ளியின் ஒளி மங்கவில்லை. கோழி கூவத் துவங்கிவிட்டது.

மஹ்பூப்கான் கால் அலம்பிவிட்டு உள்ளே நுழைந்தார். சூரியன் உதிக்கும் திசையில் பார்வையைச் செலுத்தி உட்கார்ந்தார்.

29

“செய்யதினா முஹம்மது முஸ்தபா இம்பிச்சிக் கோயா தங்ஙள் இறந்து விட்டார்கள்” அசனார் லெப்பை ஒஸன்பிள்ளையிடம் சொன்னார். ஒஸன்பிள்ளை செய்தியை எல்லா இடமும் பரப்பினார்.

“எலப்பைக்கு எப்படித் தெரியும்?” துக்கம் விசாரிக்க வந்தவர்கள் கேட்டார்கள்.

“மனாபியத்! அவ்லியாக்களெல்லாம் அப்படித்தான் – மரிக்கமாட்டாங்கோ, மறஞ்சிடுவாங்கோ! அதுதான் அவுங்கொ மரணம். பெறவு மனாபியத்திலெ வந்து மரிச்சதெ சொல்லுவாங்கோ, தெரியுமா?”

தங்ஙளின் மரணச்செய்தி கேட்டவர்கள் துக்கப்பட்டனர்.

“நல்லவர்! கறாமத்துள்ளவர்! அடுப்பில், சட்டியில் வெந்து கொண்டிருந்த கோழியை உயிருடன் வரவழைத்த மகான்! பெட்டைக் கோழியைக் கூவ வைத்த அற்புத மனிதர்” மக்கள் தங்ஙளின் புகழ்பாடித் திரிந்தனர்.

அஸனார் லெப்பை துக்கமுற்றுக் காணப்பட்டார். அடிக்கடிக் கண்களில் நீர் பெருகியது. மக்கள் அஸனார் லெப்பைக்கு ஆறுதல் கூறினார்கள்.

தங்ஙளின் மரணச் செய்திக்குப் பின் தங்ஙள் பள்ளியில் கூட்டம் பெருகியது. தங்ஙளைப் பலர் கனவு கண்டனர். கனவு கண்டவர்கள் பள்ளிக்கு விரைந்தார்கள். பக்தியோடு யாசீன் ஓதி நேர்ச்சை கொடுத்தார்கள். உண்டியலில் பணமும் பொன்னும் காணிக்கைகளாக விழுந்தன. நேர்ச்சையாகக் கொண்டுவரப்பட்ட ஆடுகளும் கோழிகளும் ஏலம் விடப்பட்டன.

அஸனார் லெப்பையின் எலும்பு உந்தித் தள்ளிய கன்னத்தின் தசைப்பகுதி துடித்து உயர்ந்தது. பள்ளத்தில் விழுந்து கிடந்த கண்கள் மேற்பக்கம் பொங்கி வந்தன. அந்தக் கண்களிலிருந்து ஒளி புறப்பட்டது. எப்போதும் நல்ல ஆடைகள் தரித்தார். ஒரு பச்சை நிறப் போர்வையைச் சட்டைக்கு மேல் போர்த்திக் கொண்டார். பச்சை நிற வாயில் துணியால் தலைப்பாகை கட்டி மிதியடியும் போட்டு நடந்தார்.

தங்ஙள் பள்ளிக்கு வந்த ஆண்களும் பெண்களும் ஆங்கிலப் பள்ளிக்கூடம் இடிந்துவிழத் தங்ஙளை வேண்டிக் கொண்டனர்.

உண்டியலில் தனியாக அதற்கெனக் காணிக்கை இட்டார்கள். அஸனார் லெப்பை அவர்களுக்கு ஆறுதல் கூறினார். "தங்ஙளின் துஆ பரக்கத் கொண்டு நாய்க்க மோனுக்கொ இங்கிறீஸ் பள்ளிக் கொடத்தை ஒடச்சுத் தாறேன்"

"ஆமீன்!" சிலர் குடத்தைத் தடவிக் கண்ணில் வைத்தார்கள்.

"ஆத்தியம் அவனெ ஓட்டணும். பொறவு பள்ளிக் கூடத்தெ." லெப்பை யோசனை கூறினார்.

இரவு ஊரெல்லாம் அடங்கிய நேரம் அஸனார் லெப்பை 'பீத்தக் கொடல்' அனிபாவையும் வயறன் மம்மாஸீனெயும் சந்தித்தார். காதில் சொன்னார். "ராத்திரி கூரக்கு மேலெ கல்லெறியணும். ஷைத்தான்னு நெனச்சு ஓடுவான். வீட்டுக்கு முன்னே பேண்டு வெய்க்கணும். மூக்கப் பொத்திட்டு ஓடுவான்."

"சரி லெப்பை. நாங்க ஏத்தோம். மீனும் மரச்சீனியும் மூக்கு முட்டத் தின்னாத்தான் நீங்க சொன்னதெச் செய்ய முடியும். அதுக்கு மின்னல் ஹபீப் எறக்குங்கோ எலப்பே!"

"மின்னல் ஹபீபா? தங்ஙளுடெ பரக்கத் போதாதா?"

"போதாது."

லெப்பை, சட்டைப் பையில் கையை விட்டார். மனமில்லாமல் எட்டுச் சக்கரத்தின் இரண்டு துட்டுகளை எடுத்து நீட்டினார்.

"இன்னா புடி பகயா. வயறு நிறயத் தின்னணும்." லெப்பை எச்சரிக்கை செய்தார்.

வடக்கு வீட்டிலும் சுற்றுப் புறங்களிலும் மௌனம் பனிக்கட்டி போல் உறைந்து கிடந்தது. யாரும் யாரிடமும் அதிகமாகப் பேசுவதில்லை. சிரிப்பின் அலைகள் ஓய்ந்து விட்டன, வீண் பேச்சுக்கள் அறவே நின்று விட்டன. மௌனப் பாவனையில் கருத்துக்கள் பரிமாறினர்.

அடுக்களையில் பாத்திரங்கள் ஒன்றோடொன்று மோதிக்கொள்ளும் ஓசையைத் தவிர, மதிலின் மீதோ பத்தாயத்தின் மீதோ இருந்து கரும்பூனை இடையிடையே உண்டுபண்ணும் 'மியாவ்வ்ம்ம்' ஓசையைத் தவிர அந்த வீட்டுக்குள் மௌனச் சடலங்கள் ஆங்காங்கே தெரிந்தன. அந்த சுற்றுச் சூழ்நிலையில் இளகி ஆடிக் கொண்டிருந்த ஆனந்தக் களிப்பின் பனிநீர்ச் செடிக்கிளைகள் ஒடிந்து சாய்ந்து கிடந்தன.

முதலாளியின் குரலில் தென்பட்ட கட்டளைக்குப் பங்கம் ஏற்பட்டது. இப்போது அந்தக் குரலில் முழக்கம் அதிகமாகக் கேட்பதில்லை. தெருவில் செல்வோருக்கும் அந்தக் குரல் கேட்பதில்லை.

அவுக்காருக்கு வேலை எதுவுமில்லை. நாலுகெட்டில் முட்டுக் கட்டித் தூணில் சாய்ந்து உட்கார்ந்து தூங்குவான். நான்கைந்து

மணிநேரம் அப்படியே இருப்பான். அந்த நீண்ட இருப்பில் சங்கிலித்தொடராய்க் கொட்டாவிகள் வரும். அவுக்காருக்கு எதிரில் முதலாளி யானைக்கால் சாய்வு நாற்காலியில் காலசைத்துப் படுத்திருப்பார்.

அடிபட்ட பாம்பு போல் மனம் நெளிந்தபோது முதலாளிக்கு வெற்றிலை போடும் உற்சாகம் நின்று விட்டது. சிந்தனையின் வெப்பநிலை அதிகரித்தபோது சுருட்டுகள் பற்ற வைத்து எறிந்தார்.

ஆயிஷா அறையைவிட்டுப் பெரும்பாலும் வெளியே புறப்படு வதில்லை. இரவும் பகலும் அறைக்குள் மெத்தையில் குப்புறக் கிடந்தாள். பல கெட்ட கனவுகளில் விழித்தாள். சில வேளை அவள் பரீதைக் கனவு காண்பாள். உணர்ச்சி மிகுந்த அவனுடைய பார்வையும் புன்முறுவலில் தோய்ந்த அவனுடைய பல்வரிசைகளும் அவளின் கனவு இரவுகளில் அவளை மெய் சிலிர்க்க வைத்தன. அந்தச் சிலிர்ப்பின் இன்ப லகிரி அவளுடைய இளமையின் நரம்புகளை இழுத்துப் பிணைத்தது. அது அறுந்து சிதறாமலிருக்க அவள் இறைவனி டம் வேண்டினாள். எனினும் கனவுகள் கண்டு அஞ்சினாள். இரவு களைக் கண்டு பயந்தாள்.

ஒரு தடவை மெத்தை மேல் கவிழ்ந்து கிடக்கும்போது முன்னால் பெத்தாம்மா சொல்லிக் கொடுத்த ஒரு கதை நினைவுக்கு வந்தது. கனவு காணும் அழகி ஒருத்தி, ஒரு ஜின்னுடன் காதல் கொண்ட கதை. அந்த ஜின்னுடைய கதை இப்போதும் நினைவிலிருந்து இறங்கிப் போகவில்லை.

ஓர் ஊரில் ஓர் அரசர். அவருக்குப் பெண் குழந்தை கிடையாது. ஏராளம் நேர்ச்சைகள் நேர்ந்தார். கடைசியாக ஒரு பெண்குழந்தை பிறந்தது. அரச குடும்பத்தில் ஆனந்தம் அலை மோதியது. நாட்டிலுள்ள பாடகர்களும் நாட்டியக்காரர்களும் வரவழைக்கப்பட்டனர். பிரஜைகளுக்கு அன்னதானம் வழங்கப்பட்டது.

பாதம் தரையில் படாமல் குழந்தை செல்லமாக வளர்க்கப்பட்டது.

அவளுடைய அழகைப் பல அரசர்களும் சக்கரவர்த்திகளும் கேட்டறிந்தனர். கேட்டவர்களெல்லாம் அவளை மணம் முடிக்க ஆசைப்பட்டனர். ஆனால் அவள் யாரையும் விரும்பவில்லை.

பருவமடைந்த நாள் முதல் இளவரசி கனவு காணத் தொடங்கி னாள். அழகான ஆடவர்களைக் கனவில் கண்டாள். அவளுடைய கனவில் வந்த ஆடவர்களில் ஒருவனை மட்டும் அவள் காதலித்தாள். அவனுடைய அழகில் அவள் மயங்கினாள். பகல் வெளிச்சத்தில் அவனைக் காண ஆசைப்பட்டாள். ஆனால் அவளால் பார்க்க முடியவில்லை. அடிக்கடிக் கனவில் மட்டும் அவன் தோற்றமளித்தான்.

எப்படியாவது அந்த அழகனை நினைவில் காண முடிவு செய்தாள். ஒருநாள் தூங்கிக் கொண்டிருக்கும் போது யாரோ ஜன்னலில் தட்டுவது கேட்டது. ஜன்னலைத் திறந்து பார்த்தாள்.

என்ன ஆச்சரியம், அதே அழகான இளைஞன்! ஆனந்த அதிர்ச்சியில் அவளையே மறந்து விட்டாள். அவள் மெல்ல வாசலைத் திறந்தாள். நிலவு பூத்துக் குலுங்கும் இரவு.

"வா கண்ணே, இருவரும் அந்தப் பூந்தோட்டத்தில் கொஞ்சம் உல்லாசமாக நடப்போம்." அவள் அந்த இளைஞனின் பின்னால் நடந்தாள். பூந்தோட்டத்தை அடைந்தனர்.

"பால்கொட்டும் நிலவைப் பார்த்தாயா?"

"பார்த்தேன்."

"இந்த இரவில் போதை கலந்திருக்கிறதல்லவா?"

"ஆமா"

இருவரும் நடந்தார்கள். பூந்தோட்டம் கடந்து கடற்கரையை அடைந்தார்கள் சீனி மணல்!

"மணலின் மிருதுத் தன்மையைப் பார்த்தாயா?"

"பார்தேன்"

"அன்பே! உன் பாதம் பட்டதால் இந்த மணலுக்கும் மெய்சிலிர்க்கிறது."

"இல்லை. உங்கள் பாதம் பட்டதால் தான்" இருவரும் சிரித்தனர். அவள் முகத்தைக் கரங்களால் மூடிக்கொண்டாள். விரலிடுக்கு வழியாகக் காதலனின் மீசையைப் பார்த்தாள்.

"தங்கள் நாடு?"

"இந்தக் கடலைக் கடந்து செல்ல வேண்டும்."

"என்னையும் கூட்டிச் செல்வீர்களா?"

"அன்பே! உன்னால் பயணம் செய்ய முடியாது"

"தாங்கள்?"

"நான் கடலுக்கு அக்கரையிலுள்ள நாட்டின் இளவரசன்"

"நானும் தங்களோடு வருகிறேன்"

"அன்பே! உன்னையும் அங்கு கூட்டிச் செல்ல வேண்டுமானால் உன் வயிற்றில் என்னுடைய கருவைத் தாங்க வேண்டும்."

"தாங்கலாம்."

மணல் துகள்கள் புளகாங்கிதமுற்றன. சந்திரன் வெட்கத்தால் கண்ணை மூடிக்கொண்டது.

பெத்தம்மா கதையை நிறுத்தி விட்டார்.

"பெத்தா! ராஜகுமாரியைக் கட்டிப் பிடிச்சது ஆரு?"

"ஜின்னு!"

"ராஜகுமாரி ஜின்னுக்க ஊருக்குப் போனாளா?"

“இல்லை, மறுநாள் ராஜகுமாரியைக் காணாமல் எல்லா திசையிலும் ஆளனுப்பினாரு ராஜா. கடற்கரை வழிதேடி வந்த படையாளி ராஜகுமாரிக்க மையித்து கடற்கரையில் கெடப்பதெக் கண்டார்.

இவ்வளவையும் கேட்டபோது ஆயிஷாவின் ஆர்வம் நிறைந்த கண்களிலிருந்து கண்ணீர் கரையுடைத்துப் பாய்ந்தது.

ஆயிஷா காற்றுக்காக ஜன்னலைத் திறந்துவிட்டாள். கனவு காணாதிருக்க மெத்தை மேல் முட்டுக்கட்டி உட்கார்ந்தாள்.

தலைவாசலில் சத்தம் கேட்டது. ஆயிஷா ஜன்னல் வழியாக எட்டிப் பார்த்தாள். வாசலைத் திறந்து கொண்டு யாரோ உள்ளே வருவதைக் கவனித்தாள். திண்ணையில் தொங்கவிட்டிருந்த தூக்கு விளக்கின் மங்கிய ஒளியில் அந்த உருவம் முற்றத்தை அடையும் வரை மூச்சைப் பிடித்துக் கொண்டாள். அந்த உருவம் முற்றத்தில் வந்தபோதுதான் மூச்சு வெளிப்பட்டது.

“வாப்பா! இந்த நடுநிசியில் வாப்பா எங்கே போச்சுது? எங்கேயிருந்து வருது?

அவள் சிந்தனை செய்தாள். ஒரு முடிவும் கிட்டவில்லை. வாப்பா கிணற்றங்கரைக்கு வந்தார். கைகால் கழுவுவதைக் கவனித்தாள். வாப்பா களைத்துக் கொண்டே பெருமூச்சு விடுவதைக் கவனித்தாள். வேட்டியை அவிழ்த்து உடுத்துக் கொண்டு யானைக்கால் சாய்வு நாற்காலியில் சாய்ந்து கிடந்தார் வாப்பா.

சற்று நேரமானதும் காற்றில் புகை வாடை வருவதாக அவளுக்குப் பட்டது. தென்னை ஓலைச் சூட்டால் வென்னீர் போடும்போது வெளிப்படும் அதே வாசம். அவளுக்கு ஒன்றுமே புரியவில்லை. நேரம் செல்லச்செல்ல வாசம் மேலும் மேலும் கூடிக் கொண்டிருந்தது. இன்னும் கொஞ்ச நேரமானதும் இருளில், தொலைவில் ஒரு ஒளிப்பிழம்பு தென்பட்டது. மக்கள் கூக்குரலிட்ட வண்ணம் ஓடும் சப்தம் கேட்டது.

“தீயோ!... தீயோ!...”

அவள் நெஞ்சு படபடத்தது. சத்தம் கேட்டு உம்மா விழித்தாள். மாமி விழித்தாள். ஆயிஷா அறையைத் திறந்தாள். வீட்டிற்குள் ஓடினாள். மாமியைக் கட்டிப் பிடித்தாள்.

“தீ”

விய்யாத்தும்மா நடுத்தளத்தில் இருந்த குத்து விளக்கின் திரியை நீட்டினாள். சாய்வுநாற்காலியில் படுத்திருந்த முதலாளியைக் கூப்பிட ஓடினாள்.

“தீ! தீ!”

“உள்ளே போ! கடைசி ஜமானில் இதெல்லாம் நடக்கும்.”

முதலாளி அலறினார். பாவனையில் எந்த மாற்றமும் இல்லாமல் முதலாளி கண்ணை மூடிக்கொண்டு படுத்துக்கொண்டார்.

30

அன்றைய காலை நடுக்கத்துடன் விடிந்தது. கீழ்த்திசையில் உதித்த சூரியனின் இரத்தக் கதிர்கள் வீழ்ந்ததால் மரங்களின் உச்சியில் தெரிந்த சிவப்பு நிறத்தைக் கண்ட மக்கள் பயந்தனர். முந்தைய இரவில் வானளாவிய நெருப்பின் நாக்குகள் அவர்களின் மனங்களில் படம் போல் தெரிந்தன. கொஞ்சநேரம் யாரும் சூரியனின் உதயத்தை நம்பவில்லை. கீழ்த்திசையில் நெருப்பின் ஒரு வட்ட வடிவத்தைத் தான் கண்டனர். அவர்களுடைய எண்ணங்களிலும் சிந்தனைகளிலும் நெருப்பின் நடுக்கும் நினைவுகள்!

யாருமே இதற்குமுன் இம்மாதிரியான நெருப்பைப் பார்த்ததில்லை, மூங்கில்கள் பொட்டிச் சிதறிய சப்தம் கேட்டு சிலர் நினைவிழந்தனர். பக்கத்தில் நின்றிருந்த தென்னை மரங்களில் பச்சை ஓலைகள் பற்றி எரிவதைக் கண்டவர்கள் நடுநடுங்கினர்.

மக்கள் கண்களைக் கசக்கினார்கள். சந்தேகத்தை நிவர்த்தி செய்துகொள்ளக் கீழ்த்திசையைப் பார்த்தார்கள். ஆனப்பாறையின் பின்பக்கத்திலிருந்து இரத்தம் குடித்த ஓணானைப்போல எட்டிப் பார்த்தது சூரியன்.

பல்லும் விளக்காமல் முகமும் கழுவிக் கொள்ளாமல் மக்கள் ஓடினார்கள். பற்றி எரிந்து அடங்கிய பின் புகை கக்கிக்கொண்டு கிடக்கும் ஆங்கிலப் பள்ளிக்கூடத்தைச் சுற்றிக் கூடினார்கள். கண்களில் ஆச்சரியம் பூத்தது. வெற்றிலைக் கறை படிந்த சிலரது பல் இடுக்கில் சிரிப்பு. எங்கும் எல்லா முகங்களிலும் ஆனந்தம். ஒட்டிக் கிடந்த உதடுகளை விலக்கி, சுத்தம் செய்யப்படாத பற்களைப் பிரித்து ஒவ்வொருவரும் திருப்தியைப் பரிமாறிக் கொண்டார்கள்.

கையைப் பின்னால் கட்டி தஸ்பீஹ் மணியை விரல் நுனியால் உருட்டிக் கொண்டு அஸனார் லெப்பை மிதியடி மேல் அங்கு வந்தார்.

“நேத்து வெள்ளியாச்ச ராவிலே ஒரு துஆ எரந்தேன். தங்ங கேட்டாங்கோ. அதுக்கு ஜவாபு கெடச்சுது. ஜின்னுகளெக் கெட்ட விழ்த்து விட்டாங்கோ! ஜின்னுகள் வந்து தீ வச்சுது” அஸனார் லெப்பை கம்பீரமாகக் கூறினார்.

மக்கள் அஸனார் லெப்பையைச் சுற்றிக் கூடினார்கள். அஸனார் லெப்பை மிதியடியில் கொஞ்சம் உயர்ந்தார். நெஞ்சை நிமிர்த்தினார்.

“மனுஷன் தீ வைக்கல்லியா?”

“அவ்வளவு தைரியமுள்ள மனுஷன் இங்கே ஆருண்டு?”

பதில் கூறமுடியாத மக்கள் லெப்பையின் உயர்ந்த விழிகளைப் பார்த்தார்கள்.

“படச்சவனுக்கொக் கோபம். மூணாம் வேதக்காரனுக்கொ மந்திரோம் தந்திரோம் இந்த ஊரிலே விலெபோகாது. ஜஹன்னத்தில் இருந்து தீ கொண்டு வந்தாக்கும் பத்தவச்சது” என்று கூறிவிட்டு லெப்பை திரும்பி நடந்தார். பின்பக்கத்தில் விரல்களுக்கிடையில் தஸ்பீஹ் மணி உருண்டு நீங்கியது. அவருடைய மிதியடியோசை அகன்றகன்று தேய்ந்தது.

பற்றி எரிந்து கிடக்கும் பள்ளிக்கூடத்திலிருந்து கொஞ்சம் விலகி ஒரு தென்னை மரத்தடியில் உட்கார்ந்திருந்த மஹ்பூப்கானை யாரும் கவனிக்கவில்லை.

அவருடைய முகம் கறுத்துப் போயிருந்தது. அந்தக் கண்களிலிருந்து ஒழுகிய கண்ணீர் கன்னத்தில் ஒட்டியிருந்தது, அவர் அடிக்கடி மூக்கைச் சீந்தினார். ஒரு பைத்தியத்தைப் போல் முணுமுணுத்துக் கொண்டிருந்தார்.

அங்குக் கூடி நின்றவர்களின் முகங்களில் ஆனந்தம் அலையோதியது. சில்லஞ்சிறு காற்றில் கலைநது பறநத சாம்பல் பொடி கூட அவர்களின் ஆனந்தத்திற்குக் காரணமாக மாறியது.

செய்யிதினா முஹம்மது முஸ்தபா இம்பிச்சிக் கோயா தங்ஙளின் கராமத்தினால் ஜின்னுகள் ஜஹன்ன மென்ற நரகத்திலிருந்து நெருப்பெடுத்து வந்து காபிரின் பள்ளிக்கூடத்தைச் சுட்டுச் சாம்பலாக்கியதாக மக்கள் நம்பினார்கள். தங்ஙள் பேரில் மக்களுக்கு மதிப்பு கூடியது. பக்தி பெருகியது. தங்ஙளின் பாதம் பட்டதால் இந்தக் கிராமம் புண்ணியம் பெற்றதாக மக்கள் நம்பிக் கொண்டனர். தங்ஙள் ஓர் உண்மையான அவ்லியா என்று மக்களின் உள்ளங்கள் விதி எழுதின.

இந்நிகழ்ச்சிக்குப் பிறகு அஸனார் லெப்பைக்கு மதிப்பு கூடியது. தங்ஙளின் உண்மையான சீடன் தாமே என்ற லெப்பையின் வாதத்தை மக்கள் மனப்பூர்வமாக ஏற்றுக் கொண்டனர். தூரத்தில் லெப்பையின் மிதியடி கேட்டாலே போதும், வழிகளில் வராந்தாக்களில் உட்கார்ந்திருக்கும் சிறியவர்களும் பெரியவர்களும் எழுந்து நின்று மதிப்புக் கொடுத்தார்கள். லெப்பை கடந்து செல்லும் வழியில் அவர்களை முகம் சரித்துக் கம்பீரமாகப் பார்ப்பார். அந்தப் பார்வையில் ஓர் அபார சக்தி அடங்கியிருப்பதாக மக்களுக்குத் தோன்றியது.

முதலாளி மட்டுமே அங்கு லெப்பையை மதிக்காத ஒரே நபர். அதற்கு லெப்பை ஒரு தடவை சொன்னார். “வருவான், எனக்கட்டெ வராமெ இருப்பானா? இந்தக் காணிக்கை முட்டியிலெ காணிக்கைப் போடாமெ இருப்பானா? பார்ப்போம்.”

முதலாளி, தங்ஙள் பள்ளிக்குச் சென்றதே இல்லை. அஸனார் லெப்பையைப் பற்றிய முதலாளியின் கருத்தில் எந்த மாற்றமும் ஏற்படவில்லை. "காலரில்லாத சட்டையில் மூட்டைகளின் ரத்தப் புள்ளிகளைத் தாங்கி வியர்வையின் புளிப்பு வாடையைப் பரத்திக் கொண்டு கை கட்டி வாய்பொத்தி நின்று ஐந்து பணம் சம்பளம் வாங்கும் அஸனாரு பிள்ளையையும் தெரியும். அவனுக்கெத் தங்ஙளெயும் தெரியும்" முதலாளி சாய்வு நாற்காலியில் சாய்ந்து படுத்துக் கொண்டு தாமாகவே சத்தம் போட்டார். அப்போது அங்கு வந்த அவுக்காரை முதலாளி பார்க்கவில்லை. முதலாளி நாற்காலியில் சாய்ந்து கொண்டு பல சேஷ்டைகள் காட்டினார்.

வெளியில் சிந்த முடியாத மன வேதனையோடு கொஞ்சம் விலகி நின்று இவற்றையெல்லாம் பார்த்துக் கொண்டு நின்றார் அவுக்காரு. ஏதோ தமாஷ் கேட்டது போல் முதலாளி வெடுக்கெனச் சிரித்தார். அந்தச் சிரிப்பு சங்கிலித் தொடர்போல் நீண்டது. அந்த நீளச்சிரிப்பில் உடல் குலுங்கியது. வழுக்கைத் தலையில் வியர்வை கொட்டியது.

முதலாளியின் சிரிப்பும் கூச்சல் குழப்பமும் கேட்டு வீட்டுக் குள்ளிருந்த பெண்கள் ஓடிவந்தனர். சோர்ந்த முகத்தோடு கண்ணீர் கொட்டியபடி சிவந்த கண்களோடு ஒதுங்கி நிற்கும் அவுக்காரைப் பார்த்ததும் அவர்கள் திரைக்குப் பின் நின்றார்கள். திரையை விலக்கி முதலாளியைப் பார்த்தார்கள்.

முதலாளி நிறைய அங்க சலனங்கள் காட்டினார்.

"வெள்ளக் குதிரயிலே பறந்து போறது ஆரு? ஆருமாவட்டு, நான் பாக்கல்லே." முதலாளி கண்களை இறுக அடைத்தார்.

பெண்களின் கண்களில் நீர் வடிந்தது. என்ன நடந்ததெனப் புரியாமல் பதைப்போடு பார்த்து நின்றார்கள்.

"நீங்களெல்லாம் எதுக்குட்டி என்னெப் பார்த்துச் சிரிக்கிதியோ? எனக்குப் பைத்தியமா? நான் வடக்கு வீட்டு அய்மக்கண்ணு பிள்ளை முதலாளி தெரியுமா? காணக்கூடிய புரயிடமெல்லாம் எனக்க வகை" முதலாளி மூடிய கண்களைத் திறந்ததும் நடையில் திரைக்குப் பின்னால் நின்ற பெண்களைப் பார்த்துச் சொன்னார். பெண்கள் தேம்பித் தேம்பி அழுதனர்.

குதிரை லாயத்தில் குதிரை குளம்பால் தரையில் அடித்து அழுதது. இடைவிடாமல் அழுது கொண்டிருந்தது.

பசியால் அது அழுதுகொண்டிருப்பதாக அவுக்காரு புரிந்து கொண்டான். லாயத்தின் அளியில் புல் இல்லை. வேக வைத்துக் கொடுக்கக் காணம் இல்லை.

அவுக்கார் குதிரை லாயத்திற்குச் சென்றான். கழுத்தை நீட்டித் தலைகுனிந்து சாணிக் கூட்டத்துக்குள் புல் கிடக்கிறதா, என்று

மோப்பம் பிடிக்கும் குதிரையைக் கண்டான். அதன் கண்ணிலிருந்து நீர் வடிந்து கொண்டிருந்தது. அதன் வாயிலிருந்து நுரை தள்ளியது.

பார்த்துக் கொண்டு நிற்பதற்கான மனவலிமை இல்லாமல் லாயத்தை விட்டு அவுக்காரு வெளியானான்.

"மோளெ ஐஸா! இன்னாபாரு, ஓனக்க மாப்பிளெ குதிரை வண்டியிலெ வந்திறங்குது. வாசலெ தொறந்து கொடு." முதலாளி உரக்கக் கூறினார்.

இதைக் கேட்டதும் எல்லோரும் தலைவாசலை எட்டிப் பார்த்தனர். திறந்து கிடக்கும் வாசல் வழியாக புழுதி அடங்கிக் கிடக்கும் நடைபாதை தெரிந்தது.

அவுக்காரு கட்டுப்படுத்தியிருந்த கண்ணீரின் குளம் கரை இடித்துப் பாய்ந்தது. அவுக்காரு திரும்பி நின்றான். கண்களைத் துடைத்துக் கொண்டான். யாரிடமும் எதுவும் சொல்லாமல் வெளியேறினான். புழுதி நிறைந்த பாதையில் பாதம் ஊன்றியபோது குளிர்ச்சியாக யிருந்தது. வழி நெடுகிலும் என்ன, என்னவென்று மக்கள் விசாரித்தனர். யாருக்கும் எந்தப் பதிலும் சொல்லவில்லை. வழியெங்கும் மக்கள் பார்த்து நின்றனர். புத்தனாறு கடந்தான். சேண்ட பள்ளிப் பாறையைக் கடந்தான். மரச்சீனித் தோப்பையும் பனை மரத் தோட்டங்களையும் கடந்தான். வயல் வரப்பு வழியாக ஓடினான். வாய்க்காலில் சரல் மணலை அவனது பாதம் வாரி இறைத்தது.

மூச்சு வாங்கிக் கொண்டு கிதப்போடு ராமன் வைத்தியனின் வீட்டுக் கதவை ஓங்கித் தட்டினான்.

வாசல் திறந்தது.

"சுகமில்லே!"

"ஆருக்கு?"

"முதலாளிக்கு"

குடுமி கட்டிப் பூணூல் போட்டுக் கொண்ட ராமன் வைத்தியரின் முன் அவுக்காரு ஒரு யாசகனைப் போல் நின்றான். வைத்தியர் சிறிது மாத்திரைப் பெட்டியை எடுத்து மடியில் கட்டிக்கொண்டார். ஓலைக் குடையும் எடுத்துக் கொண்டு அவுக்காரின் பின்னால் ஓடினார்.

வடக்கு வீட்டை அடையும் போது மாலைநேரமாகி விட்டது. வந்து ஏறியதும் முதலாளி நடு முற்றத்தில் உட்கார்ந்திருப்பதைப் பார்த்தனர். வெற்றிலை எச்சிலும் குப்பையும் நிறைந்த அசுத்தமான முற்றம்.

"முதலாளி வைத்தியர் வந்திருக்காரு, அந்தக் கசேரியில் ஏறி இரியுங்கோ"

"இது எனக்க வீடு. நான் எங்கெயும் இருப்பேன். நீ ஆருடா கேக்க?"

முதலாளி அவுக்காரைப் பார்த்துக் கேட்டார். அவுக்காரு வைத்தியரைப் பார்த்தான்.

"இந்த ஆளு ஆருடா?"

"வைத்தியரு."

"இஞ்சே ஆருக்குச் சோக்கேடு?"

"மொதலாளிக்குக் கொஞ்சம் காச்சலு அடிக்கு. வைத்தியர் கை பாக்கட்டா?"

"எனக்குக் காச்சலானா ஒனக்கு என்னடா? நீ ஒனக்கச் சோலியெ பாரு."

வைத்தியர் கொஞ்சம் விலகி நின்றார். அவுக்காரு தலை குனிந்து நின்றான். கொஞ்ச நேரம் சென்றதும் முதலாளி வைத்தி யரைப் பார்த்தார்..." தங்கப்பன் வைத்தியன் மகன் ராமன் வைத்தி யனா நீ....?"

"ஓ!"

"இரி"

வைத்தியர் முதலாளியின் பக்கத்தில் உட்கார்ந்து கொண்டார்.

"என்னத்துக்கு வந்தா?"

"முதலாளிக்குக் காச்சல்னு வந்தேன்"

"எனக்குச் காய்ச்சலா பாரு" முதலாளி கையை நீட்டினார்.

வைத்தியர் முதலாளியின் இடது கையிலும் வலது கையிலும் நாடியைப் பரிசோதனை செய்தார். பிறகு விரலைத் தரையில் தட்டிக் கொண்டார்.

"காச்சலுண்டா?" முதலாளி கேட்டார்.

"உண்டு." வைத்தியர் எழுந்தார். அவுக்காரின் பக்கம் சென்றார்.

"நாப்பது நாள் கசாயம் போட்டுக் கொடுக்கணும்"

"ஓ..."

"நாப்பது நாள் தார ஊத்தணும். செறுபயறு அரச்சுத் தலையலெ தப்பளம் வைக்கணும்"

"என்ன சோக்கேடு?"

"தெரியாதா? பைத்தியம்!

திரைக்குப் பின்பக்கம் நின்றிருந்த பெண்கள் விம்மி அழுதனர்.

வைத்தியர் ஒரு நீண்ட 'டாப்' எழுத உட்கார்ந்தார்.

"மோளே ஐஸா! ஒனக்கெ மாப்பிளெ குதிரை வண்டியிலே வந்திறங்குது, வாசலெத் தொறந்து கொடு" முதலாளி புலம்பிக் கொண்டு முற்றத்தில் சுற்றி நடந்தார்.

31

அவுக்காரு அன்று இரவு தூங்கவேயில்லை. மனைவி எடுத்துப் பரிமாறி வைத்த உணவைக் கூட அருந்த மனமில்லை. யாரிடமும் எதுவும் பேசாமல் தனது பனை ஓலைப் பாயை விரித்துப் படுத்துக் கொண்டான். காரணம் விசாரித்த மனைவியோடு கடிந்து கொண்டான்.

வடக்கு வீட்டுக் குடும்பத்திலுள்ள குதிரையும் முதலாளியும் மனதிற்குள் பரவிக் கிடந்தனர். குதிரையின் வாயிலிருந்து ஒலித்த நுரையும் அதன் கண்களிலிருந்து ஒழுகி இறங்கிய கண்ணீரும் கழுத்தை நீட்டியபடியுள்ள அதன் நிலையும் அந்த சோகப் பார்வையும் திரைப்படம் போல் மனக்கண்முன் தோன்றியது. முதலாளியின் ஆரவாரமும் புலம்பலும் காதுக்குள் முழங்கின. எப்படித் தூக்கம் வரும்? வடக்கு வீட்டுக் குடும்பப் பிரதாபத்தின் நெற்றிப் பொன்னான குதிரையின் நாட்கள் எண்ணப்பட்டு விட்டன. அதன் மணிக்கூறுகள், நிமிடங்கள், வினாடிகள்! மகிமையின், கௌரவத்தின் தடபுடலான பொருளாக விளங்கிய வடக்கு வீட்டு அகமதுக்கண்ணு முதலாளியின் வீழ்ச்சி! அந்தக் கண் பார்வையில் குடிகொண்ட கட்டளைத் திறனின் இடத்தில் பொருளற்ற பார்வையின் பொய்க்கோலம். சக்திவாய்ந்த பொருளடங்கிய சொற்களைப் பொழிந்த அந்த நாவில் முன்னுக்குப் பின்னான பயனற்ற சொற்கள் உளறி வீழ்கின்றன.

இரவின் நிசப்தத்தில் கடல் அலைகளின் ஓசை உயர்ந்தது. நடுநிசியில் வீசிய தென்னங்காற்றில் தென்னை ஓலைகள் ஒன்றோ டொன்று உரசி ஓசை கிளப்பியது. அவுக்காரு தூக்கம் வராததால் எழுந்தான். பாயில் முட்டுக் கட்டி உட்கார்ந்தான். கழுத்தில் வியர்வை கொட்டியது. சட்டையைக் கழற்றி வைத்தான். முற்றத்தில் இறங்கி நின்று கொண்டு ஆகாயத்தை நிமிர்ந்து பார்த்தான். நேரம் தெரிந்துகொள்ள வழியில்லை. இன்னும் எவ்வளவு நேரமுண்டு ஸுபுஹுக்கு? கிழக்கு ஆகாயத்தின் சாய்வில் விடிவெள்ளி உதித்துள்ளத,என்று கூர்ந்து பார்த்தான். விடிவெள்ளி தோன்றாத ஆகாயத்தைச் சபித்துக் கொண்டு படுக்கையில் வந்து உட்கார்ந்தான்.

அவனது கண்முன்னால் குதிரை நின்றது. அதன் பரிதாபமான பார்வை மனத்தில் முள்ளை அறைகிறது.

“மோலாளி . . . எனக்க மோலாளி” – அவுக்காரு தலைக்குக் கைகொடுத்துப் புலம்பினான்.

வெளியே செல்ல வாசலைத் திறந்தான். தெருவில் இருட்டு தலைமுடி பிரித்து ஆடுகிறது. கால்களை வாசலுக்கு வெளியே வைக்க அஞ்சினான்.

'குதிரைக்கு என்ன நேர்ந்தது?'

புலரவிடாமல் இரவைக் கைக்குள்ளே வைத்திருக்கும் நேரத்தின் முகத்தைப் பார்த்துக் கோபத்தால் துப்பினான்.

"ஆரது?" – அவுக்காரின் மனைவி கேட்டாள்.

"நான் தான்"

"ஒறங்கல்லியா?"

"இல்லே."

"கெடந்து ஒறங்குங்கோ."

அவுக்காரு மீண்டும் பாயில் வந்து உட்கார்ந்தான். ஒரு 'கொள்ளி மீன்' மின்னி மறைந்தது. பிசாசுகள் இரவு நெருப்புப் பற்றிப் பயணம் செய்கின்றனவோ? பயம் தோன்றியது. கண்களை இறுக மூடிக் கொண்டான்.

கடற்கரையில் இரவு, மீன் வலை இழுக்கும் 'கூவே' சத்தம், மீனவர்களின் ஏலேலம் பாட்டு. மௌன இரவில் அந்தச் சத்தம் அவனுடைய காதுகளில் எட்டியது. கேட்டுப் பழகிப்போன சத்தங்கள். இப்போது கேட்கும்போது வெறுப்பாக இருக்கிறது. குதிரையின் மீதும் முதலாளியின் மீதும் ஊன்றி நின்ற சிந்தனைகள் ஆணிவேர் அறுந்து ஆடுகின்றன, சிதறுகின்றன. விடியாத இரவை மீண்டும் மீண்டும் சபித்தான். காற்றின் கிலுகிலு ஓசையை செவியுற்றுக் கேட்டான். ஆட்டுக்குட்டி மோதினாரின் சப்தத்தின் சிறு அலை அது வாயிலாக வருகிறதா? இல்லை. பாங்கு சொல்வதற்கு முன் வெளியே செல்லக்கூடாது. பிசாசுகள் இறங்கி நடக்கும் நேரம். சுப்ஹுக்கான பாங்கு சொல்லப்பட்டதும் அவற்றின் கால்கள் கட்டப்பட்டு விடும். பாங்கு சொல்லாத மோதினாரோடு கோபம் கூடியது.

இந்த இரவுக்கு இவ்வளவு நீளமா? தூக்கம் இரவின் நீளத்தை விழுங்கிவிடுகிறது. தூங்காததால் அதன் நீளம் தெரிகிறது. தூங்காதவர்களின் இரவுக்கு நீளம் கூடுதலோ?

குதிரை இப்போது தூங்குமா? முதலாளி தூங்குவாரா? ஒரு நீண்ட முசிப்பான எதிர்பார்ப்புக்குப் பின் பாங்கு கேட்டது.

அவுக்காரு வாசலைத் திறந்தான். வெளியே குதித்தான். கிழக்குத் திசையில் விடிவெள்ளி தோன்றியிருக்கிறது. அதன் கண்சிமிட்டலை ஒரு வினாடி பார்த்தான். விடை பெற ஆயத்தமாக நிற்கும் இருளின் விரிந்த நெஞ்சைத் துளைத்துக் கொண்டு பாய்ந்தான்.

வடக்கு வீட்டின் வாசலை அடைந்தான். வாசலைத் தட்ட கை உயர்த்தினான். உயர்த்திய கை உயர்த்தியபடியே நின்றது.

திண்ணையில் தூக்கு விளக்கின் நாவு அசைந்து முணு முணுத்துக் கொண்டு எரிவதைப் பார்த்தான் கை தாழ்ந்தது.

கொஞ்ச நேரம் அங்குச் சந்தேகத்துடன் நின்றான். இந்த நேரம் வெளியே கிளம்பிச் சென்றது யாராக இருக்கும், முதலாளி சுய நினைவில்லாமல் வெளியே சென்றிருப்பாரோ?

அவுக்காரு உள்ளே சென்றான். தூக்கு விளக்கின் மங்கிய ஒளியில் சாய்வு நாற்காலி காலியாகக் கிடப்பதைப் பார்த்தான். உடன் திடுக்கிட்டான். அங்குமிங்கும் தேடிப்பார்த்தான். தென் பகுதியிலுள்ள பத்தாயத்தின் மீது முதலாளி இருப்பதைக் கண்டான். என்னவெல்லாமோ புலம்பிக் கொண்டிருந்தார். அவுக்கார் வந்ததாகக் காட்டிக் கொள்ளவில்லை. இரவு வாசலை அடைக்க மறந்திருப்பார் என்று எண்ணியவாறு களத்திற்கு ஓடிச்சென்றான். களத்தில் காலை ஒளி தெரிந்தது. குதிரை லாயத்திற்குச் சென்றான்.

‘எக்க அல்லோ!’

குதிரை லாயத்தில சாணிக் கூட்டத்தின் மீது இரத்தம் சிந்திக் கொண்டு கால்களை விரித்தவாறு தலைநீட்டி வடக்கு வீட்டுப் பிரதாபத்தின் நெற்றிப் பொன் செத்து மடிந்து கிடப்பதைக் கண்டபோது அந்த உண்மைச் சேவகனின் நெஞ்சு வெடித்து விட்டது.

“ஒரு துளி மருந்து தர எனக்கு முடியாதெப் போச்சே!” முகத்தைக் கையால் மூடிக்கொண்டு தேம்பி அழுதான்.

களத்தில் அழுகைச் சத்தம் கேட்டதும் பெண்கள் ஓடிவந்தனர், எட்டிப்பார்த்தனர். ஒரு சின்னக் குழந்தை போல் அவுக்காரு அழுவதைக் கண்டனர்.

“என்னெ?” வீயாத்தும்மா அதிர்ச்சியுடன் கேட்டாள் “எனக்கெக் குதிரெ சத்துப் போச்சு!”

பெண்கள் மூக்கில் விரல் வைத்தனர். வீயாத்தும்மாவின் கண்களில் நீர் ததும்பியது. தாவணி முனையால் கண்களை ஒற்றி எடுத்தாள்.

அவுக்காரு முதலாளியைப் பார்க்க விரைந்தான். முதலாளி காலின் மேல் கால் வைத்து அசைத்துக் கொண்டு இருப்பதைக் கண்டான். எங்கோ பார்த்துச் சிரிப்பதைக் கவனித்தான். முதலாளி முன்பின் பழக்கமில்லாதவரைப்போல் அவுக்காரைப் பார்த்தார்.

“குதிரை சத்துப் போச்சு!” ரொம்ப சிரமப்பட்டுத் தொண்டையிலிருந்து வராத வார்த்தைகளை எப்படியோ வலித்தெடுத்து விம்மிக் கொண்டு சொன்னான்.

“சாவட்டு!” முதலாளி வெடுக்கெனச் சிரித்தார்.

அவுக்காரு தலை குனிந்து கண்களை ஒற்றிக் கொண்டு திரும்பி நடந்தான். கீழே விழுந்து விடாமலிருக்க ஒரு தூணைப் பிடித்துக் கொண்டு தரையில் உட்கார்ந்து விட்டான்.

குதிரை இறந்துவிட்ட துக்கத்தின் பாரத்தில் நேரம் கடந்து சென்றது. அடுக்களையின் வெளிப்பக்கச் சுவரின் மீது சிவந்த சூரிய கிரணங்கள் தெரிந்தபோது சுப்ஹு நேரம் பிந்தி விட்டது. அன்றைய நாள் வரை வடக்கு வீட்டுப் பெண்கள் யாரும் சுப்ஹு தொழுகையை விட்டதில்லை. வீட்டிலுள்ள மற்றவர்கள் தூங்கியபிறகுதான் ஆயிசா தூங்குவாள். மற்றவர்கள் விழிப்பதற்கு முன் காலையில் விழித்துக் கொள்வாள். கணவன் வீட்டை விட்டுத் திரும்பி வந்த பிறகு தான் இந்தப் பழக்கம்.

குதிரை இறந்துவிட்ட பரபரப்பைக் கேட்டு அவள் ஆச்சரியப்பட வில்லை. முந்தைய இரவு யாரிடமும் அதிகமாகப் பேசவில்லை. உணவும் அருந்தவில்லை.

"மோளே!" நூஹு பாத்துமா கூப்பிட்டவாறே ஆயிசாவின் அறை வாசலைத் தட்டினாள். கை பட்டதும் வாசல் திறந்து விட்டது. படுக்கையில் ஆயிசா இல்லை. உரக்கக் கூப்பிட்டாள். அங்குமிங்கும் ஓடி நடந்து பார்த்தார்கள். எங்கும் இல்லை. கூட்டமாக அழுகை கேட்டது. அவுக்காரு அங்கு ஓடிச் சென்றான்.

'ஐசாம்மாயெ காணயில்லை' அவுக்காரு திடுக்கிட்டுப் போனான். தானாகத் தனது தலையில் ஓங்கி அடித்தான். வீட்டைச் சுற்றிச் சுற்றி எங்கும் பார்த்தான். மச்சில் ஏறிப் பார்த்தான். கிணற்றுக்குள் பல தடவை எட்டிப் பார்த்தான்.

"ஐசம்மாயெக் காணயில்லெ." பத்தாயத்தின் மீது கால் அசைத்துக் கொண்டிருந்த கணவரிடம் வீயாத்தும்மா ஓடிச் சென்று சொன்னாள்.

முதலாளி, மனைவி சொன்னதைக் கேட்டதாகக் காட்டிக் கொள்ளவில்லை. சம்பந்தமில்லாமல் ஏதேதோ பேசிக்கொண்டிருந்தார். பிறகு வெடுக்கெனச் சிரித்தார். அந்தச் சிரிப்பு நீண்டு நீண்டு போனது. அந்த நீண்ட சிரிப்பின் கடைசியில்... "ஐசாம்மாயெக் காணல்லியா?" என்று சொல்லிச் சிரிப்பை நிறுத்தினார். எதுவும் தெரியாத மட்டில் காலை மீண்டும் அசைத்துக் கொண்டிருந்தார்.

32

ஒவ்வொரு நாள் கடக்கும் போதும் ஆயிஷாவின் உடல் நலம் குன்றிக் கொண்டே வந்தது. அவள் கண்களிலிருந்து இனிப்பான ஈரடிக் கவிதைகள் மறையத் தொடங்கின. அவள் பார்வையின் கவர்ச்சி கெட்டுவிட்டது. அவளின் கன்னக் கதுப்புகளில் காட்சி தந்த ரோஜா நிறச்சாயல் மாயத் தொடங்கி விட்டது. அவளின் ஈரம் இழையோடிய இதழ்கள் வரண்டு போய்விட்டன.

எதிலும் அவள் மனம் ஊன்றி நிற்கவில்லை. அது நிம்மதியின்மை யின் சங்கிலிக் கட்டிற்குள் சிக்கித் தவித்தது. பார்த்த அனைத்திலும் வெறுப்பு. உறவினர்களை உதாசீனம் செய்யும் போக்கு. வாப்பாவை வெறுத்தாள். உம்மாவை அதைவிடவும் அதிகமாக வெறுத்தாள். அயலாரைப் போன்ற எண்ணம் அவளை ஆட்சி செய்து கொண்டிருந்தது. அவளை யாரோ தனிமைப்படுத்தி விட்டதாக ஒரு தோற்றம், எங்கும் எதிலும் ஒரு பிடிப்பும் கிடைக்காத நிலை. பார்க்கும் இடமெல்லாம் இருள்மயம். மேடு பள்ளங்கள் நிறைந்த ஒடுங்கிய பாதை. எங்குப் போக? எப்படிப் போக முடியும் ? சிந்தனையில் ஊன்றி நிற்க இயலாத அவல நிலை.

அந்தகாரம் குடிகொண்ட ஏதோ ஓர் பாதாளச் சிறையில் ஆயுட் கைதியாக இருக்கும் உணர்வு.

மனத்தின் சமன்பாடு இழந்த வாப்பா, நாளுக்கு நாள் சீர்குலைந்து கொண்டிருக்கும் குடும்பம், மூளைக் கோளாறுடைய கணவனுடன் நடத்தும் குடும்ப வாழ்க்கை.

போதும்!

எல்லாம் போதும்!

அன்பிற்காகத் தாகம் கொண்டு நிற்கும் இளமை. கணவனின் ஸ்பரிச சுகத்தின் திருப்தியை அறிய வெம்பிக் கிடந்த நீண்ட எதிர்பார்ப்புக்குப்பின் அடைந்த தோல்வி. உணர்ச்சியின் கொதிக்கும் எண்ணெய்ச் சட்டியில் கிடந்து வேகும் பெண்மை! பெண்மையின் முழுமையை அடைய, மூடிக்கிடக்கும் வாசல்களில் ஏதோ இழப்புகள் ஏற்பட்டது போல் தட்டி நிற்க வந்த சூழ்நிலைகள்!

ஆயிஷா தளர்ந்து விட்டாள். அவள் இனி பேராசை கொண்டு எந்தப் பயனும் இல்லை.

எல்லா வாசல்களும் அடைக்கப்பட்டுவிட்டன. ஒரு பெண்ணின் இளமைக்குக் கிடைக்க வேண்டிய தகுதியான விலையை வழங்கவோ, அது உட்கொண்டிருக்கும் பொருளின் உண்மையைப் புரிந்து கொள்ளவோ, திறமை இழந்த சமுதாயத்தின் உயிரற்ற கண்களுக்கு முன்னால் இனி வாழ வேண்டுமா?

கடற்கரையில் இரவு வலையிறக்கும் ஆரவாரம் உயர்ந்து கேட்டது. வலையைக் கரையில் இழுக்கும் ஏலேலம் பாட்டும் எதிரொலித்தது. அந்த ஆரவாரமும் ஏலேலோவும் அவள் மனத்தில் கடலைப் பற்றியும் காயலைப் பற்றியும் உள்ள நினைவுகளின் தாள்களைப் பின்னாலிருந்து திருப்பின.

குதித்து உயர்ந்து, ஆர்த்து, நுரைத்துப் பதை பதைத்துக் கரையினைப் பார்த்து அலறிவரும் அலைநீரில் காலை நனைத்தது!

வெள்ளிக் கொலுசு அணிந்த கணுக்காலில் கடல் நீர் மோதி, உயர்த்திப் பிடித்திருந்த சாயவேட்டியின் ஓரம் நனைந்தது. கடலில் சென்று காலை நனைத்ததற்கு உம்மா 'கொதும்பால்' அடித்தது, வாப்பா விலக்கு தீர்த்துக் கண்ணீரைத் துடைத்துத் தந்தது. மாலைவரை அதை நினைத்து விம்மி விம்மி அழுதது.

ஒரு ஒடுக்கத்துப் புதன் கிழமை! எண்ணெய் தேய்த்துக் குளித்தபின் தங்ஙள் பீங்கான் தட்டில் எழுதித் தந்த இஸ்முகளைத் தண்ணீரில் கரைத்துக் குடிக்க வேண்டும். குடித்தால் அன்றுவரை செய்த பாவங்கள் அகன்றுவிடும். அப்படியாக ஒவ்வொரு வருடமும் 'ஒடுக்கத் துப் புதன்' வரும்போது எண்ணெய் தேய்த்துக் குளிக்கவும் இஸ்மு கரைத்துக் குடிக்கவும் வேண்டும். அவை வாயிலாக ஒவ்வொராண்டும் பாவங்கள் அல்லாஹ்வினால் மன்னிக்கப்படும். 'தங்ஙள்மார் எழுதும் இஸ்முகளுக்கு ஆற்றல் அதிகம்! ஒரு ஒடுக்கத்துப் புதன் அன்று எண்ணெய் தேய்த்துக் கொண்டு வாப்பாவின் கைவிரல் நுனியைப் பிடித்தவாறு துள்ளித் துள்ளி ஆற்றில் குளிக்கச் சென்றது! ஆற்றோரத்தில் அமுகிய தென்னை மட்டைகளைக் கம்பால் அடித்துச் சதைப் பதைக் கண்ட போது அவளுக்கு ஆச்சரியம் மேலிட்டது!

"இது என்ன வாப்பா?"

"இதை அடிச்சுச் சவரி ஆக்கித்தான் கயறு உண்டாக்கேது."

கொஞ்சம் தொலைவில் கக்கத்தில் சவரி வைத்துக் கொண்டு ஒரு சக்கரததின் நுனியில் மாட்டிச் சவரியை நூற்றுக் கயறு பின்னுவதைப் பார்க்கும்போது அந்தக் குருத்து உள்ளம் அதிசயத்தால் விழிகளை அகல விரித்துக் கொண்டது.

பாறைமேல் தெரிந்த சிறிய கட்டடத்தைச் சுட்டிக் கேட்டாள்!

"இது ஆருக்க ஊடு?"

"ஊடில்லே! பள்ளி. ஆத்துப் பள்ளி. இந்த இடத்திலே நாகூர் ஷாகுல்ஹமீது அவுலியா வந்து இருந்ததுண்டு"

196 தோப்பில் முஹம்மது மீரான்

வாப்பா ஒவ்வொன்றையும் சொல்லித்தந்தார். பாறைமேல் நின்றவாறு கீழே பார்த்தாள். எவ்வளவு தண்ணீர்! சின்ன சின்ன அலைகள்! குஞ்சி மீன்கள் துள்ளிக் குதிக்கும் அதிசயம்! இரண்டு 'குத்துக்கல்'கள் தண்ணீர் மேல் மட்டத்தில் உயர்ந்து தோன்றின.

"வாப்பா அந்தப் பாறையிலே போலாமா?"

"அல்லோ! போவக்கூடாது. அந்தப் பாறைக்கு அடியில்தான் 'செட்டிச்சி' தங்கியிருக்கா. ஆத்துலே குளிக்க வார ஆளுக்கக் காலிலே முடி சுத்தி ஆத்துக்க உள்ளெயே இழுத்துட்டுப் போயிடுவா. பெரிய பஹர்! இந்தப் பாறைக்கு அடியிலே இருந்து சாஸ்தான் கோயிலுக்கு வழியிருக்கு"

"உள்ளதா?"

"செட்டிச்சி என்று கேட்டபோத அவள் நடுங்கிவிட்டாள். ஆற்றில் தனியாகவும், வெள்ளிக்கிழமை ஜும்ஆ நேரத்திலும் குளிக்கச் செல்பவரைச் 'செட்டிச்சி' மூழ்கடித்துக் கொன்ற கதை வீட்டு வேலைக்காரி கதீஜா சொல்லிக் கேட்டிருக்கிறாள்.

"ஒரு கைதியாக மாதக்கணக்கில் அறைக்குள் அடங்கி ஒதுங்கிக் கிடந்தது போதும்! இனியும் நாட்களை உந்தித் தள்ளுவதற்கான மனவலிமையை இழந்த நிலை! மேலும் வாழ்வதாக இருந்தால் வெறுக்கப்பட்டவளாக இருக்க வேண்டும்! உணர்ச்சிக் கொந்தளிப்பின் தூண்டுதலில் பல தவறுகளும் நிகழ்ந்து விடலாம். தவறுகளை மன்னிக்காத சமுதாய நீதியின் இரத்தக் கண்களைக் கண்டு அவள் நடுங்கினாள்.

வயிற்றிற்குள் கருவறையின் இலேசான சுவரில் ஒரு குழந்தைக் கால் முட்டிக் கிடைக்கும் ஆத்ம இன்பம் தடை செய்யப்பட்ட தான், பயன் கிடைக்காத ஒரு மரமாக வழியோரத்தில் வளர்ந்தோங்கி நிற்பது எதற்கு?

நற்பாக்கியம் கெட்டவள்.

ஆயிஷா வாசலைத் திறந்தாள். பாதாளத்தில் கட்டிப்பிடித்துக் கிடக்கும் கும்மிருட்டு!

திண்ணையில் முக்கி முனங்கி எரியும் தூக்கு விளக்கு, காலியாகக் கிடக்கும் யானைக்கால் நாற்காலி, தலை முறைகளினூடே கடந்து வந்த உக்கிரப் பிரதாபத்தின் சிரோமணி!

அவள் வாசலின் தாழ்ப்பாளை மெல்ல நீக்கினாள். இடை வழியில் கண்ணை உருட்டிப் பார்க்கும் காரிருள் வழியில் யாரும் தன்னைப் பார்க்கக் கூடாது என இறைவனை வேண்டிக் கொண்டாள். வலிய பள்ளியின் இடதுபுறத்திலுள்ள இடைவழி சென்று முடிவது ஆற்றுப்பள்ளியில் என்று தெரியும். அந்த வழி ஓரத்தில்தான் 'ஒசாக்குடி' இருக்கிறது, அங்குதான் வண்ணான் குளம்பாறை, அந்தப் பாறையின் தாழ்வாரத்தில்தான் ஆற்றில் குளிக்க வருவோர் மல ஜலம் கழிப்பது.

அங்கு இரவும் பகலும் சில எச்சில் நாய்கள் மோப்பம் பிடித்து அலையும்.

தன்னை இந்த இரவு நேரத்தில் பார்க்கும்போது அந்த நாய்கள் குரைக்குமா, அந்தக் குரைப்பைக் கேட்டு ஒசாக்குடியிலிருந்து யாரேனும் விழித்து வந்து விடுவார்களா?

அசனார் லெப்பையின் தர்சில் ஓதச் செல்லும்போது வண்ணான் குளம் பாறையில் 'ஈச்சங்கா' பறிக்கப் போனதுண்டு. அன்று ஒசாத்தி நெவ்சா, உம்மாவோடு ஆவ்லாதி சொன்னாள்.

"கண்ணே, புள்ளைக்குக் கையும் காலும் வளந்தாச்சு, நெஞ்சும் வந்தாச்சு, பாறையிலே ஈச்சாங்கா பறிக்கப் போனா ஆம்புளப் புள்ளையோ கண்டாலோ?"

இது கேட்டதும் உம்மா தாறுமாறாக அடித்தாள். அதற்குப் பின் ஒரு போதும் வண்ணான்குளம் பாறையிலே ஈச்சங்காய் பறிக்கப் போவதில்லை.

ஆயிஷா வலிய பள்ளியின் இடதுபுறம் உள்ள இடைவழியாக நடந்தாள். நேரே மேற்குத் திசை பார்க்க ஒசாக் குடில்களைப் பார்த்ததும் உயிர் வந்தது. வண்ணான் குளம் பாறையைத் திரும்பிப் பார்த்தாள். மோப்பம் பிடித்தலையும் நாய்கள் உண்டா? குரைக்க உயிரில்லாதது காரணமாகலாம்.

ஆயிஷா பாறையின் மேல் ஏறினாள். பள்ளிக்குள் சுவர்க் கடிகாரத்தின் நாக்கு அங்குமிங்கும் தங்கு தடையின்றி முட்டும் 'டக்டக்' ஓசை கேட்கிறது. கடல் திரைகளின் இரகசியம் கேட்டது. ஆற்றுப் பள்ளிப் பாறையின் விலாவில் சீறி வந்து முட்டி ஒழுகும் ஆறு. அதன் சீற்றம் அந்த இரவின் கொடுமையை அதிகப்படுத்தியது.

நிசப்தமாக எல்லாவற்றையும் பார்த்து நிற்கும் ஆற்றுப் பள்ளியின் உயர்ந்த மினாராக்கள்! பாங்கு மேடை!

நாலைந்து தலைமுறைகளினூடே கடந்து வந்த ஒரு பிரதாபச் சங்கிலியின் கடைசிக் கண்ணி! அவள் திரும்பிப் பார்த்தாள். அசைவற்று நிற்கும் பள்ளியின் மயிர்ச்சிலிர்ப்பை அவள் புரிந்து கொண்டாள். நூற்றாண்டுகளுக்கு முன் அங்கு வந்து தங்கியிருந்து காற்று வாங்கிய நாகூர் ஷாகுல்ஹமீது ஒலியுல்லாவின் பார்வைக்குப் புலப்படாத தோற்றம் தன்னை இந்த முயற்சியிலிருந்து பின் வாங்க வைக்குமா?

இல்லை!

தன் மனத்தின் கொந்தளிப்பு, நீற்றல், பற்றியெரிதல் எல்லாம் அந்த ஞானிக்குப் புரியும். ஒரு போதும் அவரின் கண்ணுக்குப் புலப்படாத கைகள் தன்னை எட்டிப் பிடிக்காது!

கண்சிமிட்டும் கோடிக்கணக்கான நட்சத்திரங்கள் தூவும் சிறு ஒளியில் ஆற்றின் பரப்பைக் கண்டாள். தண்ணீரில் உயர்ந்து

நிற்கும் இரு குற்றுக் கற்களைக் கண்டாள். இரண்டிற்கும் நடுவே, தங்கும் செட்டிச்சியின் நீண்டமுடி! அது ஆற்றின் மீது பரந்து கிடப்பதாகத் தோன்றுகிறது. தனது காலின் பெருவிரலில் சுற்றி ஆழமான பகுதிக்கு இழுத்துக் கொண்டு போகத் தயாராக நிற்கிறது. அங்கிருந்து யாரோ தன்னைக் கை தட்டிக் கூப்பிடுவது போல் தோன்றியது!

அவள் கடைசியாகப் பள்ளியைத் திரும்பிப் பார்க்கும்போது அவள் கண்கள் நனைந்தன. அவள் ஒரு தடவை கூட வாப்பாவை நினைத்தாள். உம்மாவை நினைத்தாள். இளமை வற்றி உலர்ந்து போன மாமியை நினைத்தாள். களத்தில் சாணிக் கூம்பாரத்தின் மீது இறந்து கிடந்த பாட்டனாரின் குதிரையை நினைத்தாள். யானைக்கால் நாற்காலியை நினைத்தாள். வாப்பாவின் தலைப் பாகையும் செருப்பும் தாங்கிப் பள்ளியில் ஜூம்ஆ தொழுகைக்கு அனுமதி கொடுக்கச் செல்லும் அசனார் லெப்பையை நினைத்தாள்.

பரீது மச்சான்! என்னை மன்னியுங்கோ! இனி ஒரு போதும் நமக்கு ஒன்று சேர முடியாது. என்னை அடைய இனி கொளும்பி லிருந்து நீங்கோ கப்பல் ஏற வேண்டாம். நான் போறேன்! என் விதி! என்னை மன்னியுங்கோ, நமக்கு ஆகிரத்தில் ஒன்று சேரலாம்.

சீறிப்பாயும் ஆற்றை நோக்கிக் குதித்தாள்! ஒரு பயங்கர ஓசையுடன் தண்ணீர் நாலா பக்கமும் சிதறியது! அவள் தாழ்ந்தாள். தண்ணீருக்கு மேல் உயர்ந்தாள். கை கால் அடித்தாள். ஒழுக்கில் தாழ்ந்தும் உயர்ந்தும் ஒழுகிப் போனாள். மறுநாள் இரகசியத்தை அடக்கிக் கொண்டு வலியாறு என்றும் போல கடலை நோக்கி சீறிப் பாய்ந்தது!

•

பின்னிணைப்பு

தோப்பில் முகம்மது மீரான்
தமிழ் நாவல் உலகில் ஒரு புதிய வருகை

தோப்பில் முகம்மது மீரானை எனக்கு முதலில் அறிமுகப்படுத்தியவர் கேரளப் பல்கலைக் கழகத்தைச் சேர்ந்த டாக்டர் நாச்சிமுத்து அவர்கள். 1989ல் நான் சென்னை சென்றிருந்த போது மீரானின் 'ஒரு கடலோர கிராமத்தின் கதை' நாவலைப் பற்றிக் கூறினார். ஒரு வித்தியாசமான நாவல் படித்துப் பாருங்கள் என்றார். அதன் பதிப்பகத்தாரின் விலாசத்தையும் தந்தார். அப்போது மீரான் இலக்கிய உலகில் பரவலாக அறியப்பட்டிருக்கவில்லை. அவரது நாவலும் புத்தகக் கடைகளில் கிடைக்கவில்லை. அடுத்த ஆண்டு நான் மீண்டும் தமிழகம் சென்றிருந்த போது ஓராண்டுகால இடைவெளியில் மீரானின் பெயர் உயர் இலக்கிய வட்டாரத்தில் மிகவும் பிரபலம் பெற்றிருப்பதைக் கண்டேன். சுந்தர ராமசாமி மீரானையும் அவரது நாவலையும் மிகவும் சிலாகித்துச் சொன்னார். கீழக்கரைக்குப் போகும் வழியில் திருநெல்வேலியில் அவரைக் கட்டாயம் சந்திக்கும்படி கேட்டுக்கொண்டார். அவரே மீரானுடன் தொலைபேசியில் தொடர்பு கொண்டு எமது சந்திப்புக்கும் ஏற்பாடு செய்தார்.

மீரான் திருநெல்வேலிக்கு அண்மையில் பேட்டை என்னும் கிராமத்தில் வசித்து வருகிறார். திருநெல்வேலி நகரில் அவருக்கு ஒரு கடையும் உண்டு. மிளகாய் வத்தல் வியாபாரம் செய்கிறார் என்று நினைக்கிறேன். பேட்டை வீட்டில் பல மணி நேரம் மீரானுடன் பேசிக் கொண்டிருந்தேன். வயது ஒருமை மட்டுமின்றி பல விசயங்களில் எமக்குள் கருத்தொருமை இருப்பதையும் உணர்ந்தேன்.

மீரான் நீண்ட காலம் தமிழ் இலக்கியத்தோடு தொடர்பு கொண்டிருந்த போதிலும் இருபத்தைந்து ஆண்டுகளுக்கு முன்பு வரை வெளி உலகில் பரவலாக அறியப்படாதவராகவே இருந்திருக்கிறார். இதற்கு முக்கியமான ஒரு காரணம் இவரது படைப்புக்கள் அனைத்தும் இஸ்லாமிய சஞ்சிகைகளில் வெளிவந்தமை எனலாம். இவரது முதலாவது கதை 'பிறை'யில் பிரசுரிக்கப்பட்டது. இவரது முதலாவது நாவல் 'முஸ்லிம் முரசில்' தொடர்கதையாக வந்தது. 'துறைமுகம்', 'சாய்வு நாற்காலி' ஆகிய இவரது இரண்டு புதிய நாவல்கள் முறையே 'மதிநா', 'முஸ்லிம் முரசு' ஆகிய இதழ்களில் தொடராக வெளிவந்தது. இச்சஞ்சிகைகள் முற்றிலும் மதச் சார்பானவை. மத உணர்வு மிக்க முஸ்லிம் வட்டாரத்தில் உலவுபவை. பாரம்பரியச் சிந்தனை மரபைப் பேணுபவை. சில கம்யூனிச சார்பான பத்திரிகைகள் இலக்கியத்தை அரசியல் பிரச்சாரச் சாதனமாக கருதுவது போல இவை இலக்கியத்தைச் சமயப் பிரச்சார, சமூக சீர்திருத்த சாதனமாக மட்டும் கருதுபவை. இலக்கியத்தை ஒரு வாழ்க்கைத் தரிசனமாகக் காணும் நல்ல கலைஞர்கள் யாரும் இச்சஞ்சிகைகள் மூலம் உருவாகியதில்லை. மீரான் இதற்கு ஒரு விதிவிலக்காகக் காணப்படுகிறார்.

மீரானின் 'ஒரு கடலோர கிராமத்தின் கதை' முஸ்லிம் முரசில் தொடராக வெளிவந்தபோது இலக்கிய உலகில் யாரும் அதனைக் கண்டு கொள்ளவில்லை. 1988 ஜனவரியில் அது நூல் உருப்பெற்ற போதும் ஓராண்டுக்கு மேலாக இலக்கியப் பிரம்மாக்களின் கவனத்தில் அதுபடவில்லை. அடுத்த ஆண்டில் இந்நாவலுக்கு சுக்கிர திசை அடித்தது என்று சொல்லலாம். 1989 பிற்பகுதியில் தமிழ்நாடு கலை இலக்கியப் பெருமன்றம் இதனைச் சிறந்த நாவலாகத் தெரிவு செய்தது. தொடர்ந்து கேரளப் பல்கலைக் கழகம், மதுரை காமராஜர் பல்கலைக்கழகம், கோவை பாரதியார் பல்கலைக்கழகம், திருநெல்வேலி மனோன்மணியம் சுந்தரனார் பல்கலைக் கழகம் என்பன இதனை பி.ஏ., எம்.ஏ., வகுப்புகளுக்குப் பாட நூலாக்கின. தயாரிப்பாளர்கள் இக்கதையைத் தொலைக்காட்சி நாடகமாக்குவதற்காக ஆசிரியருடன் ஒப்பந்தம் செய்து கொண்டார்கள். முதல் இரண்டு ஆண்டுகளுக்குள் நாவல் மூன்று பதிப்புகள் கண்டது. இத்தகைய ஆரம்ப கால பிரபலங்களை அடிப்படையாகக் கொண்டு ஒரு நாவலின் முக்கியத்துவத்தை, அதன் இலக்கியத் தரத்தை நாம் மட்டிட முடியாது என்பது உண்மை. எனினும் இத்தகைய பிரபலத்துக்கு இந்நாவலின் தனித்துவம் ஒரு காரணம் என்பதை நாம் மறுக்க முடியாது.

தமிழ் நாவலுக்கு ஒரு புதிய களத்தையும் ஒரு புதிய வாழ்க்கை முறையையும் அறிமுகப்படுத்தி அதன் மூலம் ஒரு புதிய பரிமாணத்தை அளித்தது இந்நாவலின் முக்கியத்துவத்துக்கு ஒரு காரணமாகும். தமிழ் நாவலுக்கு நூறு வயது கடந்துவிட்ட போதிலும் இதுவரை தமிழ்ப் பேசும் சமூகத்தை அது முழுமையாகப் பிரதிபலிக்கவில்லை

என்றே கூற வேண்டும். தமிழ்ப் பேசும் முஸ்லீம்களின் சமூக வாழ்வு தமிழ் நாவலில் பிரதிபலிக்கப்படவே இல்லை. முஸ்லீம் வாழ்க்கைப் பின்னணியில் நாவல் என்ற பெயரில் எழுதப்பட்டவை எல்லாம் கற்பனைப் புனைவுகளும், சீர்திருத்தப் பிரச்சாரக் கட்டுக் கதைகளும் தான். முஸ்லீம் சமூகம் பற்றிய ஒரு யதார்த்தப் படிமம் தமிழ் நாவலில் இடம் பெறவே இல்லை. தனது 'கடலோர கிராமத்தின் கதை' மூலம் முதல் முதல் மீரான் அந்த வெற்றிடத்தை நிரப்பி இருக்கிறார். இதன் மூலம் தமிழ் நாவல் ஒரு புதிய பரிணாமத்தைப் பெறுகின்றது. 70 களில் ஹெப்சிபா ஜேசுதாசனின் 'புத்தம் வீடு' செய்தது போல.

ஒரு புதிய களத்தையும் புதிய வாழ்க்கை முறையையும் அறிமுகப் படுத்துவதனால் மட்டும் ஒரு நாவல் முக்கியத்துவம் பெற்றுவிடுவ தில்லை. ஒரு படைப்பைப் பொறுத்தவரை உண்மையில் இவை இரண்டாம் பட்சமானவைதான். ஒரு படைப்பின் அடிப்படையான வெற்றி அது வாழ்க்கையை அணுகும் முறையிலும் அதுகாட்டும் வாழ்க்கைத் தரிசனத்திலும் தங்கியுள்ளது. இத்தரிசனம் குறிப்பாக அப்படைப்பு சித்தரிக்கும் வாழ்க்கை பற்றியதாக மட்டுமன்றி பொதுவாக மனித வாழ்க்கை முழுமையையும் தழுவி அமைகின்றது. அவ்வகையில் ஒவ்வொரு சிறந்த படைப்புக்கும் ஓர் இரட்டைத்தன்மை இருக்கிறது எனலாம். ஒன்று குறிப்பான தன்மை (Particularity) அதாவது அப்படைப்பு சித்தரிக்கும் சூழலின் ஒரு உண்மையான படிமத்தைத் தருவது. மற்றது பொதுவானத் தன்மை (generality). அதாவது முழு மனித வாழ்வுக்கும் ஒரு பொதுக் குறியீடாக அமைவது. ஒவ்வொரு சிறந்த நாவலாசிரியனுக்கும் அவனது படைப்பு ஒரு ஜன்னலாக அமைகின்றது. அவன் தன் படைப்பில் சித்தரிக்கும் அவனது காலம், சமூகம் என்னும் ஜன்னலூடாக வெளி உலகம் முழுவதையும் பார்க்கிறான். முழு வாழ்க்கையையும் தரிசிக்கிறான். ஒரு பண்பட்ட வாசகனுக்கும் அப்படைப்பு ஒரு ஜன்னலாகவே அமைகின்றது. அதனூடே அவன் முழு வாழ்க்கையையும் காண்கிறான். வாழ்வு பற்றிய ஒரு தரிசனத்தைப் பெறுகிறான். இவ்வாறுதான் ஒரு படைப்பு கால, தேச, வர்த்தமானங் களைக் கடந்து செல்கிறது. ஒரு குறிப்பிட்ட காலத்தில், இடத்தில், சமூகத்தில் தோன்றினாலும் உலகப் பொதுமையாகின்றது. இவ் விரட்டைத் தன்மை இல்லாவிட்டால் ரஷ்ய நாவல் ரஷ்ய நாவலாகவும், ஆபிரிக்க நாவல் ஆபிரிக்க நாவலாகவும், இந்திய நாவல் இந்திய நாவலாகவும் மட்டுமே இருக்கும். தன் வட்டார எல்லைகளைக் கடந்து செல்லாது. ஆனால் டால்ஸ்டாயும், ஹெமிங்வேயும், மஹ்ஃபூசும், சிவராம கரந்தும் நமது உணர்வோடு கலக்க முடிகின்றது என்றால் இந்த இரட்டைத் தன்மைதான் காரணம். ஒவ்வொரு உண்மையான கலைஞனும் பிரக்ஞை பூர்வமாக அல்லது பிரக்ஞை பூர்வமற்ற இவ்விரட்டைத் தன்மைக்கு தன் படைப்பில் இடம் கொடுத்துவிடு கின்றான்.

தோப்பில் முகம்மது மீரானைப் பற்றிப் பேசும்போது இந்த உண்மையை வலியுறுத்துவது அவசியமாகின்றது. அவர் காட்டிய வாழ்க்கைப் புலம் தமிழ் நாவலுக்கு மிகவும் புதியது. அரை நூற்றாண்டுக்கு முந்திய தமிழ் நாட்டு முஸ்லீம் கிராமம் ஒன்றை (தேங்காய்ப்பட்டினம்) அவர் தன் படைப்புக்குக் களமாகக் கொண்டிருக்கிறார். பாரம்பரியப் பழக்க வழக்கங்களும் அறியாமையும் மூட நம்பிக்கைகளும் கொண்ட கட்டிறுக்கமான சமூகம். பொருளாதார வலுமிக்க ஒரு சிலரின் பிடியில் நசுங்குண்டு மூச்சுத் திணறிக் கிடக்கும் சமூகம். நவீன நாகரிகத்தின் ஒளிக்கற்றுப் புகமுடியாத மூடுண்ட சமூகம். இந்தச் சமூகத்தின் மனிதர்களையும் அவர்களின் வாழ்க்கைச் சலனங்களையும் நாம் இந்த நாவலில் காண்கின்றோம். மதம் பற்றிய மூட நம்பிக்கைகள் மனிதர்கள் மீது கவிந்து ஆட்சி செலுத்துவதைக் காண்கிறோம். ஒவ்வொரு மனிதனும் தன் கண்ணுக்குத் தெரியாத தளைகளில் கட்டுண்டு கிடக்கிறான். அடக்கியும் அடக்கப் பட்டும் சுரண்டியும் சுரண்டப்பட்டும் ஏமாற்றியும் ஏமாந்தும் நோவித்தும் நொந்தும் தன் வாழ்க்கையை வாழ்ந்து கழிக்கின்றான். இத்தகைய சமூகம் நிலைத்திருக்க முடியாது. அதன் கட்டிறுக்கம் குலைந்து மெல்ல மெல்லச் சிதிலம் அடைந்து, தன் சிதைவுக்குக் காரணமான புதிய வித்துக்களுடன் மூர்க்கமாக மோதி அழிந்து விடுகின்றது. இவ்வாறு ஒரு மூடுண்ட சமூகத்தையும் அதன் சிதைவையும் மீரான் தன் நாவலில் சித்திரமாக்கியுள்ளார். அவ்வகையில் இது இறந்த காலத்தின் கதை மட்டுமல்ல; நிகழ்காலத்தின் கதையும் தான். ஒரு குறிப்பிட்ட சமூகத்தின் கதை மட்டுமல்ல; எல்லோருடைய கதையும் தான். நல்ல நாவல்களுக்குரிய இந்த இரட்டைத்தன்மை மீரானின் இந்த நாவலையும் அந்த வரிசையில் சேர்த்து விடுகின்றது.

அவரது தாய்மொழி தமிழே எனினும் அவர் முறையாகத் தமிழ் படித்தவரல்ல. அவரது சொந்தக் கிராமம் தமிழ்நாடு – கேரள எல்லைப் புறத்தில் உள்ள தேங்காய்ப்பட்டினம். பள்ளியிலும் கல்லூரியிலும் இவர் பயின்றது மலையாள மொழியில். இதனால் தமிழைவிட மலையாளத்தில் இவருக்கு அதிக புலமை உண்டு. தமிழ் எழுத்துக்களைப் பயன்படுத்தி இவருக்கு வேகமாக எழுதவும் முடியாது. தனது நாவல்களை மலையாள எழுத்திலேயே இவர் முதலில் எழுதுகின்றார். பின்னரே தமிழ் எழுத்துக்கு மாற்றிக்கொள் கிறார். வளமான மலையாள யதார்த்த நாவல் மரபில் இவருக்கு அதிகம் பரிச்சயம உண்டு: அதன் சாதகமான செல்வாக்கை இவரது நாவல்களிலும் காண முடிகின்றது. வேறு வகையில் சொல்வதானால் மலையாள யதார்த்த நாவல் மரபை இவர் ஓரளவு வெற்றிகரமாக தமிழுக்குக் கொண்டு வந்திருக்கிறார் எனலாம். கிராமத்தில் சுறா இறகு வாங்கி விற்கும் மஹ்முது, இங்கிலீஸ் பள்ளி ஆசிரியர் மஹ்பூப் கான் ஆகியோரிடம் இத்தகைய திமிறல்களைக் காணமுடிகிறது. இருந்த போதிலும் மீரானின் நாவலில் சித்தரிக்கப்படும் சமூக

அமைப்பும், பண்பாடும், மொழியும் இரத்தமும் சதையுமாக வடிவம் பெற்றுள்ளன என்றே கூற வேண்டும். முக்கிய பாத்திரங்கள் எல்லாரும் – வடக்கு வீட்டு அகமதுக் கண்ணு முதலாளி, மோதினார் அசனார் லெப்பை, செய்யிதினா முகம்மது முஸ்தபா இம்பிச்சி கோயா தங்ஙள், நூகுபாத்துமா, ஆயிசா – உண்மை மனிதர்களாக இயல்பாக இருக்கின்றார்கள். இது இந்த நாவலின் வெற்றிக்கு அடிப்படையாகும்.

எம். ஏ. நுஃமான்

காலச்சுவடு சிறப்பிதழ், 1991

◆

நாவலில் இடம்பெற்றிருக்கும்
வழக்குச் சொற்கள்

◆

அம்பு	–	அண்டி
அஸ்மா	–	மந்திரம்
அஸ்ஸலாமு அலைக்கும்	–	சாந்தி உண்டாவதாக!
அசர்	–	மாலை நேரம்
அடக்கத்தில்	–	ரகசியமாக
அடிச்சூட்டு	–	வீட்டின் பின்புறம்
அரவணைப்பாடல்	–	தப் பாடல்
அலிப் முதல் லாம் மீம் வரை	–	அரபு எழுத்தின் ஆரம்பம் முதல் கடைசி வரை
அலுக்கத்து	–	காதணி
அவுலியா	–	இறை நேசம் கொண்டவர், அற்புதங்கள் சிருஷ்டிப்பவர்
அவூதுபில்லாஹ்	–	இறைவனிடம் பாதுகாவல் தேடுகிறேன்
அளி	–	மரச்சட்டம்
ஆகிரம்	–	மறுமை
ஆயத்துல் குர்ஸி	–	குர்ஆனின் ஒரு பகுதி
இல்மு	–	கல்வி
இஸ்மு	–	மந்திரச்சொல்
இபாகத்தாளி	–	பக்திமான்
இபுலீசு	–	சாத்தான்
இமாம்	–	தொழுகையை நடத்தி வைப்பவர்
இராமிச்சை	–	வெட்டிவேர்
இஷா	–	இரவுத் தொழுகை
ஈமான்	–	நம்பிக்கை

உப்பா	–	பாட்டனார்
உம்மா	–	அம்மா
ஊர் முதல் கூடி	–	ட்ரஸ்டி
எட்டு முஸல்லி	–	வாரம் ஒரு முறை தொழுபவர்
எத்துவாளி	–	ஏமாற்றுபவன்
எலப்பை	–	லெப்பை (குர்ஆன் பயிற்றுவிப்பவர்)
ஏழு பணம்	–	ஒரு ரூபாய்
ஒசா	–	நாவிதர்
ஒடுக்கத்து	–	கடைசியான
ஒளு	–	உடல் சுத்தம்
கஞ்சி பாத்திஹா	–	வளைகாப்பு
கத்தம்	–	குர் ஆனை முழுவதுமாக ஒருமுறை ஓதுதல்
கத்தீபு	–	இமாம் (சொற்பொழிவாளர்)
கள்ளிக்கோட்டை	–	கோழிக்கோடு
கசவுக்கவணி	–	ஜரிகைத்தாவணி
கபர்	–	சமாதி
கலம்	–	எழுதுகோல்
கலாத்தை	–	இறைநாமத்தை
கலிமா	–	அடிப்படை மந்திரம்
கரைதல்	–	அழுகை
கறாமத்	–	அற்புதம்
காக்கா	–	அண்ணன்
காபிர்	–	முஸ்லிமல்லாதோர்

காபிரிச்சி	–	முஸ்லிமல்லாத பெண்
காருவா	–	காதர் பாவா
கிதாபு	–	குர் ஆன்
கியாமம்	–	உலகம் அழிதல்
கிஸ்ஸா	–	கதை
குப்பாயம்	–	சட்டை
குதுறத்து	–	ஆச்சரியம்
குடை வண்டி	–	தொந்தி
கூப்பாணி	–	எச்சில்
கூசில்	–	கூஜாவில்
கொத்துபா பள்ளி	–	வெள்ளிக்கிழமை தொழுகை நடைபெறும் பள்ளிவாசல்
கொதும்பு	–	தென்னம்பாளை
கை மடக்கு	–	அன்பளிப்பு
சக்கரம்	–	திருவாங்கூர் நாணயம்
சதா சாஅத்	–	எந்நேரமும்
சபராளி	–	பயணி
சபூர்	–	பொறுமை
சில்லீடு	–	குறைந்த அளவு தேங்காய் காய்க்கும் சீசன்
சிஹர்	–	சூனியம்
சீலெ	–	துணி
சீனா அடி	–	கிராமிய சண்டைக்கலை
சுப்ஹு	–	அதிகாலைத் தொழுகை
சுப்ஹானல்லாஹ்	–	இறைவன் தூயவன்

சுருமாக் கண்	–	மை தீட்டிய கண்
சுறாப்பீலி	–	சுறா மீன் இறக்கை
செம்புக்குட்டி	–	ஆட்டிறைச்சி
டாப்	–	சித்தா மருந்து பட்டியல்
தண்டாசு	–	கக்கூஸ்
தப்பளம்	–	தலையில் தேய்க்கும் மருந்து
தம்மானம்	–	அன்பளிப்பு
தம்மு	–	பீடி
தம்புரான்	–	இறைவன்
தர்சில்	–	பாடசாலையில்
தஸ்பீக்	–	எண் மணிக்கோர்வை
தாகத்துள்ளவன்	–	வசதி படைத்தவன்
திருட்டி	–	கண்
திக்கு	–	ஜெபம்
துஆ	–	பிரார்த்தனை
துன்யா	–	உலகம்
நன்னி	–	நன்றி
நகரா	–	கொட்டு (மேளம்)
நாக்கன்	–	திருடனின் பெயர்
நிக்காஹ்	–	திருமணம்
நிரவு	–	மூடு பலகை
நிஹ்மத்	–	சிறப்பு
பத்தாயம்	–	பெரிய மரப்பெட்டி
பத்ரீன்கள்	–	பதர்ப்போர் வீரர்கள்

பகயா	–	கெட்டவனே
படச்ச ரப்பு	–	படைத்த இறைவன்
படிப்புரை	–	வீட்டின் உட்புறப்பகுதி
பறக்கத், நிஃமத்	–	ஐசுவரியங்கள்
பஹறில்	–	கடலில்
பாத்திஹா	–	இறந்தவர்களின் ஈடேற்றத்திற்கான வழிபாடு
பாம்படம்	–	தண்டட்டி (காதணி)
பார்வர்	–	நாவிதர்
பிஸ்மில்லா	–	இறைவன் பெயரால்
பிரமாணம்	–	பத்திரம், ஆவணம்
பூத்தி	–	புதைத்து
புத்தி அறிதல்	–	வயதுக்கு வருதல்
பெறக்கே	–	பின்னால்
பெரட்டம்	–	பிருஷ்டம்
பேசா	–	பேசுகிறாய்
மக்கத்து	–	மெக்கா மாநகரத்து
மஹ்ஸர்	–	மறுமை
மதரஸா	–	குர்ஆன் பாடசாலை
மலக்கறி	–	காய்கறி
மறவணை	–	மணவறை
மாலிக் இப்னு தீனார்	–	மேற்கு கடற்கரை பகுதிகளில் இஸ்லாமிய போதனை செய்ய வந்த குழுவின் தலைவர்
மஹறிபு	–	அந்திக் கருக்கல்

மிம்பர்	–	மேடை
முஃமீன்	–	நம்பிக்கையாளர்
முள்ளி	–	இடத்தின் பெயர்
முஸ்லியார்	–	மதப்பண்டிதர்
முனாபியத்	–	கனவு
முரீது	–	சீடர்
முஹல்லதீவு	–	மாலத்தீவு
முஸிப்பான	–	அருவருப்பான
முஸீபத்	–	நோய், நொடி
மோட்டிச்சி	–	திருடி
மோதீனார்	–	பாங்கு அழைப்பவர்
மௌத்து	–	மரணம்
மௌலவி	–	மதப்பண்டிதர்
மௌலூது	–	நபி மீதான புகழுரை
யாசீன்	–	குர் ஆனின் குறிப்பிட்ட அத்தியாயம்
ரப்பு	–	இறைவன்
ரசூலுல்லாஹ்	–	முஹம்மது நபி
ரபீஉல் அவ்வல்	–	ஹிஜ்ரி ஆண்டின் 3வது மாதம்
ராவு	–	இரவு
ரூஹானி	–	மானுட ஆவி
லுஹர்	–	மதிய நேரத் தொழுகை
லைத்தரு	–	ரெஜிஸ்ட்ரார்
வட்டா ?	–	பைத்தியமா ?

வல்ல	–	ஏதாவது
வலிய	–	பெரிய
வாப்பாண	–	தகப்பன் மீது ஆணை
வாசிலாக்கி	–	வசப்படுத்தி
வாரி	–	எரவாணம்
விட்டை	–	சாணம்
விலக்கு தீர்த்து	–	சமாதானம் செய்து
விலாய்	–	தொந்தரவு
வேதக்காரன்	–	வெள்ளைக்காரன் (கிறிஸ்தவம்)
வேண்டீரிக்கி	–	வாங்கி இருக்கிறது
ஸஹ்பான்	–	ஹிஜ்ரிஆண்டின் 8வது மாதம்
ஸபூர்	–	பொறுமை
ஸமான்	–	காலம்
ஸஹன்	–	பெரிய பீங்கான் தட்டு
ஷஹீது	–	வீரமரணம்
ஜவாபு	–	பதில்
ஜனாஸா	–	சடலம்
ஜின்னு	–	அமானுஷ்ய சக்தி
ஜும் ஆ	–	வெள்ளிக்கிழமை மதிய கூட்டுத்தொழுகை
ஹவ்ளு	–	உடல் சுத்தம் செய்யும் தடாகம்
ஹலாக்	–	சீரழிவு
ஹயாத்து	–	உயிர்
ஹலால்	–	அனுமதிக்கப்பட்டது

ஹமுக்கு	–	வசைச்சொல்
ஹராம்	–	விலக்கப்பட்டது
ஹராங்குட்டி	–	முறைகேடாகப் பிறந்தது
ஹால்	–	மனநிலை
ஹாழிறு	–	பிரசன்னம் (தோன்றுதல்)
ஹாஜத்	–	ஆசை
ஹைறா்	–	திருப்தி